அப்பு எஸ்தோஸ் சுரேஷ்

புலனாய்வுப் பத்திரிகையாளர். இந்தியாவில் வடிவம் மாறிக் கொண்டிருக்கும் வகுப்புவாதக் கலவரங்கள் குறித்து விரிவான ஆய்வுகள் செய்தவர்; அவற்றைப் புரிந்துகொள்வதில் குறிப்பிடத்தக்கப் பங்களிப்பைச் செய்தவர். உத்தரப்பிரதேசத்தின் வகுப்புவாத கொந்தளிப்புகளைத் தொடராக எழுதியதற்கு 2015ஆம் 'ஆண்டின் சிறந்த பத்திரிக்கையாளராக' மும்பை பிரஸ் கிளப்பின் ரெட்இங்க் விருதால் அங்கீகரிக்கப்பட்டவர். ஹிந்துஸ்தான் டைம்ஸில் (சிறப்புப் பணிகள்) ஆசிரியராகவும், இந்தியன் எக்ஸ்பிரஸ், மின்ட் உள்ளிட்ட பத்திரிகைகளிலும் பணியாற்றியுள்ளார். British Virgin Islands மற்றும் HSBC Swiss கணக்குகளின் வெளிநாட்டவரின் கணக்குகளை விசாரித்த சர்வதேச புலனாய்வு பத்திரிகையாளர் குழுவில் உறுப்பினர். தற்போது லண்டன் ஸ்கூல் ஆஃப் எகனாமிக்ஸின் (LSE) சீனியர் ஃபெலோ. புது டெல்லி செயின்ட் ஸ்டீபன்ஸ் கல்லூரியிலும், LSE யிலும் பட்டம் பெற்றவர்.

பிரியங்கா கோட்டம்ராஜு

கேம்ப்ரிட்ஜ் பல்கலைக்கழகத்தில் சமூகவியலில் முனைவர் பட்டம் பெறுவதற்குப் படித்துக் கொண்டிருக்கும் கேட்ஸ் கேம்பிரிட்ஜ் அறிஞர். லண்டன் ஸ்கூல் ஆஃப் எகனாமிக்ஸ் & பொலிட்டிகல் சயின்ஸில் (LSE) சீனியர் ஃபெலோவாக இருக்கிறார். கபர் லஹரியா என்ற விருது பெற்ற அடிமட்ட ஊடக நிறுவனத்தில் ஆசிரியராக பணிபுரிந்தார். இந்தியன் எக்ஸ்பிரஸ் மற்றும் ஹிந்து பிசினஸ் லைனில் பணிபுரிந்துள்ளார். அடித்தள பெண்களுக்கான ஆய்வுக் கூட்டிணைவான சித்ரகூட் கலெக்டிவின் இணை நிறுவனர்.

அக்களூர் இரவி

மொழிபெயர்ப்பாளர்

மாயவரத்தைச் சேர்ந்தவர். தொலைத் தொடர்புத் துறையில் பணியாற்றி ஓய்வு பெற்றவர். நூல்கள் வாசிப்பதில் பெரும் ஆர்வம் கொண்டவர். பத்துக்கும் மேற்பட்ட நூல்களைத் தமிழாக்கம் செய்திருக்கிறார். 'வேலையில் முன்னேற', பராக் ஒபாமாவின் 'என் கதை', 'இந்தியப் பயணக் கடிதங்கள்', 'மீறல்', 'காந்தியும் பகத்சிங்கும்', 'அரசியல் சிந்தனையாளர் புத்தர்', 'கனவில் தொலைந்தவன்', திசையெட்டும் மொழிபெயர்ப்பு விருது பெற்ற 'இந்தியா என்கிற கருத்தாக்கம்' போன்றவை இவரது மொழிபெயர்ப்புகளில் குறிப்பிட வேண்டியவை.

மகாத்மா காந்தி படுகொலை

புதிய உண்மைகள்

அப்பு எஸ்தோஸ் சுரேஷ்
பிரியங்கா கோட்டம்ராஜு

தமிழில்
அக்களூர் இரவி

எதிர்
வெளியீடு

மகாத்மா காந்தி படுகொலை
புதிய உண்மைகள்
அப்பு எஸ்தோஸ் சுரேஷ் & பிரியங்கா கோட்டம்ராஜு

தமிழில்: அக்களூர் இரவி
முதல் பதிப்பு: ஜனவரி 2023
எதிர் வெளியீடு,
96, நியூ ஸ்கீம் ரோடு, பொள்ளாச்சி – 642 002
தொலைபேசி: 04259 226012, 99425 11302

விலை: ரூ. 350

Mahatma Gandhi Padukolai
The Murderer, The Monarch and The Fakir:
A New Investigation of Mahatma Gandhi's Assassination
Appu Esthose Suresh & Priyanka Kotamraju

First published in Tamil by Ethir Veliyeedu
By arrangement with HarperCollins Publishers India Private Limited
© Appu Esthose Suresh and Priyanka Kotamraju

Translated by Akkalur Ravi
First Edition: January 2023

Published by
Ethir Veliyeedu, 96, New Scheme Road, Pollachi – 2
email: ethirveliyedu@gmail.com
www. ethirveliyeedu.com

ISBN: 978-81-959664-3-1
Cover Design: Vijayan
Printed at Jothy Enterprises, Chennai.

All rights reserved. No part of this book may be reprinted or reproduced or utilised in any form or by any electronic, mechanical or other means, now known or hereafter invented, including Photocopying and recording, or in any information storage or retrieval system, without permission in writing from the Publisher.

ஆதாரங்கள் அளித்த, பெயர் சொல்லப் பிரியப்படாத அனைவருக்கும்.
அனைத்து ஆசிரியர்களுக்கும்.

நூலினுள்...

மொழிபெயர்ப்பாளர் குறிப்பு 09
அறிமுகம் 11
நன்றி 18
முன்னுரை 22

பகுதி 1 – கொலைகாரன்

1. ஆகஸ்ட் சதி 35
2. தற்செயலாகக் கிடைத்த தடயம் 48
3. ஆட்சேர்ப்பு 66
4. காந்தியைக் கொன்ற பெரெட்டா துப்பாக்கி 93

பகுதி 2 – மன்னர்

1. வெளிப்படையான ரகசியம் 115
2. ஆல்வார் சமஸ்தான விவகாரம் 130
3. ஹிந்துக்களை இராணுவமயமாக்கல் 154

பகுதி 3 – பக்கிரி

1. கற்பனை எதிரிகள் 171
2. ஹிந்துத்துவம் எனும் கருத்து 183
3. ஹிந்து கத்ரே மே ஹே 196
4. கோட்சே வழிபாடு 209

பின்னுரை 221
அடிக்குறிப்புகள் 240

மொழிபெயர்ப்பாளர் குறிப்பு

'இந்திய யூனியனின் முதல் கவர்னர் ஜெனரல் மௌண்ட்பேட்டன் பதவியேற்பு நிகழ்வில் பங்கேற்பேன். அதன்பின் இங்கிலாந்திலிருந்து அடுத்த விமானம் வரும்வரை டில்லி விமான நிலையத்தில் இடத்தைவிட்டு நகராமல் காத்திருப்பேன். பஞ்சாபிலும் வங்காளத்திலும் கிடைத்த பரிசிற்காக இந்தியாவிலிருக்கும் யாரும் என்னை நேசிக்கப் போவதில்லை. மனத்தில் குறையுடன் ஏறக்குறைய எட்டு கோடிப்பேர் என்னைத் தேடப்போகிறார்கள்.' இவை இந்தியாவைப் பிரித்த எல்லைக் கோட்டை வரைந்த சிரில் ராட்கிளிஃப் மகனுக்கு எழுதிய வரிகள். 'தேசப்பிரிவினை இந்தியக் கருத்தாக்கத்தின் இதயத்தில் பதிந்துபோன பேச முடியா ஒரு பெருந்துயர்'.

'அகண்ட பாரதத்தை' துண்டாடியதன் விளைவான உலகின் மிகப் பெரிய இடப்பெயர்வை, சமகாலத்தின் விரிந்து பரவியிருந்த பெரும் சதிவலையை, கொலையை இந்த நூல் பேசுகிறது.

அரசியல் படுகொலை, வரலாற்றில் காணக்கிடப்பதுதான். ஆனால், தந்தையாக ஒரு தேசம் வியந்து போற்றி, கொண்டாடிய, பண்புகளால் நிறைந்த மாமனிதர் மகாத்மா காந்தி கொலையுண்டதும் இந்த உலகம் திகைத்தது. அன்பையும் பன்மைத்துவத்தையும் விரும்புகிறவர்கள், அதற்காகப் பாடுபட்டவர்கள் பெரும் அதிர்ச்சிக்கு ஆளாயினர். இந்திய அரசியலில் பெரும் மாற்றத்தை விதைத்த கொலைச் செயல் இது.

இந்த நூல் முன்வைக்கும் தகவல்களும் விவரங்களும், அற்புதமாக புனையப்பட்ட ஒரு நாவலைப்போல், சிறந்த திரைப்படம் போல், அந்தக் கொலையையும் அதன் பின்னணியையும் நமக்குக் காட்டுகின்றன. புலனாய்வும் தடயங்களும் விசாரணையும் சுட்டிக்காட்டிய பிறகும், தொடர்புடைய சிலர் தண்டனையிலிருந்து தப்பி இருப்பது திகைப்பையும் அதிர்ச்சியையும் அளிக்கிறது.

அப்படி அவர்கள், தப்பியது எப்படி? அதன் பின்புலம் என்ன? அவர்களுக்குத் துணை செய்த அன்றைய முக்கியஸ்தர்கள் யார்?

காவல் துறையா, அரசியல்வாதிகளா? நிச்சயமாக, மீண்டும் ஒரு நூல் அதனையொட்டி வரத்தான் போகிறது. எப்போது? அதை எழுதப்போவது யார்? நம்மால் அந்தக் கசப்பை சகித்து ஜீரணிக்க முடியுமா?

எதிர் வெளியீட்டின் திரு.அனுஷ் ஒரு நாள் என்னை அழைத்து இந்த நூலை மொழிபெயர்க்க விருப்பமா என்று கேட்டார். மொழிபெயர்ப்பு உரிமைக்கு எழுதும்போது, உங்களை நினைத்துக் கொண்டேன் என்றார். இதைவிட ஒரு மொழிபெயர்ப்பாளருக்கு வேறு ஊக்கம் தேவையில்லை. அவருக்கு என் நெஞ்சார்ந்த நன்றி. அவரது பதிப்பகத்தின் நண்பர்களுக்கும் என் நன்றியை இந்நேரத்தில் உரித்தாக்குகிறேன்.

அதற்கு ஓரிரு மாதங்களுக்கு முன்புதான் இந்த நூல் குறித்து அன்பிற்குரிய தோழர் பட்டாபிராமன் பேசிக்கொண்டிருந்தார். தொடக்கத்திலிருந்து எனது மொழிபெயர்ப்பு பணிகளில் எனக்கு உதவி செய்து ஊக்கம் அளித்துவருபவர். இந்த நூல் மொழிபெயர்ப்பிலும் உதவியாக இருந்தார்.

எழுதுதல், வாசித்தல், தோழர்களுடன் உரையாடுதல் என்று தொடர்ச்சியான பல்வேறு பணிகளுக்கு இடையில், மொழிபெயர்ப்பு பிரதியைப் படித்தார்; திருத்தங்கள் கூறினார்; சிறப்பானதொரு அறிமுகத்தையும் எழுதித் தந்துள்ளார். விரிவான அறிமுகம். நூலின் சாரம் என்றும் சொல்லிவிடலாம். தோழருக்கு என் அன்பான நன்றி.

எழுத்தாளர் எஸ்ஸார்சி பிரியமான தோழர். அமைதியாக எழுதிக் கொண்டிருப்பவர். மூல நூலுடன் ஒப்பிட்டு எனக்கு வழிகாட்டும் சிரமமான பணியை அன்புடன் செய்து தருகிறார். தன்னலமற்ற அவருடைய உதவிக்கு நன்றி.

எனது அ.வ.அ. கல்லூரி நண்பன் மாயவரம் அறவாழி, எனது சகலரும் தோழருமான விட்டல்ராஜ் ஆகியோரும் மூலப் பிரதிகளைப் படித்துப் பார்த்து இந்த ஆக்கத்தை மேம்படுத்த உதவி செய்துள்ளனர். எனது மனைவியும் குடும்பத்தினரும் எப்போதும்போல் என் அருகிருந்தார்கள். அவர்கள் இன்றி எனது இந்தப் பணி சாத்தியமில்லை.

அன்புடன்
இரவி
20-12-2022

அறிமுகம்

வெறுப்பு அரசியல் எப்போதும் எதிரியைக் கட்டமைத்துக் கொண்டேயிருக்கும். எதிரி இல்லையெனில் தனக்கு இருப்பில்லை என்பதை அது நன்கு அறியும். தனது கோட்பாடு இறவாமலிருக்க எதிரியின் மரணம் குறித்துச் சிந்திக்கும். ஒருவேளை கோட்பாடு மரணித்தாலும் ஒரு புது எதிரியை எப்படியாவது நிர்மாணிக்கும்; அதைச் செலாவணியாக்க எத்தனிக்கும்.

வெறுப்பு அரசியல், மதம், சாதி, இனம், மொழி என்று பல்வேறு வடிவங்களில் ஏதோவொன்றின் மூலமோ அல்லது அனைத்தின் மூலமோ தன்னை வெளிப்படுத்திக் கொள்ளும். அது எப்போதும் எவரையும் திட்டிக்கொண்டேயிருக்கும். அதன் இலக்கியம் வசவு மொழியே. வரலாற்றை அது அகழ்ந்துபார்க்கும். ஆனால், நடந்தவை அனைத்தும் தனக்கு மோசம் செய்த - தன்னை அபகரித்துக்கொண்ட நிகழ்வுகள் என்று வரலாற்றை சுருக்கிப் பார்க்கும். மோசம் எவரால் ஏற்பட்டது எனப் பேசித்தான் தனது எதிரியை அது சுட்டிக்காட்டும். அதற்கு நிவாரணம் பெற்றே ஆகவேண்டும் எனக் கதையாடும். வரலாற்றை நேர்செய்தல் என்று சொல்லி அதை நோக்கி காய் நகர்த்தும். பழக்கமான பெயர் ஒன்றை அதற்கு இடும். இல்லையேல் வேறு பெயரிட்டு அதைப் பழக்கமாக்கும்.

பன்முக உரையாடல் என்கிற சாத்தியத்திற்கு எப்போதும் அது கதவை அடைத்தே வைக்கும். பிறரது குரல், அதற்கு ஒவ்வாது. அதன் குரல் எப்போதும் சத்தமாக இருக்கும். வெறுப்பரசியல் பொல்லாதது. வேண்டாதவரை கொலை செய்துவிட்டு, நியாயம் பேசும்.

காந்தியின் கொலைக்கும் இந்த வெறுப்பரசியலுக்கும் உள்ள தொடர்பை அப்பு எஸ்தோஸ் சுரேஷ் மற்றும் பிரியங்கா கோட்டம்ராஜு எழுதியிருக்கும் The Murderer, The Monarch and The Fakir நூல் பேசுகிறது. அக்டோபர் 2021ல் வெளியானது. எந்தக் காந்தி கொலை செய்யப்பட்டார் - அகிம்சாவாதியா,

தேசவிரோதியா, ராம் ஆனாலும், அல்லாவோ ஏசுவோ ஆனாலும் அன்பே கடவுள் உண்மையே கடவுள் என்று பேசியவரா? எந்தக் காந்தி என்று ஆசிரியர்கள் இருவரும் ஆராய முற்படுகின்றனர்.

அப்பு சுரேஷ் புகழ்வாய்ந்த புலனாய்வு பத்திரிகையாளர், பிரியங்கா கேம்பிரிட்ஜ் புலமையாளர்.

இந்தப் புத்தகம் திசை மாறாமல், காந்தி படுகொலை, அதை இயக்கிய சித்தாந்தம், சித்தாந்தத்தை உருவாக்கிய சாவர்க்கர் போன்றவர்கள், அதை அமுலாக்க விரும்பிய ஹிந்து மகாசபை, சதி செய்த குழு ஆகியவற்றை மய்யப்படுத்தியே எழுதப்பட்டுள்ளது. ஆங்கிலத்தில் வெளிவந்த அடுத்த ஆண்டிலேயே இப்போது தமிழில் வருகிறது. மூல நூல் என்று எண்ணுமளவுக்கு நல்ல வாசிப்பு அனுபவத்தை அக்களூர் இரவியின் மொழிபெயர்ப்பு தருகிறது.

அக்களூர் இரவி, தன் மொழிபெயர்ப்பு பணி மூலம் அற்புதமான, மேம்பட்ட உழைப்பைத் தமிழ்ச் சமூகத்திற்கு நல்கி வருகிறார். இந்தியா என்கிற கருத்தாக்கம், காந்தியும் பகத்சிங்கும், என் கதை-ஒபாமா, அரசியல் சிந்தனையாளர் புத்தர் போன்ற அபுனைவு அரசியல் வரலாற்று ஆக்கங்கள் நல்ல தாக்கத்தை ஏற்படுத்தின. புனைவு இலக்கியங்களும் அவரது உழைப்பால் தமிழுக்குக் கிடைத்துள்ளன. தேர்ந்த மொழிபெயர்ப்பாளராக அவரது தமிழ்த் தொண்டு மேலும் சிறக்கட்டும்.

காந்தி புரிந்துகொண்டு பரிந்துரைத்த அஞ்சாமை மிக்க இந்தியத் தேசியத்திற்கும் சாவர்க்கர் விரும்பிய 'மிலிட்டரைஸ்டு மேஸ்குலின் இந்துத்துவத் தேசியத்திற்குமான' வேறுபாட்டை இந்நூலாசிரியர்கள் சுட்டிக்காட்டுகின்றனர். தேசியம் என்கிற மகிழ்ச்சிப்பாடு குறித்து Slavoj Zizekன் மேற்கோள் ஒன்றை ஆசிரியர்கள் எடுத்துக்காட்டுகின்றனர். அது, பிறர் எனும் others கட்டமைக்கப்படுதல் குறித்த சுவாரஸ்யமான மேற்கோள்.

விடுதலையடையும் இந்தியத் தேசத்தின் கட்டுமான பிரச்சனையை, தங்களது இந்து தேசக் கட்டுமானமாக ஆக்கிக்கொள்ள விரும்பிய சிலரது சதியை இந்தப் புத்தகம் கூடுதல் தகவல்களுடன் பேசுகிறது. இச்செயல்முறையில் சமஸ்தானங்களில் செயல்பட்ட சிலரது சதிப் பங்களிப்பையும் புத்தகம் உரக்கப்பேசுகிறது.

புலனாய்வு பத்திரிகைக்குரிய அறத்தின் வழி நின்று ஆசிரியர்கள் தங்கள் முயற்சியை வெளிப்படுத்தியுள்ளனர். துல்லியமான

தகவல்களை சேகரித்துள்ளனர். எங்கு எந்த நாளில் எவரெவர் என்ன பேசிக்கொண்டார்கள் - சதி எப்படிக் கவனமாக நிறைவேற்றப்பட்டது என்பதை இந்த ஆக்கம் பேசுகிறது.

நவீன இந்தியாவின் பெரும் பூகம்ப நிகழ்வான இதை ஏன் பாடப்புத்தகங்கள் அலட்சியம் செய்தன என்ற கேள்வியை இவர்கள் எழுப்புகின்றனர்.

II

காந்தி கொலைக்கு முதல் நாள் நாதுராம் ஆப்தே - கார்கரே பிர்லா மந்திரில் சந்திப்பது என முடிவெடுக்கின்றனர். அந்தக் கோயிலில் இப்படி ஒரு வாசகம் பொறிக்கப்பட்டிருந்தது: விஷ்ணு எனும் காக்கும் கடவுள் வேறு எவருமல்ல, அவர் அழிக்கும் கடவுள் ருத்ரன் தான். ருத்ரன் வேறு யாருமல்ல, படைக்கும் கடவுளான பிரம்மாதான். அந்த இடத்தில் அவர்களை ருத்ரன் தான் வழிநடத்தியிருக்கக் கூடும். நாதுராம் விநாயக் தன்னை விநாயக் என்றும், நாரயண் ஆப்தே தன்னை நாரயணன் என்றும் சொல்லி விமானத்தில் பறந்துள்ளனர். அவர்களது புனைபெயர்கள் எளிதில் அவர்களை அடையாளம் காட்ட கூடியதாகவே இருந்தன.

மனுபென்னை சற்று தள்ளிவிட்டு மகாத்மாவை துப்பாக்கியால் சுட்ட கோட்சேவை சார்ஜெண்ட் தேவ்ராஜ் சிங் கையைப் பிடித்து இழுத்து சில குத்துக்கள் விட்டார். அவனை 10 நபர்கள் சுற்றி வளைத்துக் கட்டுப்படுத்தினர்; இல்லையெனில் கூட்டத்தினரைப் பார்த்தும் கோட்சே சுட்டிருப்பான் என்ற செய்தியை ராபர்ட் பைனே தருகிறார்.

இந்தப் புத்தகம் கூறும் வாக்குமூலத்தில் இடம் பெற்றவர்கள் பட்டியலில் சாவர்க்கர் இருந்தார். இக்கொலையில் தனக்குத் தொடர்பில்லை என்பதை மிகுந்த எச்சரிக்கையுடன் உடல், மனம், மொழிகளால் எப்படி அவர் நிரூபிக்க முயன்றார் என்பது விரிவாக பேசப்பட்டுள்ளது. கோட்சே உட்பட பலரும் அதற்கு ஒத்துழைத்தனர்.

மதன்லால் எனும் அகதி, காந்தி படுகொலையில் மிக முக்கியப் பாத்திரம். பாகிஸ்தான் பகுதியிலிருந்து அகதியாக வந்த, பெரும் பாதிப்பிற்கும் அல்லலுக்கும் உள்ளான அவனை சதிகாரர்கள் எப்படி பயன்படுத்திக் கொண்டனர் என்பதும் விரிவாக பேசப்படுகிறது. பேரா. ஜெயின் அவனைப் பற்றி அளித்த

தகவல்களை மொரார்ஜி தேசாயும் அவர் மூலமாக பட்டேலும் அறிந்த விதமும் சித்தரிக்கப்பட்டுள்ளது.

ஜனவரி 20, 1948 அன்று நடந்த முதல் கொலை முயற்சிக்குப்பின் போதுமான தகவல்கள் கிடைத்திருந்தன; கோட்சே, தைனிக் அக்ரானியின் ஆசிரியர் என்று அடையாளம் காட்டப்பட்டான்; எனினும் காவல்துறை தவறிவிட்டது என்கிறார்கள் ஆசிரியர்கள். நடவடிக்கை எடுக்கத் தேவையான தகவல்கள் உளவுத்துறைக்கு முன்னதாகவே கிடைத்திருந்தன. எனினும் காந்தி படுகொலையை அது தடுக்கத் தவறியது. இந்திய உளவுத்துறை வரலாற்றில் மிகப்பெரிய வீழ்ச்சியான சம்பவம் இது என ஆசிரியர்கள் கருதுகின்றனர்.

இந்து மகாசபை அலுவலகம் சதியின் பின்னணியில் இருந்ததும், இந்து மகாசபா பவனிலிருந்து சாவர்க்கரின் தொலைப்பேசி எண்ணுக்கு டிரங்கால் பதிவான விவரமும் கூறப்பட்டுள்ளது.

சாவர்க்கரை சந்தித்தவர்கள், அவருடன் பயணித்தவர்கள் விவரங்களும், மிக முக்கியமான ஆகஸ்ட் சதி விமானப் பயணமும் விறுவிறுப்பான காட்சிகளாக படைக்கப்பட்டுள்ளன. பம்பாய் காவல்துறையின் உயர் அதிகாரி, நகர்வாலாவின் புலனாய்வும், நாட்குறிப்புப் பதிவுகளும் சாவர்க்கரின் தொடர்பை ஆதாரங்களுடன் அம்பலமாக்குகின்றன.

சாவர்க்கர் வீட்டில் நடந்த சோதனைகளில் கிடைத்த கடிதங்கள், சாவர்க்கரை கோட்சேவுடனும் ஆப்தேவுடனும் நேரடியாகத் தொடர்புப்படுத்தவில்லை என்றாலும், சாவர்க்கரின் புரட்சிகரச் சித்தாந்தத்தின் மீதான ஈர்ப்புதான் கோட்சே, ஆப்தே, கார்கரே ஆகியோர் இந்தக் குற்றத்தை செய்யவைத்தது என்று குறிப்பிட்டிருந்தது.

காந்தியின் கொலையை விழைந்த சமஸ்தானங்கள், அவற்றின் முக்கியஸ்தர்கள் சிலரின் உடந்தையாக இருந்தது, அவர்களது பங்களிப்பு ஆகியவற்றை ஆசிரியர்கள் வெளிக்கொணர்ந்துள்ளனர்.

துப்பாக்கி வாங்கித் தந்த குவாலியரின் டாக்டர் பார்ச்சூர் ஆல்வார் சமஸ்தான பிரதமர் டாக்டர் நாரயண் காரே, சாமியார் ஓம் பாபா எனும் கோபி கிருஷ்ண வியாஸ் குறித்தும் விவரமாக எழுதியிருக்கும் ஆசிரியர்கள் ஆல்வார் சமஸ்தானத்துப் பிரதமரின் பங்கை ஆதாரமில்லை என புறந்தள்ளியதையும் சுட்டிக்காட்டியுள்ளனர்.

கோட்சே காரே உறவு மறைக்கப்பட்டதையும், அது தொடர்பாக விசாரணைகள் நடைபெறாத புதிரையும் இப்புத்தகம் வெளிப்படுத்துகிறது. ஆகஸ்ட் 1947ல் காரே டெல்லியில் அகில இந்திய ஹிந்து தேசிய முன்னணியை துவக்கிய அன்று சதிகாரர்கள் சந்தித்துள்ளனர்.

சாவர்க்கர் ஜூலை 19, 1944ல் ஜெய்ப்பூர் ராஜாவிற்கு எழுதிய கடிதத்தில், காங்கிரஸ், கம்யூனிஸ்ட்கள், முஸ்லீம்கள் போன்றோரிடமிருந்து சமஸ்தானங்களின் அதிகாரத்தையும், கௌரவத்தையும் காப்பதற்கு இந்து மகாசபை உறுதியளித்தது ஹிந்து இராணுவமயமாக்கல் திட்டத்தில் மூஞ்ஜேவின் செயல்பாடுகளும் புத்தகத்தில் விவாதிக்கப்பட்டுள்ளன.

மூஞ்ஜே ஜனவரி 6, 1947ல் பட்டேலுக்கு எழுதிய கடிதத்தில் ஹிந்துக்களின் பாதையில் காந்தியின் குறுக்கீடு குறித்த அதிருப்தியைப் பதிவுசெய்திருந்தார். ஆகஸ்ட் 1947 கூடிய சதிகாரர்களின் கூட்டத்தில் சாவர்க்கருடன் மூஞ்ஜேவும் பங்கேற்றதை பார்க்கிறோம். விடுதலை கொண்டாட்டங்களில் பங்கேற்காமல் அன்று ஆத்ம விசாரத் தினம் அனுசரிக்கலாம் என்ற உணர்வே கூட்டத்தில் வெளிப்பட்டது. காவிக்கொடி ஏற்றவும் முடிவானது.

முக்கிய அரசியல் வழக்குகள் நடைபெற்று வந்த டெல்லி செங்கோட்டையில்தான் இந்த வழக்கு விசாரணை நடந்தது. கடைசி முகலாய மன்னர் பகதூர் ஷாவின் வழக்கைப் பிரிட்டிஷார் அங்குதான் நடத்தினர். 1945ல் நேதாஜியின் INA இராணுவத்தினரின் புகழ் பெற்ற வழக்கும் அங்கு நடந்தது. அந்த வரலாற்றில் இப்போது காந்தியின் கொலை வழக்கும் சேர்ந்து கொண்டது. நீதிபதியாக இருந்தவர் ஆத்ம சரண். கோட்சே, ஆப்தே, கார்கரே முன்வரிசை என்றால் பின்வரிசையில் சாவர்க்கர் அமரவைக்கப்பட்டார்.

பிப்ரவரி 10, 1949ல் தீர்ப்பு சொல்லப்பட்டது. கோட்சேவிற்கும் ஆப்தேவிற்கும் மரணதண்டனை விதிக்கப்பட்டது. சாவர்க்கர் நீங்கலாக மற்றவர்க்கு வாழ்நாள் சிறைத்தண்டனை வழங்கப்பட்டது. காவல் துறையின் அலட்சியத்தை ஆத்மசரன் 'சென்சூர்' செய்தார். மேல்முறையீடுகளை பரிசீலிக்க சிறப்பு நீதிமன்றம் சிம்லாவில் செயல்பட்டது.

ராம்தாஸ் காந்தி அமைதிக்காகவும் அகிம்சைக்காகவும் நின்ற காந்திஜியை கோட்சே கொன்றது சரியா என்ற கேள்வியுடன் கோட்சேவிற்கு கடிதம் அனுப்பினார். ராம்தாஸ் மற்றும் உறவினர்களுக்குத் தன்னால் ஏற்பட்ட மனவலிக்கு கோட்சே வருத்தம் தெரிவித்தாலும், வேறு கோணத்திலிருந்தும் இதைப்பார்க்க வேண்டும்; நேரில் சந்திக்க விரும்பவில்லை என பதில் எழுதியதை அறிவோம். இக்கடிதப் போக்குவரத்து மே 1949ல் நடந்தது. நவம்பர் 15 1949ல் கோட்சேவும் ஆப்தேவும் தூக்கில் ஏற்றப்பட்டபோது அகண்ட பாரதம் என்கிற முழக்கத்தை எழுப்பினர்.

ஆனால், பிரதமரான பின் பாகிஸ்தான் செல்ல வாஜ்பாய்க்கு வாய்ப்புக் கிடைத்தபோது, அவர் மரியாதை செய்த இடத்தில் ஒன்றாக 1940ல் 'பாகிஸ்தான்' தீர்மானம் இயற்றப்பட்ட நினைவிடம் இருந்த முரணையும் பார்க்கிறோம்.

ஆப்தேவும் கோட்சேவும் அவர்களது மரணத்துடன் காந்தி கொலைச் சதியின் ஏராளமான இரகசியங்களையும் சேர்த்தே புதைத்துவிட்டனர். அதை அகழ்ந்தெடுக்கும் செயல் என்றும் முழுமையடையாது எனத் தோன்றுகிறது. அவ்வப்போது அந்தப் பயணத்தில் சிலர் ஈடுபடுகின்றனர். கிடைக்கும் புதிய தகவல்களை நாம் அறியத் தருகின்றனர்

இந்துத்துவம் தனது அடிப்படைகளை, பொதுவான - தேசம், இனம், நாகரீகம் அதாவது ஒரே தேசம் - ஒரே பண்பாடு என தொடர்ந்து எப்படி கட்டமைக்க விழைகிறது என்பதையும் இப்புத்தகம் தனது ஆய்வின் பின்னணியில் சேர்த்துக்கொண்டுள்ளது.

கிலாபத், மாப்ளா கிளர்ச்சிகள் குறித்த பார்வைகளும், இந்துக்கள் அனைவரையும் முஸ்லீம்களுக்கு எதிராக திரட்டுவதில் சாதியம் பெரும் பலவீனமாக இருப்பதை சாவர்க்கர் உணர்ந்ததும் விவாதிக்கப்பட்டுள்ளன.

இன்று 'லவ் ஜிஹாத்' தடுப்பு சட்டங்கள் என பாஜக ஆளும் மாநிலங்களில் உரக்கக்குரல்கள் எழுவதைக் காண்கிறோம். இந்தச் சொல்லாட்சி எப்போது முதலில் பயன்படுத்தப்பட்டது என்பதை இந்தப் புத்தகம் விவரிக்கிறது. காந்தியின் அகிம்சைக் கொள்கை ஹிந்துக்களை பலவீனமாக்கியதால் இந்துக்களை இராணுவமயமாக்கும் மாற்று முன்வைக்கப்பட்டதை இந்தப் புத்தகம் அலசுகிறது.

மனசாட்சியை மூடிவைத்துவிட்டு, எந்தவித உறுத்தலுமின்றி கோட்சேவை புகழும் பாடல்கள் எப்படி உருவாக்கப்படுகின்றன என்பதையும் இந்த ஆசிரியர்கள் விசாரிக்கின்றனர். காந்தியை தவற்றுக்கு மேல் தவறு செய்தவர் என்கிற கோட்சே தரப்பு கட்டுடைப்பு உரை பெரிதும் கொண்டாடப்படுவதையும், காந்தியை கோட்சே பாகிஸ்தானின் தந்தை எனக் கேலி செய்ததையும் காண்கிறோம்.

இந்தப் புத்தகம், ஆகஸ்ட் 8, 1947ன் சாவர்க்கர், கோட்சே, ஆப்தேவின் விமானப் பயணத்துடன் துவங்கி, காந்தியை அப்புறப்படுத்த, கொல்வதற்குச் செய்த சதியை நுணுக்கமாக பின்னித்தருகிறது. காந்தி கொலை தொடர்பாக வேறு எந்த நூல்களையும் படிக்காத வாசகருக்கு, கொலையின் பின்புலத்தையும் அவர்களது கோட்பாட்டு எரிச்சல் சார்ந்த அம்சங்களுடன் சேர்த்தே வழங்குகிறது. காந்தி கொலை குறித்து வேறு நூல்களை வாசித்தவர்களுக்கு அக்கொலைத் தொடர்பான சிறு சிறு தகவல்களை இணைத்து வாசிக்கும் வாய்ப்பையும் தருகிறது.

இந்தப் புத்தகம் நம் முன் சில கேள்விகளை வீசுகிறது. காந்தி என்பவர் யார்? இலட்சக்கணக்கானவரின் மனத்தில் அன்பையும் மதிப்புணர்வையும் விசிறிவிட்டவரா? பலவீனமான தனது உடலை சத்யாக்கிரகத்திற்காக தியாகம் செய்தவரா? நம் மத்தியிலிருந்த முரட்டு மனிதர்களை பக்குவப்படுத்த முனைந்தவரா? யார் அவர்? அவரவர் அனுபவத்தின்படி அந்தக் கேள்விகள் எழலாம். வாழ்வின் ஒவ்வொரு கணத்தையும், சொல்வதுபோல் வாழ்வது, முன் செல்வது என்று வாழ்ந்து காட்டிய அந்தப் பெருமகன் மனிதக் குலத்தின் பெருந்தேடலாளராக இன்னமும் பல காலத்திற்கு வாழ்வார் என்று தோன்றுகிறது.

காந்தியின் உயரிய சிந்தனைகள் தொடர்ந்த பேசுபொருளாக, வழிகாட்டும் திசையாக இருக்கவேண்டும் என்ற விழைவை இந்தப் புத்தகம் முன்வைக்கிறது.

- ஆர். பட்டாபிராமன்
தொழிற்சங்க செயற்பாட்டாளர்,
சிந்தனையாளர், எழுத்தாளர்
20-12-2022

நன்றி

இந்த நூலை உருவாக்க எட்டு ஆண்டுகள் ஆயிற்று. இது ஒரு பெரும் தொகுப்பு அல்ல. அதேநேரத்தில், பதிவேட்டு அறைகளிலிருந்தும், உளவுத்துறை தலைமையகங்களிலிருந்தும் ஆவணக் காப்பகங்களிலிருந்தும் ஆதாரங்களைச் சேகரிப்பதும் அவற்றை ஒன்றிணைப்பதும், ஒரு நீண்ட, கடினமான, சில நேரங்களில் மிகக் குழப்பமான வேலையாக இருந்தது. எனினும், சில முக்கியமான உண்மைகளைப் புதிய வெளிச்சத்தில் பார்க்கும்போது சிலிர்ப்பை ஏற்படுத்திய ஆய்வாக இது இருந்தது. சந்தேகம் எழுந்த தருணங்களில் எங்களை வழிநடத்தியவர்கள் பலர் உண்டு. குறிப்பாக கடந்த இரண்டு ஆண்டுகள் மிகக் கடினமானவை; சிரமமான அந்த நாட்களில் எங்களுக்கு அவர்கள் ஆதரவளித்தனர்; எண்ணற்ற அந்த மனிதர்களுக்கு எங்கள் நன்றி.

சீமா சிஷ்டியின் தூண்டுதல் இல்லையெனில் இந்த ஆய்வு, ஒரு நூலாக மாறியிருக்க வாய்ப்பில்லை. நண்பரும் வழிகாட்டியுமான அவர்தான் எங்களது இந்த யோசனையைப் பரிசீலனை செய்த முதல் நபர்களில் ஒருவர். மேலும் முன்னோக்கிச் செல்ல அவர் எங்களுக்கு துணிவூட்டினார்.

எங்களது ஆசிரியர்களின், அறிஞர்களின் உதவியின்றி, இந்திய வரலாற்றின் பல அசாதாரணமான பாத்திரங்களைப் புரிந்து கொண்டிருக்க இயலாது. டெல்லி பல்கலைக்கழகத்தின் முன்னாள் துணைவேந்தர் பேராசிரியர் தினேஷ் சிங், குறைத்து மதிப்பிடப்படும் ஒரு காந்திய அறிஞர் என்பது எங்கள் கருத்து. மகாத்மா காந்தி குறித்து அவருக்கிருந்த புரிதலும் மதிப்பும் பல முக்கியப் பரிமாணங்களில் காந்தியை எங்களுக்கு அறிமுகப்படுத்தின. மற்ற விஷயங்களுடன், காந்தியையும் காந்தியச் சிந்தனையையும் நாங்கள் அணுகுவதற்குப் பேராசிரியர் சிங் உதவினார். காந்தியின் பல வடிவங்களை எங்களுக்கு அறிமுகம் செய்துவைத்த செயின்ட் ஸ்டீபன்ஸின் தத்துவத்துறையின் முன்னாள் தலைவர் டாக்டர் கே.பி.சங்கரனுக்கு நன்றி சொல்லக் கடமைப்பட்டுள்ளோம்.

அவருடனான உரையாடல்களும் அவரது எழுத்துக்களும், காந்தி 'தேசத்தின் தந்தை' என்று எங்களுக்கிருந்த ஒற்றைப் பரிமாண புரிதலை மறுபரிசீலனை செய்யத் தூண்டின. குறிப்பாக, காந்தியை ஒரு பொருளாதாரச் சிந்தனையாளராக அவர் எங்களுக்கு அறிமுகப்படுத்தினார். வாய்வழி வரலாறு, கற்றுக்கொள்வதற்கான முக்கியமானதொரு வழிமுறையாக எங்களுக்கு இருந்தது. செயின்ட் ஸ்டீபன்ஸின் ஆங்கிலப் பேராசிரியரான டாக்டர் ராஜீவ் நாயர், இலக்கியம், தத்துவம் மற்றும் அரசியலில் ஒரு நடமாடும் களஞ்சியம்.

இந்த நூலிற்கான வழிகாட்டும் ஒளியாக பெயரை வெளியில் சொல்ல விரும்பாத நண்பர் ஒருவர் இருந்தார். அறிஞர் மற்றும் வழிகாட்டி. அவருடன் எங்களது உரையாடல்கள் செயின்ட் ஸ்டீபன்ஸில் தொடங்கி கேம்பிரிட்ஜ் பல்கலைக்கழகம் என்று இன்று வரை தொடர்கின்றன. அவர் ஹிந்துயிசத்தில் ஓர் ஆளுமைமிக்க அறிஞர். மிகவும் பொருத்தமான நூல்களை எங்களுக்குப் பரிந்துரைத்தது மட்டுமின்றி அவற்றை எங்களுக்குக் கொடுத்துதவினார். நூலுக்கு விமர்சனப்பூர்வமான கருத்துகளை அளித்ததுடன், திருத்தங்களும் செய்து தந்தார். கையெழுத்துப் பிரதியைப் படித்து, மிகவும் மதிப்பு மிக்க யோசனைகளைத் தந்தவர். வரலாற்றைப் புரிந்துகொள்வதிலும் அறிவுத் தேடலிலும் அவருக்கு இருக்கும் ஆர்வம் தொற்றிக்கொள்ளக் கூடியது. அவர் இல்லாமல் இந்தப் பணி முழுமை பெற்றிருக்காது.

எண்ணற்ற ஆவணங்களைப் பெறுவதற்கும் அவற்றினூடாக பயணிப்பதற்கும் நண்பர்கள் பலர் எங்களுக்கு உதவினர்; பெயரை வெளியிட விருப்பப்படாத அவர்களின் உதவியும், அவர்கள் அளித்த ஆதாரங்களும் இல்லாமல் இந்த நூல் சாத்தியமில்லை. ஆவணக் காப்பகங்களில் இருக்கும் ஆதாரங்களை அணுகிப் பெற உதவியதுடன், எங்களுடன் சில விவாதங்களிலும் கலந்துகொண்ட ரூபக் குமாருக்கு நன்றி. எங்களது முதல் வரைவை நேரம் ஒதுக்கிப் படித்து விமர்சனப்பூர்வமான கருத்துகளைத் தெரிவித்த சக ஊழியரும் மூத்தவருமான வர்கீஸ் ஜார்ஜுக்கும் நன்றி தெரிவிக்க விரும்புகிறோம்.

நாங்கள் நன்றிக்கடன் செலுத்த வேண்டிய, ஆனால், நம்புவதற்குக் கடினமான இரண்டு நபர்கள் உள்ளனர். கெடுவாய்ப்பாக, இப்போது அவர்கள் இருவரும் உயிருடன் இல்லை. ஒருவர்,

முன்னாள் மத்திய நிதியமைச்சர் அருண் ஜெட்லி, மற்றொருவர் உளவுத்துறையின் முன்னாள் இயக்குநர் தினேஷ்வர் சர்மா. இங்கே திரு.ஜெட்லியை சிறப்பாகக் குறிப்பிட வேண்டும். ஏனெனில், அவர் எப்போதும் தனது நேரத்தை எங்களுக்குத் தாராளமாக அளித்தார்; அத்துடன், காந்தியையும், சாவர்க்கரையும், முரண்படும் அவர்களது சித்தாந்தங்களையும் விவாதிப்பதிலிருந்து ஒருபோதும் அவர் பின்வாங்கியதில்லை. எங்களிடையே நிறைய கருத்து வேறுபாடுகள் இருந்தன. ஹிந்துத்துவக் கோட்பாடுகளில் அவர் வேரூன்றியிருந்தார்; என்றாலும், கருத்து வேறுபாடுகளை அவர் மதித்தார்; ஏன், அவற்றை வரவேற்கவும் செய்தார். நிகழ்காலத்தைப் புரிந்துகொள்ளும் நோக்கில் வரலாற்றை அவ்வப்போது மறு ஆய்வுக்கு உட்படுத்த வேண்டியது அவசியம் என்றார் அவர்.

காந்தியைப் பற்றியும், அவரது அரசியலுக்கும் நமக்கும் உள்ள இன்றைய பொருத்தம் குறித்தும் மூத்த காங்கிரஸ் தலைவர் கபில் சிபல் எங்களுடன் பல உரையாடல்களை நடத்தினார். அவருக்கு நன்றி கூறக் கடமைப்பட்டுள்ளோம்.

எங்களுக்குப் பல்வேறு வழிகளில் உதவிய, ஆதரவளித்த எங்களது சக பத்திரிகையாளர்கள் ஜெயந்த் ஜேக்கப், நரேஷ் மாத்தூர், சுஷாந்த் சிங், லிஸ் மேத்யூ ஆகியோருக்கு நன்றி பற்பல. நாங்கள் இந்த நூலை உருவாக்கிக் கொண்டிருந்தபோது பொறுமை காத்த சித்ரகூட் கூட்டமைப்பின் மீரா, பவித்ரா, மோனிகா, ரேச்சல் ஆகியோருக்கும் நன்றி. சிறுவயதிலேயே அதிக அறிவு பெற்று திகழும் ராஜலட்சுமி சிங் என்ற சுமார் பதினோரு வயது சிறுமி மஹாத்மாவை அவளது தலைமுறையினரின் பார்வையில் எங்களிடம் விவரித்தாள்: பாட நூல்களில் மட்டும் மிகச் சுருக்கமாகப் பார்க்க முடிகிற பக்கிரி போன்ற உருவம் கொண்டவர். அதை இங்கு குறிப்பிடவில்லை என்றால் நிச்சயம் நாங்கள் அசட்டையாக இருந்தவர்கள் ஆகிவிடுவோம்.

எங்களது எடிட்டர் ஸ்வாதி சோப்ராவின் ஊக்கம் இல்லை யென்றால் இந்த நூல் நிச்சயம் வெளிவந்திருக்காது. எங்களுடன் மிகப் பொறுமையாக நடந்துகொண்டார். அதற்கும், இந்த நூல் வெளிவருவதற்குக் காரணமாக இருந்த அவரது விஞ்ச முடியாத ஆற்றலுக்கும் நன்றி கூறுகிறோம். எங்கள் பிரதி எடிட்டர் அமிர்தா முகர்ஜிக்கும் நன்றி சொல்லவேண்டும்.

எங்கள் குடும்பத்தினர் பொறுமையுடன் இருந்தனர். குறிப்பாக கடந்த இரண்டு ஆண்டுகள் மிகவும் பொறுமை காத்தனர். அவர்களுக்கு நன்றி கூறுகிறோம். கபீர், அம்மு, அபிஷேக், காயத்ரி, ஆதித்யா மற்றும் வர்மா இணையர்கள் போன்ற அன்புக்குரியவர்களால் நாங்கள் சூழப்பட்டிருந்தோம்; பெரும் நல்வாய்ப்பு அது. நாங்கள் இந்த நூலாக்க வேலைகளைப் பார்த்துக் கொண்டிருந்தபோது, அவர்கள் நாங்கள் ஆற்றவேண்டிய ஏனைய பொறுப்புகளை எடுத்துக்கொண்டனர். வி.மதுசூதனன் நாயரின் காந்தி பற்றிய கவிதையை அற்புதமாக மொழிபெயர்த்த அம்முவுக்குச் சிறப்பு நன்றி.

பிரியங்கா கோட்டம்ராஜு
அப்பு எஸ்தோஸ் சுரேஷ்
புது டெல்லி, ஆகஸ்ட் 20

முன்னுரை

'மகாத்மா காந்தி ஜனவரி *30, 1948* அன்று நாதுராம் கோட்சே என்ற மதவெறியனால் படுகொலை செய்யப்பட்டார். ஏனெனில், ஹிந்துக்களும் முஸ்லிம்களும் இணக்கமாக ஒற்றுமையாக வாழவேண்டும் என்ற காந்தியின் நம்பிக்கையுடன் அவன் உடன்படவில்லை.'[1]

மகாத்மா காந்தியின் படுகொலை நவீன இந்தியாவின் மிகப்பெரிய அரசியல் நிகழ்வு; ஆனால், பள்ளிக்கூடத்து வரலாற்றுப் புத்தகங்களில் மிகச் சாதாரணமாக, அரைகுறையாகத்தான் குறிப்பிடப்படுகிறது. தேசியக் கல்வி ஆராய்ச்சி மற்றும் பயிற்சி கவுன்சில் பாடப் புத்தகத்திலிருக்கும் மேலே குறிப்பிடப்பட்டுள்ள இந்த வரிகள், இந்திய வரலாற்றின் முக்கிய தருணம் ஒன்றை நான் புரிந்துகொள்வதற்கு மிக நெருக்கமாக இருப்பவை. வரலாறு, குறைந்தபட்சம் எனக்கு, மேலோட்டமான விவரங்களின் தொகுப்பாகவே கற்பிக்கப்பட்டது. தேதிகள், நிகழ்வுகள், மனிதர்களின் பெயர்கள் ஆகியவற்றைக் கற்றுக்கொண்டோம். வேறு எதுவும் இல்லை. கிளர்ச்சியூட்டாத வகையில் புத்தகங்களில் அவை குறிப்பிடப்பட்டாலும், வரலாறு என்னைக் கவர்ந்தது; உண்மையில், அது இன்னமும் கவர்ந்துகொண்டிருக்கிறது.

பட்டப்படிப்பிற்காக புதுடெல்லி செயின்ட் ஸ்டீபன்ஸ் கல்லூரியில் சேர்ந்தேன். ருத்ரா நார்த் பிளாக் விடுதியில் தங்கியிருந்தேன்; அந்தக் கல்லூரியின் முதலாவது இந்திய முதல்வரின் பெயர் அதற்குச் சூட்டப்பட்டிருந்தது; அதுமட்டுமின்றி பல இடங்களிலும் இயங்கிய மிஷனரியின் கல்லூரிகளை எடுத்துக்கொண்டாலும், இவர்தான், சுஷில் குமார் ருத்ராதான் முதல் இந்திய முதல்வர். திடீரென்று, வரலாறு அன்றாட வாழ்க்கையின் ஒரு பகுதியாக எனக்கு மாறிப்போனது. கல்லூரிக்குப் புதியவன் (அல்லது பல்கலைக்கழக மொழியில் ஃப்பூச்சா) என்ற முறையில் தொடக்க நடைமுறைகள் கல்லூரியைப் பற்றிய அனைத்தையும் என்னைத் தெரிந்துகொள்ள வைத்தன. எனது விடுதி, இதற்குமுன் அங்கு தங்கியிருந்தவர்கள், என் வளாகத்தில் எவ்வளவு மரங்கள் இருக்கின்றன என்பது குறித்தும்

தெரிந்துகொண்டேன். இந்த வரலாற்றுத் தகவல்களைத் தெரிந்து வைத்திருந்ததால் கல்லூரியின் சகோதர அமைப்பிற்குள் என்னால் பாதுகாப்பாக நுழைய முடிந்தது. இது போன்ற அற்பத்தனமான சடங்குகள், முன்னெப்போதைக் காட்டிலும் மோகன்தாஸ் கரம்சந்த் காந்திக்கு மிக நெருக்கமாக என்னைக் கொண்டு வந்தன என்பதை அப்போது நான் உணர்ந்திருக்கவில்லை.

காந்தியை தென்னாப்பிரிக்காவிலிருந்து இந்தியாவுக்குக் கொண்டு வந்ததில் தீனபந்து என்றும் அழைக்கப்படும் சி.எஃப்.ஆண்ட்ரூஸ் தான் முக்கிய பங்கு வகித்தார்; நமது பாடப்புத்தகங்களில் காணப்படும் மற்றொரு சுவாரஸ்யமான, ஆனால் முழுமையற்ற தகவல் இது. கல்லூரியில் சேர்ந்த பிறகுதான் இதன் மகத்தான முக்கியத்துவத்தை உணர ஆரம்பித்தேன். 1913ல், காந்தியை இணங்க வைத்து இந்தியா திரும்ப அழைத்துவர முதல்வர் எஸ்.கே.ருத்ரா, துணை முதல்வர் சி.எஃப்.ஆண்ட்ரூஸை தென்னாப்பிரிக்காவிற்கு அனுப்பினார். ஆண்ட்ரூஸ் அங்கு ஆறு மாதங்கள் தங்கியிருந்தார். இறுதியில் தனது நோக்கத்தில் வெற்றி பெற்றார். காந்தி டெல்லிக்கு வந்தபோது, இம்பீரியல் அரசாங்கத்திற்கு அவர் மீது இருந்த தவறான எண்ணங்களையும் எச்சரிக்கைகளையும் மீறி, ருத்ராவின் வீடுதான் அவருக்கு அடைக்கலம் கொடுத்தது. முதல்வர் ருத்ராவின் வீட்டுக் கூரையின் கீழ்தான் கிலாஃபத் இயக்கத்தையும் ஒத்துழையாமை இயக்கத்தையும் காந்தி வடிவமைத்தார்.

1925ஆம் ஆண்டில் காந்தி எழுதினார்: 'கிலாஃபத் கோரிக்கைக்கு உறுதியான வடிவம் கொடுத்து நான் வைஸ்ராய்க்கு எழுதிய வெளிப்படையான கடிதம், முதல்வர் ருத்ராவின் இல்லத்தில்தான் கருக்கொண்டது, எழுதப்பட்டது என்பது வாசகருக்குத் தெரியாது. அவரும் சார்லி ஆண்ட்ரூஸூம்தான் என்னை மாற்றியவர்கள். உபசரிப்பு மிகுந்த இந்தக் கூரையின் கீழ் தான் ஒத்துழையாமை எனும் சிந்தனை கருக்கொண்டு, வெளிவந்தது.'[2] ரவீந்திரநாத் தாகூரை காந்தி சந்தித்ததும் அவர்கள் சிறந்த நண்பர்களானதும் இங்குதான். ஆண்ட்ரூஸூக்கு நன்றி. இந்த மதிப்புமிக்க தகவல்களை ஒவ்வொன்றாகச் சேர்த்துப் பார்ப்பதன் மூலம், அந்த நேரத்து டெல்லியின், இந்தியாவின் மிகப் பெரும் வரலாற்று விரிவை நான் எளிதாகப் புரிந்துகொண்டேன்.

நவீன இந்தியாவை வடிவமைத்ததில் செயிண்ட் ஸ்டீபன்ஸூக்கு முக்கிய பங்கு உண்டு; காந்தியுடன் ஆழ்ந்த தொடர்பும்

இருந்தது. எனினும், அக்கல்லூரி இந்த அத்தியாயங்களின் மீது தூசி படிய அனுமதித்துவிட்டது. மிகப் பழமையான மாணவர் சங்கங்களில் ஒன்றான, காந்தி படிப்பு வட்டம், நான் கல்லூரியில் சேர்ந்தநேரத்தில் நடைமுறையில் செயல்படாமல் இருந்தது. காந்தி படிப்பு வட்டம் செயலிழந்து இருந்த நிலை ஒரு பின்னோக்கிய பார்வையில், நவீன இந்தியாவில் காந்திக்கும் காந்தியச் சிந்தனைக்கும் நடந்திருப்பதன் பிரதிபலிப்பு எனலாம். இந்தச் சங்கத்தை மீட்டெடுக்கும் முயற்சியில் ஈடுபட்ட எங்கள் கல்லூரியின் சிறிய மாணவர் குழுவிலிருக்கும் நல்வாய்ப்பு எனக்குக் கிடைத்தது. அப்போது தத்துவவியல் துறைத் தலைவராக இருந்த கே.பி.சங்கரன் ஆசிரியர் தரப்பு ஆலோசகராக உதவி புரிந்தார்.

அது மிகப் பெரிய விஷயம். ஏனெனில், கே.பி.சங்கரன் காந்தியச் சிந்தனையிலும் அரசியல் தத்துவத்திலும் பெரும் ஆளுமை. தொடர்ந்த ஆண்டுகளில், காந்தி குறித்த பல கருத்துப் பரிமாற்றங்கள் எங்களுக்குள் நடந்துள்ளன. என் நினைவில் மீண்டெழுந்த குறிப்பிட்ட ஓர் உரையாடல் இந்தப் புத்தகத்தின் அடிப்படைத் தேடலை அமைக்கிறது. 'எந்தக் காந்தியை ஆராய முயல்கிறீர்கள் என்று உங்களை நீங்கள் கேட்டுக்கொள்ள வேண்டும்... காந்தியைக் கொலை செய்ததற்கு கோட்சே முன்வைத்த காரணங்களைப் படித்தால், முற்றிலும் வேறுபட்ட ஒரு நபரைப் பற்றி அவன் பேசுவது தெரியும். அவரது நம்பிக்கையையும் மக்களையும் ஏமாற்றிய, இந்திய அரசை ஆதரிக்காத தேச விரோதி என்று அவன் கருதிய ஒரு நபரை கோட்சே கொன்றான்.'[3]

'தேசத் தந்தை' காந்தி இந்திய அரசாங்கத்தாலும், இடது, வலது, நடுநிலை என்ற அனைத்துக் கொள்கைகளையும் சார்ந்த நவீன இந்திய வரலாற்றாசிரியர்களால் உருவாக்கப்பட்டவர் என்று சங்கரன் கூறினார். ஓர் இந்திய அரசு அமைவதற்கு எதிராக காந்தி இருந்தார் என்பது அவரது கருத்து. அவர் மதவாதி அல்ல; ஆனால், அவர் அறநெறி சார்ந்த மதம் என்று குறிப்பிடும் ஒன்றை நடைமுறையில் பின்பற்றுமாறு சாதாரண ஹிந்துக்களுக்கு அழைப்பு விடுக்க ஹிந்து சொற்களஞ்சியத்தைப் பயன்படுத்தினார். 'இந்திய மக்கள் கோழைகள், அதனால் நெறிமுறையற்றவர்கள்' என்ற கூற்றை காந்தி நிராகரித்தார். 'அச்சத்தையும் நெறிமுறையற்ற வாழ்க்கையையும் தொடர்புப்படுத்தும் மிக முக்கியமான கோட்பாடு காந்தியிடம் இருந்தது. நெறிமுறையற்ற வாழ்க்கை என்பது இங்கே ஒருவர் தன் நலன் மீதே அக்கறை கொள்ளுதல்.'

அதன் பின்னணியில்தான் ஹிந்து போர்க்குணம் குறித்த பிரச்சினையைப் புரிந்துகொள்ள வேண்டும் என்றும் சங்கரன் வலியுறுத்தினார். வி.மதுசூதனன் நாயர் எழுதிய காந்தி குறித்த கவிதையைக் கவனமாகக் கேட்கும்படி என்னிடம் அவர் கூறினார்.[4]

நாங்கள் வரலாற்றாசிரியர்களோ, தத்துவஞானிகளோ, கவிஞர்களோ அல்ல. ஆனால், பயிற்சி பெறாத காதுகளுக்கும், நாம் அறிந்திருப்பதாகக் கருதும் பல காந்திகளை நாயரின் கவிதை வலிமையாக சித்தரித்தது: அவரைப் பின்பற்றுபவர்களும் (அனுகாமிகளும்) அவருடன் செல்லத் தவறிய, மிகவும் கடினமான பாதையொன்றில் தனியாக நடந்துசெல்லும் ஒரு காந்தி. இன்னொரு காந்தி, தானே உருவாக்கிய 'எரியும் சூளையில்' விழுந்தவர்; ஒருவேளை, வாழ்நாள் முழுவதும் மதப் பன்மைத்துவத்திற்காக பாடுபட்டு மத வெறியன் ஒருவனின் தோட்டாவுக்குப் பலியான காந்தியை இது குறிக்கலாம். மற்றொரு காந்தி, தேசத்தின் தந்தை அல்லது ஒரு தேசிய இயக்கத்தின் சிற்பி என்ற பெயருடன் நமது வரலாற்று நூல்களின் பக்கங்களிலிருந்து அவ்வப்போது உதயமாகி வெளிவருபவர். அடிமைத்தனத்திலிருந்து நம்மை விடுவித்துக்கொண்டு, நமக்கு நாமே எஜமானர்களாக இருப்பது எப்படி என்பதைக் கற்றுக்கொடுக்கவும், கீழ்ப்படியாமையை வெளிப்படுத்தும் ஒரு நடவடிக்கையாக தண்டிக்குப் பேரணி சென்ற காந்தியும் இருக்கிறார். ஒளியின் பிரகாசம்போல் அனைத்து காலத்திலும் மங்காமலிருந்த காந்தியும் உண்டு; அவருக்கு மட்டுமே நன்கு புரிந்த நோக்கம் ஒன்றிற்காகச் சளைக்காமல் உறுதியுடன் இயங்கியவர்.

ஒரு கட்டத்தில், காந்தி ஒரு கனவா அல்லது நாம் கேட்டிருக்கக்கூடிய கதையா என்று கவிஞர் கேட்கிறார், ஏனெனில் அவரது குறிக்கோள்கள் அந்த அளவு நம்புவதற்கு அரியவை. காந்தி என்பது யாராக இருந்தார்/யாராக இருக்கிறார்? லட்சக்கணக்கிலான மக்களின் மனத்தில் அன்பையும் மதிப்பதையும் பொறியாய்த் தூண்டியவரா? சத்தியாக்கிரகத்திற்காகத் தன் பலவீனமான உடலை மனமுவந்து தியாகம் செய்தவரா? அவர் காலத்து முரட்டுத்தனமான இந்தியர்களைப் பக்குவப்படுத்தி, அவர்களை ஒன்றுசேர்க்க முடிந்தவரா? அல்லது நூற்றுக்கணக்கான, ஆயிரக்கணக்கான மக்களின் அதிர்ச்சியையும் தகர்த்தெறியப்பட்ட நம்பிக்கையையும் உள்வாங்கிக்கொண்ட மனிதரா, காந்தி?

அவருக்குக் கடவுள் ராமரோ, கிறிஸ்துவோ, அல்லாவோ அல்ல; அன்பேதான் கடவுள் என்று நினைத்த காந்தியும் அங்கு இருந்தார். இறுதிக் குறிப்பாக நாயர் ஒன்றை எழுதுகிறார்: அவரைத் தெரிந்துகொள்ளவும் பார்க்கவும் வழிகள் பல இருக்கலாம்; ஆனால், காந்தி அந்த எதிர்பார்ப்புகளையும் பார்வைகளையும் கடந்துசெல்பவர். அவரை எப்படி எழுதுகிறோம் அல்லது எப்படி திருத்தி/மாற்றி எழுதுகிறோம் என்பது முக்கியமல்ல; அவர், அவர் தான்.

இந்த உரையாடலின் சில பகுதிகள் குறித்து எனக்கு ஆதாரங்களை அளித்த ஒருவரிடம் இவை குறித்துப் பேசிக்கொண்டிருந்தேன். ஆழ்ந்த நினைவாற்றலுடன் விவரங்களைக் கூறக்கூடிய மூன்றாம் தலைமுறை அரசு அதிகாரி அவர். உடனே அவர் ஒரு தகவலைக் கூறினார். அப்போதைய உள்துறை அமைச்சர் சர்தார் வல்லபாய் பட்டேலால் வீட்டுக் காவலில் வைக்கப்பட்டிருந்த, விரல்களில் நீண்டு வளர்ந்த நகங்களுடன் ஆல்வார் மகாராஜாவின் புகைப்படம் ஒன்றைப் பல ஆண்டுகளுக்கு முன் பார்த்ததாகக் கூறினார். காந்தியைக் கொன்ற அந்தத் துப்பாக்கி ஆல்வார் சமஸ்தானத்தின் ஆயுதக் கிடங்கிலிருந்து வந்ததுதான் என்று அந்த மூத்த அதிகாரி நம்பினார். படுகொலை குறித்த பல சதித்திட்டங்களில் ஒன்றாக இதுவும் இருந்தது; சரிபார்க்க முடியாத வதந்தியாக வகைப்படுத்தப்பட்டிருந்தது.

மார்ச், 2013இல் அங்கு சென்ற நான் காந்தியைக் கொன்ற துப்பாக்கியைத் தேட ஆரம்பித்தேன். இந்தத் தகவல் காந்தியின் மீதான எனது ஆர்வத்தைத் திரும்பவும் தூண்டியது; குறிப்பாக அவரது கொலைக்கான காரணங்கள் குறித்தும், சதியில் தொடர்புடைய அனைத்து நபர்களின் ஈடுபாடு குறித்தும் அறிந்து கொள்ளும் ஆர்வம் ஏற்பட்டது. பத்திரிகையாளன் என்ற முறையில், அரசியல் சூழல் மாறப்போகிறது என்ற எண்ணம் எனக்குத் தோன்றியது; அது என் ஆர்வத்தை அதிகப்படுத்தியது.

வேறு எந்த விசாரணையையும் ஆய்வது போல், இந்தக் கதையை நான் தொடர்ந்தேன். காந்தி படுகொலைத் தொடர்பான கோப்புகள் எந்த ஒரு ஆவணக் காப்பகத்திலும் முறையாக பாதுகாக்கப்படவில்லை என்பதை அறிந்து கொண்டது எனக்கு முதல் தடையாக இருந்தது. இந்தியாவின் தேசிய ஆவணக் காப்பகத்திற்கும் நேரு நினைவு அருங்காட்சியக நூலகத்திற்கும்

இடையில் ஒழுங்கற்ற முறையில் அவை சிதறிக்கிடந்தன. ஒரு புலனாய்வு பத்திரிகையாளன் என்ற முறையில் பொதுவில் கிடைக்கக்கூடியவற்றை, அவை ஆவணங்களோ, கோப்பு குறிப்புகளோ அல்லது உரையாடல்களோ, அவற்றிற்கும் அப்பால் சென்று தேடுவதே எனது வாடிக்கையாக இருந்தது. படுகொலைத் தொடர்பாக, பொதுவில் அணுகிப் பெறமுடியாத உண்மைகளை அறிந்துகொள்ளவே விரும்பினேன். அதற்குத் தேசிய ஆவணக் காப்பகமும் நேரு அருங்காட்சியகமும் சிறந்த தொடக்கப் புள்ளிகளாக அமைந்தன. மூன்றாவது பெரும் ஆதாரமாக ஜீவன் லால் கபூர் கமிஷன் அறிக்கை இருந்தது.

ஜி.வி.கேட்கர் 1964இல் வெளியிட்ட அறிக்கையின் காரணமாகத்தான் இந்த விசாரணை ஆணையம் அமைக்கப்பட்டது. சுதந்திரப் போராட்ட வீரர் பாலகங்காதர திலகரின் பேரன் இவர்; கேசரியின் முன்னாள் ஆசிரியர் மற்றும் 'தருண் பாரத்' பத்திரிகையின் ஆசிரியர். காந்தி கொலை சதியில் அவர்களது பங்கின் காரணமாக சிறையில் அடைக்கப்பட்ட கோபால் கோட்சே மற்றும் விஷ்ணு கார்க்கரேவின் விடுதலையைக் கொண்டாட நடத்தப்பட்ட கூட்டத்தில் அவர் பேசினார். படுகொலை சதித்திட்டம் பற்றிப் பல வாரங்களுக்கு முன்பே தனக்கு தெரியும் என்று கேட்கர் கூறியதாக நவம்பர் 14, 1964 அன்று இந்தியன் எக்ஸ்பிரஸ் செய்தி வெளியிட்டது; பின்னர், 'அசல் சதி' என்பதை அவர்களது 'நோக்கம்' பற்றித் தெரியும் என்பதாக அவர் மாற்றிக் கொண்டார்.

கபூர் கமிஷன் அறிக்கையில் பல விவரங்கள் இருந்தன; கமிஷன் முன்வைத்த சான்றாவணங்கள் பெரும் ஆதாரமாக இருந்தன. இருப்பினும் விசாரணையில் இருந்த குளறுபடிகள் குறித்துத்தான் கமிஷன் அதிகக் கவனம் செலுத்தியது. போதிய ஆதாரம் இல்லையென்று விடுவிக்கப்பட்ட முக்கிய ஹிந்துத்துவ நபர் வி.டி.சாவர்க்கர். சதித்திட்டம் செயல்படுத்தப்படும் முன்பாகவே நேரடியாக அதில் ஈடுபட்டவர்களுடன் அவர் தொடர்பில் இருந்தார் என்ற உண்மையை நிச்சயமாக அது வெளிக்கொணர்ந்தது. சாவர்க்கரின் பாதுகாவலர் அப்பா ராமச்சந்திர காசரும் செயலர் கஜானன் விஷ்ணு டாம்லேவும் பம்பாய் காவல்துறையிடம் இத்தகவலை வெளிப்படுத்தினர், ஆனால். இந்தத் தகவல் நீதிமன்ற விசாரணைக்கு ஒருபோதும் கொண்டுவரப்படவில்லை.[5] விசாரணையின்போது இந்த

ஆதாரம் சமர்ப்பிக்கப்பட்டிருந்தால், விளைவு நிச்சயம் வேறாக இருந்திருக்கலாம்.

மற்றொரு நல்ல ஆதாரம், மனோகர் மல்கோங்கரின் The Men Who Killed Gandhi என்ற நூல். குற்றம் சாட்டப்பட்டிருந்த சிலரையும், கபூர் கமிஷன் அறிக்கையின் உள்ளடக்கத்தையும் அந்த ஆசிரியரால் அணுக முடிந்தது. கிடைத்த விவரங்களை நூலில் தந்திருக்கிறார். சுருக்கமாகச் சொன்னால், இதுவரையிலும் வெளிவந்திருக்கும் படுகொலை குறித்து விவாதித்திருக்கும் நூல்கள் பலவும் விசாரணையின் போதான சாட்சியங்கள் அல்லது நீதிமன்ற வாதங்கள் அல்லது கபூர் கமிஷன் அறிக்கை அல்லது குற்றம் சாட்டப்பட்டவர்கள் அளித்த நேர்காணல்களை அடிப்படையாகக் கொண்டு உருவாக்கப்பட்டுள்ளன என்பதே எங்கள் புரிதல். ஆனால், உண்மைக் கதையைச் சொல்லக்கூடியவர்கள் மரணத் தண்டனை விதிக்கப்பட்ட அந்த இருவர் மட்டுமே: நாதுராம் கோட்சேவும் நாராயண் ஆப்தேவும். எங்களுக்கு ஒரு வாய்ப்பு, ஒரு வழி மட்டுமே இருந்தது. இந்தக் கொடூரமான சதித்திட்டத்தின் திரையை விலக்க, அதற்கு நெருக்கமான நபர்கள் வேறு யாராவது இருக்கிறார்களா என்பதைக் கண்டறிவது. பதில், மிகவும் நேரடியானது: அந்த வழக்கைப் புலனாய்வு செய்தவர்கள்.

முதல் படியாக இவற்றை அளிக்கக்கூடிய சாத்தியமான ஆதாரங்கள் எவை என்று அடையாளம் காண்பது இருந்தது. அவை, மத்தியப் புலனாய்வுத் துறை, மாநில புலனாய்வுத் துறைகள் மற்றும் குற்றப் புலனாய்வுத் துறை ஆகியன. இந்த அமைப்புகள் எப்படிச் செயல்படுகின்றன என்பது குறித்த நுண்ணறிவு இதற்குப் பெரிதும் உதவியது. ஏற்கனவே பல புலனாய்வு அறிக்கைகள் வகைநீக்கம் செய்யப்பட்டு விட்டன. அந்தக் கோப்புகளை ஆழ்ந்து ஆய்வு செய்ததில், இந்த நூலின் நோக்கத்திற்குத் தொடர்பான புலனாய்வு குறிப்புகளின் முதல் தொகுதியை அவற்றிலிருந்து பெறமுடிந்தது. இந்த ஆராய்ச்சியின் போது, காவல் துறையின் பதிவேட்டு அறைகளில் வரலாற்றுச் சான்றுகளின் பெரும் பொக்கிஷங்கள் வீணாய்க் கிடக்கின்றன என்பதை அறிந்தோம். டெல்லி அரசாங்கத்தின் செயல்பாடுகள் குறித்துச் செய்திகளை வெளியிடும், இயங்கிக்கொண்டிருக்கும் பத்திரிகையாளன் என்பதால் இந்த இடங்களில் சிலவற்றை அணுகுவதற்கு அது எனக்கு உதவியது. இல்லையெனில் அவ்வளவு எளிதில் முடிந்திருக்காது.

ஆனால், அதுவும் எனது மிகப்பெரிய சவால்களில் ஒன்றாக அமைந்துவிட்டது; ஒரு பத்திரிகையாளனாக புதிய விஷயங்களை வெளிக்கொணர்வதில் என் பணியில் அழுத்தம் அதிகம்; இந்த நிலையில் நூலுக்கான ஆய்வுகளையும் ஒருங்கே நிர்வகிப்பது சிரமமாக இருந்தது. ஆகவே, திட்டமிடல் தேவையாயிற்று. ஒவ்வொரு அரசாங்க கோப்பிற்கும், 'உயர் ரகசியம்' என்று கூறப்படும் குறிப்புகளுக்கும், அந்தக் கோப்பை முதலில் உருவாக்குபவர் ஒருவர் இருப்பார். 1948-50 க்கும் இடைப்பட்ட காலத்தில், சுதந்திரம் பெற்றவுடன், காவல்துறையும் உளவுத் துறைகளும் அவ்வளவு நெருக்கமான உறவில் இல்லை. டெல்லியில் அமைந்திராமல், தொலைதூரத்திலிருந்த காவல் நிலையங்களில் மற்றும் அலுவலகங்களில் மற்றும் அரசாங்க கோப்புகளிலிருந்து தகவல்களையும் கோப்புக் குறிப்புகளையும் பெறுவது எளிதாக இருந்தது. எனவே, பதிவேட்டு அறைகளில் அதிக நேரம் செலவிட வாய்ப்பளிக்கும் சம்பவங்களில் கவனம் செலுத்த ஆரம்பித்தேன். இதன்மூலம், உளவுத்துறை அமைப்புகளில் கோப்புகளை எப்படிப் பாதுகாப்பார்கள் என்பது குறித்து மேலும் தெரிந்துகொள்ள முடிந்தது.

இந்த ஆண்டுகளில், 2014-2016 வரை ஒவ்வொரு ஆண்டும் ஒரு சம்பவத்தைப் பின்தொடர்ந்தேன் –கலவரங்களின் தொடராக அது அமைந்தது. இந்தியாவின் பல்வேறு பகுதிகளில் வெடித்த சிறிய அளவிலான கலவரங்கள் குறித்து, கலவரம் நடந்த இடத்திற்குச் சென்று அங்கிருந்து அறிக்கை அளிக்கத் தொடங்கினேன். ஆதாரங்களைக் கட்டமைக்கவும் மாநிலப் புலனாய்வுத் துறைகள் மற்றும் குற்றப் புலனாய்வுத் துறையிடமிருந்து தகவல்களைச் சேகரிக்கவும் இந்த அறிக்கைகள் சிறந்த வாய்ப்புகளை வழங்கின. சேகரித்த முதல் தொகுதி உளவுத்துறை குறிப்புகளில் சம்பந்தப்பட்ட மாவட்டங்களை முதலில் தேர்வு செய்தேன்; இவை சதித் திட்டம் குறித்துத் தடயங்கள்/துப்புகள் அளித்தன. ஆனால், அவற்றில் பெரும்பாலானவை முட்டுச்சந்தில் முடிந்தன. ஆனால், சில அப்படி இல்லை. டெல்லியில் அமைந்திருக்கும் மையத்திலிருந்து தகவல் பெறுவதைக் காட்டிலும் இந்தச் சிறிய மாவட்டத் தலைமையகப் பதிவேட்டு அறைகளை அணுகுவது மிகவும் எளிதாக இருந்தது.

2014இல் ஒரு சர்ச்சை எழுந்தது; காந்தி படுகொலைத் தொடர்பான கோப்புகள் ஆவணக் காப்பகத்திலிருந்து நீக்கப்பட்டுவிட்டதாக

தகவல் வெளியானது.[6] அப்போதைய உள்துறை அமைச்சர் ராஜ்நாத் சிங் அப்படி எதுவும் நடைபெறவில்லை என்று மறுத்தார். எனினும், முடிந்தவரை எவ்வளவு முடியுமோ அவ்வளவு தகவல்களை விரைவில் சேகரிக்க வேண்டும் என்று முடிவுசெய்தேன். எனது முயற்சிகளை இது துரிதப்படுத்தியது. புலனாய்வுக் குழுவில் அங்கம் வகித்தவர்களின் குடும்ப உறுப்பினர்களில் சிலரைத் தேடிக் கண்டுபிடிப்பதும், அவர்களுடன் தொடர்பு கொள்வதும் எனது பத்திரிகை வாழ்க்கையில் மிகவும் கடினமான பணியாக அமைந்தது.

லண்டன் ஸ்கூல் ஆஃப் எக்கானமிக்ஸில் 'Residential Fellow' ஆக செல்லும் வாய்ப்பு 2017-18இல் கிடைத்தது. அப்போது, காந்தி படுகொலையைச் செய்தியாக வெளியிட்ட வெளிநாட்டு நிருபர்களின் பட்டியலைப் பார்த்து, சில தடயங்களைத் தேடத் தொடங்கினேன். ரகசியக் கோப்புகள் சில டிரங்கு பெட்டிகளுக்குள் சிக்கியிருக்கக் கூடும் என எதிர்பார்த்தேன். லண்டன் தேசிய ஆவணக் காப்பகத்திலிருந்த வகைநீக்கம் செய்யப்பட்ட கோப்புகளும் பெரும் உதவியாக இருந்தன. 2018 வாக்கில், பெரிய சித்திரம் ஒன்றை உருவாக்கப் போதுமான ஆதாரங்களை நான் சேகரித்திருந்தேன். இதை எப்படி அணுகலாம் என்ற திட்டமும் இருந்தது. இந்த ஆதாரங்கள் அனைத்திற்கும் நன்றி. இந்த நேரத்தில் பிரியங்கா கோட்டம்ராஜுவும் இந்த ஆய்வில் என்னுடன் சேர்ந்துகொண்டார்.

எப்படி இருந்தாலும், எங்களிடம் இன்னமும் இரண்டு விடை தெரியாக் கேள்விகள் இருந்தன: காந்தியின் படுகொலையை இன்று ஏன் புலனாய்வு செய்யவேண்டும்? படுகொலை நடந்து எழுபது ஆண்டுகளுக்குப்பின் நாம் புதிதாக எதை வெளிக்கொண்டு வரப்போகிறோம்?

***

பிரியங்காவுக்கும் எனக்கும், காந்தியின் படுகொலையை மறுஆய்வுக்கு உட்படுத்துவது அர்த்தமுள்ளதாக இருந்தது. நாம் பார்த்துக்கொண்டிருக்கும் தேசிய அரசியலில் நிலவும் தற்போதைய குழப்பம் பரிச்சயமான உணர்வைத் தருகிறது. இதுபோன்ற பதற்றமே, சுதந்திரத்தின் போதான அரசியலுக்கு உயிரூட்டியது. மகாத்மா காந்தியின் கொலைக்கான உந்துதல் அதிலிருந்துதான் என்று நம்புகிறோம். சுதந்திரத்திற்குப் பின்னரான நமது தேசியவாதத்தின் பண்பு என்னவாக இருந்திருக்கும்? இந்தக்

குழப்பமான சூழ்நிலையை 'பற்றாக்குறை' என்ற உருவரைவை அல்லது ஸ்லாவோஜ் ஜிஸெக் கூறும் 'மகிழ்வு அனுபவத் திருட்டு' என்பதைப் பயன்படுத்தி புரிந்துகொள்ள முயன்றோம். நமது புரிதலில், தேசியவாதத்தின் இரண்டு சிந்தனைகளையும் 'பற்றாக்குறை' விளக்குகிறது: காந்தி கற்பனை செய்தது ஒன்று; மற்றது சாவர்க்கர் கற்பனை செய்தது.

சங்கரன் விளக்குவதுபோல், காந்தியத் தேசியவாதம் அறநெறி சார்ந்தும், தார்மீகத்துடனும் இருக்கவேண்டிய அவசியத்தால் உந்தப்பட்டது; அகிம்சையையும் சத்தியத்தையும் உயர்த்திப்பிடிப்பதால் இவற்றைப் பெறமுடியும். அதேநேரம் வன்முறை பலவீனத்தின், கோழைத்தனத்தின் அடையாளம் என்கிறது. சாவர்க்கரின் தேசியவாதம் மற்றொரு வகை 'பற்றாக்குறையால்' ஆர்வம் மிகுந்த வீரத்தால் உந்தப்பட்டது. அதில் ஹிந்துக்களுக்கு சுய-விழிப்புணர்வு இல்லை; அவர்கள் பிரிந்து கிடப்பவர்கள் மற்றும் இராணுவமயமாக்கப்படாதவர்கள்; 'பிறர்' ஆகிவிட்ட சமூகங்களிடம் இருப்பதாக சாவர்க்கர் குறைகூறும் பண்புகள் இவை.

ஜிஸெக்கை மேற்கோள் காட்டுவோம்:

முக்கியமாக, தேசிய நலனுக்காக/ தேச நலனுக்காக என்று கூறுவதெல்லாம், குறிப்பிட்ட தேசிய இனத்தைச் சார்ந்த குடிமக்கள் தேசம் தொடர்பான கற்பனைக் கதைகள் மூலம் அவர்களது மகிழ்ச்சியை ஒருங்கிணைத்துக் கொள்ளும் வழிமுறைதான்; வேறொன்றுமில்லை. எனவே, இனம் சார்ந்த பதற்றங்களில் எப்பொழுதும் ஆபத்தை உருவாக்குவது, தேசியப் பொருண்மையைப் பெற்றிருப்பது யார் என்பதே. நாம் எப்பொழுதும் அதிகப்படியான மகிழ்வை அனுபவிப்பதாக 'பிறர்' மீது குற்றம் சுமத்துகிறோம்; அவளோ/அவனோ (நமது வாழ்க்கை முறையை அழிப்பதன் மூலம்) நமது மகிழ்வைத் திருட விரும்புகிறார்; அத்துடன்/அல்லது அவருக்குக் கொஞ்சம் ரகசியமான, வக்கிரமான மகிழ்வும் கிடைக்கிறது என்கிறோம்.

சுருக்கமாக சொன்னால், 'பிறர்' குறித்து உண்மையில் நம்மைத் தொந்தரவு செய்யும் விஷயம், அவர்கள் தமது மகிழ்வை ஒருங்கினைத்துக் கொள்ளும் வித்தியாசமான வழிமுறை: மிகத் துல்லியமாக அந்த உபரி, அந்த 'அதிகப்படி'- அவர்களது உணவு வாசனை, அவர்களது 'சப்தமான' பாடல்கள் மற்றும் நடனங்கள்,

விசித்திரமான பழக்கவழக்கங்கள், வேலை என்பதை நோக்கிய அவர்களது அணுகுமுறையுடன் தொடர்புடையது. (இனவெறி சார்ந்த பார்வையில் அந்தப் 'பிறர்' எப்போதும் நம் வேலைகளைத் திருடிக்கொள்பவர், வேலையே மூச்சாக இருப்பவர் அல்லது நமது உழைப்பின் மீது வாழும் சோம்பேறி). அடிப்படை முரண்பாடு என்னவென்றால், நமது 'தேசியப் பொருண்மை' பிறரால் அணுக முடியாத ஒன்று என கருதப்படுகிறது; அதே நேரத்தில் அவர்களால் சில நேரம் அது அச்சுறுத்தலுக்கும் ஆளாகிறது ...

இந்தச் சட்டகத்தைப் பயன்படுத்தி, சாவர்க்கர் எப்படி ஹிந்துத்துவத்தைக் கருத்துருவாக்கம் செய்தார்; ஹிந்து என்பது யார் என்ற வரையறையின் மையக்கருவாக 'பிறர்' என்ற சிந்தனை ஏன் இருந்தது என்பதை பிரியங்காவும் நானும் அறிந்துகொள்ள முயன்றோம்; 'ஹிந்து கத்ரே மே ஹை' என்ற விவரிப்பு - பதினோராம் நூற்றாண்டின் சோம்நாத் கோவில் தொடங்கி - 1920களின் மாப்ளா கிளர்ச்சி மற்றும் 1947ன் பிரிவினை என்று இன்று வரையிலும் ஏன் எதிரொலிக்கிறது என்பதைப் புரிந்துகொள்ள முயன்றோம். எந்தக் காந்தி படுகொலை செய்யப்பட்டார் - தேசவிரோதியா அல்லது அகிம்சையின் இறைத்தூதரா அல்லது கடவுள் என்பது ராமனும் அல்ல, அல்லாவும் அல்ல அன்புதான் என்ற காந்தியா என்பதைப் புரிந்துகொள்ள முயன்றோம்.

அப்பு எஸ்தோஸ் சுரேஷ்
ஆகஸ்ட் 2021, புது டெல்லி

பகுதி 1
கொலைகாரன்

1
ஆகஸ்ட் சதி

ஆகஸ்ட் 8, 1947

பம்பாய் (இப்போது மும்பை) விமான நிலையத்திலிருந்து ஏர் இந்தியாவின் *DN-438* ப்ரொப்பெல்லர் விமானம் விண்ணேகியது. அது செல்லுமிடம் டெல்லி, தேசத்தின் புதிய தலைநகரம்.[1] நூற்றாண்டுகளாக, டெல்லி அதிகாரத்தின் பீடமாக இருந்து வருகிறது. 1947இல் டெல்லியின் (பிரிட்டிஷ் பேரரசு) அதிகாரம் மேற்கில் ஆப்கானிஸ்தானின் எல்லையாக இருந்த வடமேற்கு எல்லைப்புற மாகாணத்தின் ஆபத்தான மலைகள் தொடங்கி, கிழக்கில், அடர்ந்த, பயங்கரமான காடுகளை எல்லையாகக் கொண்ட பர்மா (இப்போது மியான்மர்) வரையிலும் பரவியிருந்தது. இந்த நிலை மாறவிருந்தது. தெற்காசியாவில் பிரிட்டிஷ் பேரரசின் சூரியன் அஸ்தமித்துவிட்டது; இரண்டு புதிய சுதந்திர நாடுகள் பிறக்கவிருந்தன. அதேநேரத்தில் தேசம் குருதிப் பெருக்கெடுத்த வன்முறையால் பிளவுண்டது.

பிரிட்டிஷ் மணிமுடியும் அதன் அரசாங்கமும் இந்தியாவைப் பற்றி அதிகம் சிந்திக்கவில்லை; அதனுடைய புதிய அரசியல் தலைமை குறித்தும் யோசிக்கவில்லை. தேசம் மேற்கொள்ளவிருந்த ஜனநாயகச் சோதனை முயற்சி நிச்சயம் தோல்வியடையும்; நூற்றுக்கணக்கான சிறிய ராஜ்ஜியங்களாக, பிரதேசங்களாக உடைந்து சிதறிவிடும் என்று உறுதியாக நம்பினர். இந்தியாவை ஆட்சி செய்வது அவ்வளவு எளிதான காரியமல்ல; வாழ்நாள் முழுவதும் கற்கும் அனுபவம். நிர்வகிக்க முடியாத அளவுக்கு மிகப்பெரிய தேசம் அது; முடிவெடுக்கும் செயல் எதையும் கொடுங்கனவாக்கும் சிக்கலான, கெட்டித்தட்டிப்போன சமூக படிநிலை அமைப்பின்மீது இந்தத் தேசம் வேரூன்றியிருந்தது. இந்தப் பரந்த நிலப்பரப்பின்மீது முழுமையான அதிகாரம்

பெற்றிருந்த அந்நிய காலனிய சாம்ராஜ்யத்திற்கு இந்தியாவை ஆள்வது ஒருபோதும் எளிதாக இருந்ததில்லை. இப்போது, நிர்வாக அனுபவம் சிறிதுமற்ற இந்தியாவின் இளம் அரசியல் தலைமை, நாடாளுமன்ற ஜனநாயகம் என்ற மாபெரும் சோதனை முயற்சியை மேற்கொள்ள இருந்தது.

எந்தவொரு மாற்றத்திலும் வெற்றியாளர்களும் தோல்வியாளர்களும் உண்டு. ஆகஸ்ட் 1947 இல், இந்தியாவும் பாகிஸ்தானும் சுதந்திரம் பெற்றபோது, இந்த மண்ணில் வசித்த லட்சக்கணக்கான ஹிந்துக்களும், முஸ்லிம்களும், சீக்கியர்களும் மற்றும் இதர சமூகத்தினரும் தம் உயிர்களையும், குடும்பங்களையும், சொத்துக்களையும் கௌரவத்தையும் இழந்தனர். ஆனால் அது வேறு ஒரு கதை.

அந்த DN-438 விமானத்தில் மூன்று பயணிகள் இருந்தனர். புதிய, சுதந்திர இந்தியாவில் கவனிக்கப்படாமல் விடப்பட்ட, பெரும்பான்மையாக ஹிந்து மகாசபை பிரதிநிதித்துவம் செய்த, முன்னர் சலுகைகளுடன் வாழ்ந்த ஹிந்துக்களின் நலன்களை இந்த மூவரும் பிரதிநிதித்துவம் செய்தனர். சமூக-அரசியல் அமைப்பாக இயங்கிய ஹிந்து மகாசபை விடுதலைப் போராட்டக் காலத்தில் நடுநிலைப் பாதையைத் தேர்ந்தெடுத்தது. ஆனால் அதனால் உயர்ந்த அவையில் ஓர் இருக்கையைப் பெறமுடியவில்லை. கடந்தகாலத்தில் இந்தியாவை ஆட்சி செய்த, பிரிட்டிஷ் ராஜ்ஜியத்தில் தங்களது மேற்குடி அந்தஸ்தைத் தக்கவைத்துக் கொண்டிருந்த சமஸ்தானங்களின் இளவரசர்களும் மகாராஜாக்களும் அதில் தோற்றுப்போயினர். எனினும், மகாசபையும் சமஸ்தானங்களை ஆட்சிசெய்தவர்களும் ஹிந்துப் பண்பாட்டின் பாதுகாவலர்கள் தாம் தான் என்று நம்பினர். அதன் விளைவாக, பிரிவினைக்குப்பின் ஹிந்துப் பெரும்பான்மை நாடாக மாறிவிட்ட இந்தியாவிற்கு சட்டப்படி உரிமையுள்ள வாரிசுகள் அவர்கள்தாம் என்று கருதிக்கொண்டனர்.

புதிய இந்தியாவில் அதிகாரத்தைப் பகிர்ந்து கொள்வதற்கு மகாசபைக்கோ, சமஸ்தானங்களுக்கோ அழைப்பு ஏதும் இல்லை, ஆனால், அதை அடைவதற்கான இவர்களது முயற்சியைத் தடுக்கப் போதுமான காரணமாக அது அமையவில்லை.

இந்தியாவைப் பிரிக்கும் பணி பிரிட்டிஷ் வழக்கறிஞரும், குடிமைப் பணி அதிகாரியுமான ஜான் ராட்க்ளிஃப்பிடம் ஒப்படைக்கப்பட்டது.

இதுவரையிலும் அவர் முழுமையாகப் பார்த்திராத நிலப்பரப்பின் மீது ஆகஸ்ட் 9ல் ஓர் எல்லைக்கோட்டை வரைந்தார். டெல்லியில் பதற்றமான சூழல் உருவாகியது. விடுதலையுடன் குழப்பங்களையும் அனைவரும் எதிர்நோக்கினர். வரப்போகிற குழப்பம் ஏராளமான சாத்தியங்களையும் அவர்கள் முன் கொண்டு வைத்தது. ஆனால், நமது அந்த மூன்று பயணிகளின் பாதையின் குறுக்கே ஒரு நபர் நின்றிருந்தார் - ஒரு பக்கிரி, மகாத்மா காந்தி.

அந்த DN-438 விமானத்தில் பயணித்த மூவரும் யார்? ஹிந்துத்துவத்தை உருவாக்கியவரும், ஹிந்து மகாசபையை நிறுவியவருமான விநாயக் தாமோதர் சாவர்க்கர்; அவரது நம்பிக்கைக்குரிய இரண்டு தளபதிகளான நாதுராம் கோட்சேவும் நாராயண் ஆப்தேவும் உடன்சென்றனர்; இவர்கள் மகாசபையின் உறுப்பினர்கள் மட்டுமின்றி, ஹிந்து ராஷ்டிரா பத்திரிகையின் வெளியீட்டாளர்கள். நடைபெறவிருந்த அகில இந்திய ஹிந்து மகாசபை செயற்குழு கூட்டத்தில் கலந்துகொள்வது இந்தப் பயணத்தின் அதிகாரப்பூர்வக் காரணம். 1937 முதல் 1945 வரை சாவர்க்கர் இந்த அமைப்பின் தலைவராக இருந்தார். ஆனால், கடந்த பல மாதங்களாக அவரது உடல்நிலை மோசமான நிலையில் இருந்தது. பம்பாய்க்கு வெளியில் பயணம் மேற்கொள்ள வேண்டிய தேவை ஏற்படும் எந்த அழைப்பையும் அவர் ஏற்பதில்லை. இருப்பினும் இப்போது இந்த டெல்லி பயணத்தை தேர்ந்தெடுத்துள்ளார். இது ஒரு முக்கிய பயணமாக இருக்கக்கூடும்.

***

விநாயக் தாமோதர் சாவர்க்கரை தாத்யா என்றும் அன்புடன் அழைப்பார்கள். மகாராஷ்டிராவில் நாசிக்கிற்கு அருகில் உள்ள பாகூர் என்ற இடத்தில் 1883 ஆம் ஆண்டு, மே மாதம் 28 ம் தேதி பிறந்தவர்; அவரது குடும்பத்தினர், தேசப்பற்று மிக்க சித்பவன் பிராமணர்கள். சிறுவயதிலிருந்தே அரசியல் உணர்வு மிக்கவராக அவர் வளர்ந்தார்; திரின்பக் ராவ் மஹாஸ்கர் மற்றும் ராவ்ஜி கிருஷ்ணா பாகே ஆகியோருடன் இணைந்து மித்ர மேளா என்ற அமைப்பைத் தொடங்கினார். அதற்கு 1904இல் ‘அபினவ் பாரத் சொசைட்டி’ என்று மறுபெயர் இடப்பட்டது. கணேஷ் என்று அழைக்கப்படும் அவரது சகோதரர் பாபாராவ் அதில் சுறுசுறுப்பான உறுப்பினர். இந்த அமைப்பின் உறுப்பினர்கள் சர் கர்சன் வில்லியின் கொலையின் பின்புலமாக இருந்தவர்கள்.

அவரது நடவடிக்கைகளுக்காக கணேஷ் ஆயுள் தண்டனை விதிக்கப்பட்டார்; அந்தமானுக்கு அனுப்பப்பட்டார். பின்னர் சாவர்க்கரும் அங்கு அனுப்பப்பட்டு அவருடன் சேர்ந்து கொண்டார்.[2] இங்கிலாந்தில் சட்டம் படிக்கையில் சாவர்க்கர் இந்தியா ஹவுஸின் அங்கமாக இருந்தார். அந்த இல்லம் அரசியல் செயல்பாடுகளின் மையமாக இருந்தது. 1857 கிளர்ச்சி குறித்து அவர் நூல் ஒன்றை எழுதினார். 'விடுதலையின் முதல் புரட்சி' என்று அவர் அதற்குப் பெயரிட்டார்.[3]

பிரிட்டிஷார் அந்த நூலைத் தடை செய்தனர். இந்தியா ஹவுஸில் அவருக்கு இருந்த தொடர்புகளுக்காக சாவர்க்கர் 1910ல் கைது செய்யப்பட்டார். இந்தியா திரும்பியவுடன் அவருக்கு இரட்டை ஆயுள் தண்டனை விதிக்கப்பட்டது. பிரபலமான அந்தமானின் செல்லுலார் சிறையில் அடைக்கப்பட்டார். சிறையில் அடைக்கப்பட்ட சில மாதங்களில், அவர் 'டி' (ஆபத்தான) கைதி என்று வகைப்படுத்தப்பட்டார்; ஆனால், சாவர்க்கர் தனது நடவடிக்கைகளை மாற்றிக்கொண்டார். கருணை காட்டும்படி பிரிட்டிஷ் அரசாங்கத்தை வேண்டினார்; விசுவாசத்துடன் இருப்பேன்; 'அரசியலமைப்பு வழியிலான முன்னெடுப்பை உறுதியாக ஆதரிப்பவனாகவும், ஆங்கில அரசாங்கத்திற்கு விசுவாசத்துடன் இருப்பேன்' என்றும் உறுதியளித்தார்: 1921ல் ரத்னகிரியிலிருந்த சிறைக்கு அவர் மாற்றப்பட்டார். அடுத்த சில ஆண்டுகளில் அவரது முதன்மைப் படைப்பான, 'Essentials of Hindutva' என்ற நூலை சாவர்க்கர் எழுதினார். நமது தேசிய உரையாடலை/ பார்வையை வடிவமைக்க வந்திருக்கும் அரசியல் சித்தாந்தமான ஹிந்துத்துவத்தை அந்த நூலில் அறிமுகப்படுத்தினார், வரையறுத்தார். இந்த நேரத்தில்தான் இளைஞன் நாதுராம் கோட்சேவை அவர் சந்திக்கிறார். கோட்சே, அவரைப் பின்பற்றத் தொடங்கினான்.

1920களின் பிற்பகுதியில், சாவர்க்கர் ஹிந்து மகாசபையில் தீவிரமாக செயல்பட்டார்; அந்த அமைப்பிற்கு தவிர்க்க முடியாத அரசியல் திசைவழி ஒன்றை வடிவமைத்தார். ஹிந்து மகாசபை, ஹிந்துச் சமூகத்திற்காகத் தன்னை அர்ப்பணித்துக் கொண்ட அமைப்பு. இலட்சக் கணக்கான ஹிந்துக்கள் அதைப் பின்பற்றினர். இருபதாம் நூற்றாண்டின் தொடக்கத்தில், அரசியலின் முக்கிய அம்சமாக வட இந்தியாவில் ஹிந்து தேசியவாதம் எழுச்சி பெற்றது. அந்தச் சித்தாந்தத்தை மகாசபை பிரதிநிதித்துவம் செய்தது. பஞ்சாபில் தோன்றிய இந்த அமைப்பு 1915ல் அகில

38

இந்திய ஹிந்து மகாசபையாக நிறுவப்பட்டது. மகாசபையின் அரசியல், காங்கிரஸின் அரசியலிலிருந்து வேறுபட்டது. மகாசபை சிந்தனையின் மையமாக முஸ்லிம்-விரோதப் போக்கு இருந்தது. ஹிந்து தேசம் ஒன்று உருவாவதற்கு எதிராக, அதற்கான முதன்மைத் தடையாக முஸ்லிம்கள் இருக்கிறார்கள் என்று கருதியது.

மகாத்மா காந்தி படுகொலை செய்யப்பட்ட பின் 1948ஆம் ஆண்டில், அக்கொலை வழக்கில் சாவர்க்கர் கூட்டு சதிகாரராகக் குறிப்பிடப்பட்டார். ஆனால், போதுமான ஆதாரங்கள் இல்லை என்று அவர்மீது குற்றம் சாட்டப்படவில்லை. அரசியல் வனாந்தரத்தில் பல ஆண்டுகள் தொலைந்துபோயிருந்தார்; இப்போது சமகால இந்தியாவில் மீண்டும் தோன்றியுள்ளார். அவரது அரசியல் ஹிந்துத்துவம் என்ற உருவாக்கம் பலரையும் ஈர்த்துள்ளது. காந்தியையும், அவர் முன்வைத்த அறநெறி அரசியல் தத்துவத்தையும் சாவர்க்கர் கடுமையாக எதிர்த்தார்; அவரது படுகொலையுடன் நேரடித் தொடர்பு அவருக்கு இருந்தது என்றாலும் இன்றைய காலகட்டத்தில் சாவர்க்கரின் படிமம் விரைவாக புத்துயிர் பெற்று வருகிறது.

ஆகஸ்ட் 1947க்கு திரும்பவும் வருவோம்; ஓய்விலிருந்த சாவர்க்கர் டெல்லிப் பயணத்திற்காக வெளிவருகிறார். அவருக்கு வயதாகிவிட்டது; நீண்டகாலம் நோயால் அவதியுற்றதால் பலவீனமாக இருந்தார். பம்பாயில் மறைந்துதான் வாழ்ந்திருந்தார். ஆனால், அப்போதும், ஒரு பிரபலமான நபராக, சிறந்த எழுத்தாளராக இருந்தார். ஹிந்துக்களை போர்க்குணம் கொண்டவர்களாக அணிதிரட்ட முயன்ற ஒரு தலைமுறை ஹிந்துத் தலைவர்களுக்கு அவர் ஊக்கமாக இருந்தார்.

***

நாதுராம் கோட்சே 1910ஆம் ஆண்டு மே 19 அன்று மகாராஷ்டிராவில் பூனாவிற்கு (இப்போது புனே) அருகில், வைதீகப் பிராமணக் குடும்பம் ஒன்றில் பிறந்தவன். பிறக்கும் ஆண் பிள்ளைகள் மீது ஏதோ சாபம் இருப்பதாக அந்தக் குடும்பத்தினர் நம்பினர்: பிறந்த மூன்று ஆண் குழந்தைகள் ஒன்றன்பின் ஒன்றாக இறந்தன. இந்தச் 'சாபத்தை' நீக்கும் நோக்கில் நாதுராம் ஒரு பெண்ணாகவே வளர்க்கப்பட்டான். பெண்ணைப் போல் அவனுக்கு மூக்குக் குத்தப்பட்டது. அதனால் 'நாதுராம்' என்று பெயர் சூட்டப்பட்டான். 'சாபத்திலிருந்து' அந்தச் சிறுவன்

தப்பினான்.[4] அவன் பெருவேட்கையுடன் படிப்பவன்; எனினும் மெட்ரிகுலேஷன் தேர்வில் அவனால் தேர்ச்சி பெற முடியவில்லை. அவன் தந்தை அஞ்சல் நிலைய அதிகாரியாகப் பணிபுரிந்தார். 1929ம் ஆண்டு ரத்னகிரிக்கு அவர் மாற்றலானார். பத்தொன்பது வயது கோட்சேவுக்கு ஒரே மகிழ்ச்சி. பிரிட்டிஷாரால் ஆயுள் தண்டனை விதிக்கப்பட்டு அந்தமானில் சிறையிருந்த விநாயக் தாமோதர் சாவர்க்கர், தூங்கி வழியும் அந்தச் சிறிய நகரான ரத்னகிரி சிறைக்கு மாற்றப்பட்டிருக்கிறார் என்ற செய்தியை அவன் படித்திருந்தான். நகரத்திற்கு வந்து சேர்ந்த மூன்று நாட்களுக்குள் கோட்சே சாவர்க்கரைச் சந்திக்கச் சென்றான் என்று நூலாசிரியர் மனோகர் மல்கோங்கர் குறிப்பிடுகிறார்.[5]

அந்தச் சந்திப்பு கோட்சேவின் வாழ்க்கையை மாற்றியது. சாவர்க்கரிடம் பக்தி கொண்டவனாக மாறினான். சமூக, அரசியல் மற்றும் மதம் சார்ந்த வெளிகளில் விரிந்து பரவிய அந்த ஹிந்துத்துவத் தலைவரின் கோட்பாட்டைக் கண்மூடித்தனமாகப் பின்பற்றினான். அவனைத் தூக்கில் ஏற்றுவதற்கு முன்னரான இறுதி வாக்குமூலத்தைத் தயாரிக்க சாவர்க்கரின் ஹிந்து மகாசபை உரைகளைப் படிக்க அனுமதிக்கும்படி நாதுராம் வேண்டிக்கொண்டான் என்று கூறப்படுகிறது.

அந்தச் சந்திப்பின் போது சாவர்க்கருக்கு நாற்பத்தாறு வயது, கோட்சேவுக்கு பத்தொன்பது வயது. சாவர்க்கர் அரசியல் விஷயங்களை எழுதக்கூடாது என்று தடை செய்யப்பட்டிருந்தாலும், அந்தக் காலக்கட்டத்தில், ‘Essentials of Hindutva’ என்ற நூலை மட்டும் அவர் எழுதவில்லை; ஓர் இறுக்கமான படைப்பு என்று கூறமுடியாத கற்பனை சித்தரிப்பாக மாப்ளா கிளர்ச்சியைப் பற்றியும் 1921-22ல் எழுதினார். (மூன்றாம் பகுதி ‘பக்கிரி’யில் இது விரிவாக விவரிக்கப்படுகிறது). இந்த இரண்டு நூல்களிலும் கூறப்பட்டிருக்கும் கருத்துக்கள்தான் ஹிந்துத்துவத் திட்டத்தையும் ஹிந்து போர்க்குணம் என்ற கருத்தியலையும் பெருமளவிற்கு வடிவமைத்தன.

பம்பாய் மாகாணத்திற்கு முதலாவது தேர்ந்தெடுக்கப்பட்ட அரசாங்கம், 1937இல் அமைந்தது. இந்த அரசாங்கம் எடுத்த முதல் நடவடிக்கையாக சாவர்க்கரின் விடுதலை இருந்தது. ரத்னகிரியிலிருந்து சாவர்க்கர் பம்பாய்க்குத் திரும்பியது ஒரு வெற்றிப் பயணமாக மாறியது. வரும் வழியில் அவர் உரையாற்றினார்;

பொது நிகழ்ச்சிகளில் கலந்துகொண்டார். இந்தப் பயணத்தில் சாவர்க்கருடன் கோட்சேவும் சென்றான். படிப்படியாக, ஹிந்து சங்கதன் நடவடிக்கைகளால், அதன்பின்னர் மகாசபையின் நடவடிக்கைகளால் அவன் ஈர்க்கப்பட்டான். இந்த நேரத்தில்தான் விநாயக் தாமோதர் சாவர்க்கர் 'வீர்' சாவர்க்கராக மாறினார். அவரது ஆதரவாளர்கள் வழங்கிய பட்டம் இது. 1938ஆம் ஆண்டில், ஹைதராபாத் மாநிலம் ஹிந்துக் குடிமக்களை நடத்தும் முறையை எதிர்த்து மகாசபை நடத்திய போராட்ட அணிவகுப்பிற்குத் தலைமையேற்கும் பொறுப்பு கோட்சேவுக்கு அளிக்கப்பட்டது. கைது செய்யப்பட்ட அவனுக்கு ஓராண்டு சிறைத் தண்டனையும் அளிக்கப்பட்டது.

மகாசபை உறுப்பினராக, கோட்சே அமைப்பின் படிநிலையில் மிக விரைவாக உயர்ந்துவிட்டான். அவனது வழிகாட்டியான சாவர்க்கருக்குத்தான் நன்றி சொல்லவேண்டும். 1938-39 இல், மகாசபையின் பூனா நகரக் கிளையின் இணைச் செயலர்; அதன் பின் ஓராண்டில் செயலராக நியமிக்கப்பட்டான். இரண்டு ஆண்டுகளுக்குப் பின், மகாராஷ்டிர மாகாண ஹிந்து சபையின் செயலராக ஆக்கப்பட்டான். 1944-45இல் அகில இந்திய ஹிந்து மகாசபையில் உறுப்பினன் ஆனான். 1947-48இல் மகாராஷ்டிர மாகாண ஹிந்து சபையின் செயற்குழு உறுப்பினர்.

பம்பாயிலிருந்து டெல்லிக்கு 1947 ஆகஸ்ட் 8 அன்று கோட்சே மேற்கொண்ட பயணம், சாவர்க்கருடன் அவன் செய்த முதல் பயணம் அல்ல. 1938க்கும் 1943க்கும் இடையில், சாவர்க்கரின் சுற்றுப்பயணத்தின் போதெல்லாம் கோட்சே அவருடன் செல்வான்.[6]

ஹிந்து மகாசபையின் தலைமைப் பொறுப்பில் சாவர்க்கர் இருந்த காலக்கட்டத்தில்தான், ஹிந்துத்துவ அரசியல் வடிவம் பெற்றது; பல மாற்றங்களையும் கண்டது. அவரது நிழலிலிருந்து முதன் முறையாக, ராஷ்ட்ரிய ஸ்வயம்சேவக் சங்கம் வெளியில் வந்தது; தனது நீண்ட கால இருப்பிற்கு அடித்தளம் அமைத்துக் கொண்டது. 1925இல் கேசவ் பலிராம் ஹெட்கேவார் ஆர்.எஸ்.எஸ். அமைப்பைத் தோற்றுவிக்க தூண்டுதலாக இருந்தவர் சாவர்க்கர். ஹிந்து மகாசபை இயல்பிலேயே உள்ளார்ந்த மேற்குடி தன்மையைக் கொண்டிருந்தது. முக்கியமான ஹிந்துக்களைச் சுற்றி, முக்கியமான ஹிந்துக்களால் அது ஒருங்கிணைக்கப்பட்டது. இந்தியத் தேசியக்

காங்கிரஸ் போன்று ஒரு வெகுஜன அமைப்பாக அதனால் ஆக முடியவில்லை. ஆர்.எஸ்.எஸ். உருவானதன் நோக்கங்களில் ஒன்றாக, மகாசபைக்கு ஒரு வெகுஜனத் தளம் வேண்டும் என்பது இருந்தது.

நாராயண் தத்தாத்ராயா ஆப்தே பூனாவிலிருந்த மகாசபை கட்சி அலுவலகத்திற்கு வந்தபோது 1941இல் கோட்சேவை சந்தித்தான். கோட்சேவைக் காட்டிலும் அவன் ஓர் ஆண்டு இளையவன்; எனினும், இதைத் தவிர்த்து இருவருக்குமிடையில் அதிகம் வித்தியாசம் இல்லை. கோட்சே ஒரு சிக்கனமான மனிதன்; பிரம்மச்சாரியாக இருப்பதற்கும் ஹிந்து மதத்தின் நலனுக்குப் பாடுபடவும் உறுதி பூண்டவன். குறைந்த விருப்பங்களுடன், தேவைகளுடன் மிக எளிமையான வாழ்க்கையை நடத்தினான். ஆனால், மறுபுறத்தில் நாராயண் ஆப்தே பகட்டாக வாழ்ந்தான். வசதியான நடுத்தர வர்க்க பிராமணக் குடும்பத்திலிருந்து வந்தவன்; நன்கு கல்வி கற்றவன். உலக நடைமுறைகளைப் பின்பற்றும் லோகாயவாதி. பட்டம் பெற்றவன், மது அருந்துபவன். புகைபிடிப்பவன், சுற்றித் திரிவதில் ஆசை கொண்டவன். ஆப்தே, திரைப்படங்களைப் பார்த்து ரசிப்பவன். ராயல் இந்தியன் விமானப்படையில் கமிஷண்டு அதிகாரியாகவும் பணிபுரிந்திருக்கிறான்.[7] அவனுக்கு இரண்டு மனைவிகள்.

சுண்ணாம்பும் வெண்ணையும் போல் வேறுபட்டவர்களான கோட்சேவும் ஆப்தேவும் நெருக்கமான நண்பர்களாயினர். 1942இல் கோட்சே ஹிந்து ராஷ்ட்ர தளம் என்ற சிறிய வலதுசாரி அமைப்பைத் தொடங்கியபோது ஆப்தே அவனுடன் இணைந்தான். இரண்டு ஆண்டுகள் கழித்து 1944ல் கோட்சே 'டைனிக் அக்ரனி' என்ற செய்தித்தாளைத் தொடங்கினான். பின்னர் அதன் பெயர் 'ஹிந்து ராஷ்ட்ரா' என்று மாறியது. ஆப்தே, இதிலும் தன்னை இணைத்துக் கொண்டான். கோட்சே ஆசிரியன், ஆப்தே மேலாளர்.[8]

ஆப்தேவுக்கும் கோட்சேவுக்கும் இடையில் ஏறத்தாழ குடும்ப உறுப்பினர்கள் போன்ற பந்தம் இருந்தது. மகாத்மா காந்தி கொலைக்கு ஒரு வாரம் முன்புதான், அதாவது ஜனவரி 1948இல் தனது உயிர்க் காப்பீட்டுப் பாலிஸியை, ஆப்தேவின் மனைவிக்கும் தனது இளைய சகோதரன் கோபால் பெயருக்கும் கோட்சே மாற்றினான்.

நாதுராம் கோட்சே சாவர்க்கரின் நெருங்கிய சீடன். ஆப்தே, கோட்சேவின் நெருக்கமான நண்பனாக, உதவியாளனாக ஆனான். எனினும் ஹிந்து மகாசபையில் அதிகாரம் நிறைந்த நிலைக்கு அவனால் உயரமுடியவில்லை. இந்தப் பயணத்தில் சாவர்க்கருடன் கோட்சே இணைந்து செல்வது புரிந்துகொள்ளக் கூடியது. ஆனால் அவர்களுடன் ஆப்தேவும் ஏன் சென்றான்? அகில இந்திய ஹிந்து மகாசபையின் செயற்குழுக் கூட்டத்திற்கு அவன் அழைக்கப்படும் சாத்தியமில்லை. எனினும் ஹிந்து ராஷ்டிரா பத்திரிகையின் விற்பனைக்கும் நிதி சேகரிப்பிலும் அவன் அதிகம் பங்காற்றியிருந்தான். அது ஓர் ஆபத்தான வேலை; இனத் துவேஷத்தைத் தூண்டும் கட்டுரைகள் காரணமாக இந்தியப் பத்திரிகை (அவசரநிலை) சட்டத்தின் விதிகளை மீறியதற்காக அந்தச் செய்தித்தாள் மீது ஏற்கனவே பெரும் அபராதம் விதிக்கப்பட்டிருந்தது.

இந்த மூன்று பயணிகளுக்கும் இடையில் பொதுவான இழை ஒன்றை ஒருவர் தேடினால், காந்தியின் மீதும், அவரது அரசியல் மீதும் அவர்களுக்கு இருக்கும் ஆழமான, அசைக்க முடியாத வெறுப்பில் அதைக் காண முடியும்.

காந்தி வருடாந்திர ஓய்விற்காக 1944 ஜுலையில் பஞ்ச்கனி என்ற மலைவாசத் தலத்திற்குச் சென்றிருந்தார். பூனாவிலிருந்து சுமார் 50 கிலோமீட்டர் தொலைவில் இருக்கும் இடம். காந்திக்கு எதிராக ஆர்ப்பாட்டம் ஒன்றை நாராயண் ஆப்தே தனது ஆதரவாளர்களுடன் அங்கு நடத்தினான்; வரவிருந்த இந்தியப் பிரிவினையை ஒட்டி காந்தியுடன் அவன் கருத்து மோதலில் ஈடுபட்டான். 23-07-1944 தேதியிட்ட டைம்ஸ் ஆஃப் இந்தியா *'Mr Gandhi Heckled'* என்ற தலைப்பில் செய்தி ஒன்றை வெளியிட்டது. என். டி. ஆப்தே என்ற பூனா பத்திரிகையாளன் இந்த ஆர்ப்பாட்டத்தைத் தலைமையேற்று நடத்தியதாகக் குறிப்பிட்டிருந்தது. டைனிக் அக்ரானியும் இந்தச் சம்பவம் குறித்து எழுதியிருந்தது. எனினும், வேறு விதமாக: முதல் பக்கத்தில் ஆப்தேவின் புகைப்படத்துடன் 'பாகிஸ்தானை ஏற்றுக்கொண்டதால் உங்களை நூறுமுறை நான் கண்டிக்கிறேன்!' என்ற தலைப்பில் கட்டுரை வெளியிட்டிருந்தது. ஆப்தே போலிஸாரால் கைது செய்யப்பட்டான். காந்திக்கும் அவரது அரசியலுக்குமான அவனது எதிர்நிலை 1944ஆம் ஆண்டிலிருந்து பதிவாகியுள்ளது.

ஆகஸ்ட் 1947 பயணத்திற்காக விமானம் ஏறுவதற்குமுன், திகம்பர் பட்கேவைச் சந்திப்பதற்கு ஆப்தே சென்றிருந்தான். அவன் அகமதுநகரில் இருந்தான். பின்னாளில், காந்தி படுகொலை வழக்கில் அப்ரூவராக மாறிய சதிகாரர்களில் ஒருவன் அவன். பூனாவிலிருந்த சாஸ்த்ரா பந்தரின் உரிமையாளன். பலரும் அறிந்த ஆயுத வியாபாரி. 1946இன் இறுதியிலோ அல்லது 1947ன் தொடக்கத்திலோ ஹிந்து ராஷ்டிர தளத்தின் உறுப்பினன் ஆனான். பட்கே, சாஸ்த்ரா பந்தரை 1942இல் தொடங்கினான். அன்று தொடங்கி ஹிந்து மதத்திற்கு ஆதரவாக காஷ்மீர் முதல் ஹைதராபாத் வரை ஆயுதங்களையும், வெடிகுண்டுகளையும், வெடிமருந்துகளையும் விற்று வருகிறான். ஆயுதச் சட்டத்தின் கீழ் மூன்று முறை அவன்மீது வழக்குத் தொடரப்பட்டது. ஆனால், ஒவ்வொரு முறையும் அவன் விடுதலை ஆகிவிட்டான். ஆப்தே அவனை ஜூலை 1947ன் இறுதியில் சந்தித்தான் என்று பட்கே கூறினான். 'சில ஆயுதங்கள் கிடைக்க ஏற்பாடு செய்யும்படி வேண்டினான். அவனுக்கு ரூ.1200க்கு (மூலத்தில் உள்ளபடி) ஸ்டென் துப்பாக்கி ஒன்று வாங்கித் தரப்பட்டது'.[9]

டெல்லியில் பாகிஸ்தான் அரசியல் நிர்ணயச் சபைக் கூட்டம் நடக்கும்போது, ஒற்றை மனிதனாக ஒட்டுமொத்தப் பாகிஸ்தானியத் தலைவர்களையும் அழிப்பதற்கு ஆப்தே ஸ்டென் துப்பாக்கி ஒன்றைத் தேடிக்கொண்டிருந்தான் என்பது ஒரு தரப்பினர் கூற்று. எனினும், பின்னாளில் பட்கேவும் ஒப்புக்கொண்டபடி மற்றொரு வடிவமும் இருந்தது. அதாவது ஆப்தே அவனிடம் (பட்கே) 'செல்வாக்கு மிக்க நபர்களின்' சார்பாகத்தான் ஆயுத வியாபாரியை அணுகியதாகக் கூறியிருக்கிறான். ஆப்தே ஸ்டென் துப்பாக்கியை வாங்கிய அந்தத் தருணத்தில், விஷ்ணு கார்க்கரே அவனுடன் இருந்தான். அசாதாரணச் சூழலில் ஒன்று சேர்ந்த அந்தக் குழுவில் இவனும் ஓர் உறுப்பினன்.

கார்க்கரே, 1938 முதல் அகமதுநகர் ஹிந்து மகாசபையின் செயலராக இருந்தான். அதிகமாக அவன், திரை மறைவில்தான் ஒருங்கிணைப்பு வேலை செய்தான். முதலில் சற்று எச்சரிக்கையுடன் தான் ஆப்தேவும் கார்க்கரேவும் பட்கேவிடம் பழகினர். அவர்கள் சுமுகமாகப் பணியாற்றத் தொடங்க சில நாட்கள் தேவைப்பட்டன.

டெல்லியை அடைந்தவுடன், கோட்சேவும் ஆப்தேவும் மற்றொரு ஹிந்துத் தீவிரவாதத் தலைவர் தத்தாத்ரேயா பார்ச்சூரேவைச்

சந்தித்தனர். குவாலியரைச் சேர்ந்த அவர், மகாத்மா காந்தியின் கொலையில் மற்றொரு முக்கிய கண்ணி. மருத்துவரான பார்ச்சூரே குவாலியரில் வலிமையான ஹிந்துத்துவ ஆதரவாளர். ஹிந்து ராஷ்டிரசேனை என்ற அமைப்பை நடத்தி வந்தார். பார்ச்சூரேவுக்கு அந்த அமைப்புடன் இருந்த தொடர்பின்மீது ஹிந்து மகாசபையின் ரகசிய ஆவணம் அதிக வெளிச்சம் பாய்ச்சுகிறது. ஹிந்து மகாசபையின் செயல்பாடுகளை ஆவணப்படுத்தும் பேரேடு 13-03-1945 அன்று புதுப்பிக்கப்பட்டது. இந்தப் பேரேடு பார்ச்சூரை முக்கிய செயல்பாட்டாளராகக் குறிப்பிடுகிறது. 'இராணுவமயமாக்கல்' என்ற துணைத் தலைப்பு, 'ஹிந்து ராஷ்டிர சேனை'யைக் குறிப்பிடுகிறது. இந்த அமைப்பிற்கு '200 இளைஞர்களும், 12 அகாராக்களில் 200 ஆண்களும் இருப்பதாக அந்த ஆவணம் குறிப்பிடுகிறது. அவர்கள் ஹிந்து சபையின் கட்டுப்பாட்டில் இல்லை. ஆனால் ஹிந்து ராஷ்டிர சேனை ஹிந்துத்துவ நலனிற்காகத்தான் செயல்படுகிறது.' (மூலத்தில் உள்ளபடி)

சாவர்க்கரைப் பொறுத்தவரை, அவரது டெல்லி பயணத்தின் நோக்கத்தை மறைக்க மிகச் சரியான காரணங்கள் வைத்திருந்தார். பின்னாளில் தனது தற்காப்பு வாதத்தில் இதை அவர் வெளியிட்டார்:

> 'உண்மையில் ஒன்றையொன்று மிகவும் நெருங்கிக் கொண்டிருக்கும் இரண்டு முதன்மை அமைப்புகளான காங்கிரசும், மகாசபையும் பொதுவான முன்னணி அமைப்பு ஒன்றை உருவாக்கி, நமது தேசத்தினுடைய மத்திய அரசாங்கத்தின் கரங்களை வலுப்படுத்த வேண்டும் என்றே விரும்பினேன். அந்த இலக்கிற்காகத்தான் புதிய தேசியக் கொடியையும் நான் ஏற்றுக்கொண்டேன். நோய்வாய்ப்பட்டு, உடல்நிலை சரியில்லாமல் இருந்தாலும் டெல்லியில் நடந்த அனைத்துக் கட்சி ஹிந்து மாநாட்டிற்குத் தலைமை தாங்கச் சென்றேன். அப்போது மகாசபையின் செயற்குழுவிலும் கலந்துகொண்டேன். மத்திய அரசாங்கத்திற்கு ஆதரவு தெரிவித்து மகாசபையின் செயற்குழு ஒரு தீர்மானத்தையும் நிறைவேற்றியது'.[10]

இருப்பினும், ஆகஸ்ட் 1947இல் நடந்த அகில இந்திய ஹிந்து மகா சபையின் செயற்குழுக் கூட்டம் வேறொரு காரணத்திற்காக மிகவும் முக்கியமானது. காந்தி கொலையில் குற்றம் சாட்டப்பட்ட அனைவரும், சக-சதிகாரர்களும் அன்றுதான் முதன்முறையாகச்

சந்தித்தனர். காந்தி கொலைச் சதியைத் திட்டமிட்ட கூட்டத்துடன் அவர்கள் ஒவ்வொருவரும் நேரடியாகப் பின்னிப்பிணைந்தவர்கள்: இரகசியமாகவும் வெளிப்படையாகவும், நேரடியாகவும் மறைமுகமாகவும்.

காந்தியைக் கொல்ல நாதுராம் கோட்சே பயன்படுத்திய பெரேட்டா துப்பாக்கியை ஏற்பாடு செய்தது, தத்தாத்ரேயா பார்ச்சூரே. அதைக் கொண்டு சேர்க்கப் பொறுப்பாக இருந்தவன் நாராயண் ஆப்தே. ஜனவரி 20 அன்று தோல்வியடைந்த கொலைமுயற்சியில் கைதான அகதியான மதன்லால் பஹ்வாவை இந்தச் சதியில் சேர்த்தவன் விஷ்ணு கார்க்கரே. இவர்களுக்கு வழிகாட்டிய ஆத்மா விநாயக் தாமோதர் சாவர்க்கர். குற்றப் புலனாய்வுத் துறை 30-01-1948 அன்று காலை தொடங்கி எழுதியிருக்கும் உளவுக்குறிப்புகள், காந்தியைக் கொலை செய்தவர்களுக்கு இடையிலான தொடர்புகளை மிகச் சிறப்பாக நிறுவுகின்றன.[11]

குவாலியரில், தலைமைக் காவலர் ராம் பரோஸ் சிங், சிஐடி லஷ்கருடன் இணைந்து அன்று சப்-இன்ஸ்பெக்டர் பொறுப்பில் இருந்தவரிடம் அறிக்கை ஒன்றைத் தாக்கல் செய்தார். குற்றப்புலனாய்வு பிரிவில் சிங் பதினைந்து ஆண்டுகளாக பணிபுரிகிறார். 1946 முதல், மகாசபை தொடர்பான உளவுத் தகவல்கள் சேகரிக்கும் பணி அவருக்குக் கொடுக்கப்பட்டிருந்தது. அதில் ஹிந்து மகாசபையின் நடவடிக்கைகள் உள்ளிட்ட ஹிந்து ராஷ்ட்ர சேனை, ஆர்.எஸ்.எஸ். போன்ற அதில் இணைந்து கொண்டுள்ள அமைப்புகளும் உண்டு. இந்த அமைப்புகளின் கூட்டங்களில் அவர் கலந்து கொள்வார். உள்ளூரிலிருந்தும் வெளியூர்களில் இருந்தும் கூட்டத்தில் கலந்துகொள்ளும் ஹிந்து மகாசபை தலைவர்களின் வருகையையும் புறப்பாட்டையும் அறிக்கையாக மேலதிகாரிகளிடம் அளித்து வந்தார். இந்த இரண்டு ஆண்டுகளில், மகாசபை செயல்பாட்டாளர்கள் மத்தியில் அவருக்குத் தகவல் அளிக்கும் மனிதர்களின் வலையமைப்பு ஒன்றை உருவாக்கியிருந்தார். அவருக்கு 29-01-1948 அன்று துப்பு ஒன்று கிடைத்தது. அதாவது, முந்தைய நாள், பம்பாயிலிருந்து தத்தாத்ரேயா பாரச்சூரேவின் வீட்டிற்கு இரண்டு நபர்கள் வருகை தந்தனர் என்று வலையமைப்பில் இருக்கும் ஒருவர் கூறினார்.

‘எனக்குத் தகவல் அளித்தவர், டாக்டர் பார்ச்சூரேவுக்கு நெருக்கமானவர். 28-01-1948 அன்று டாக்டர் பார்ச்சூரேவை

அவர் பார்க்க விரும்பியதாகவும், ஆனால் இயலவில்லை என்றும் கூறினார்; ஏனெனில், அன்று கோட்சேவுடன் அவர் கலந்துரையாடலில் ஆழ்ந்திருந்தார் என்றார். கோட்சே, ஏன் பார்ச்சூரைவைப் பார்க்க வரவேண்டும் என்று அவரைக் கேட்டேன். அதற்கு அவர், கோட்சே பம்பாயிலிருந்து வீர் சாவர்க்கரால் அனுப்பப்பட்டவர் என்றார்'. [12]

இங்கு, இந்த இடத்தில் புள்ளிகள் ஒன்றுசேரத் தொடங்கின. ஆகஸ்ட் 8, 1947க்கும் ஜனவரி 30, 1948க்கும் இடைப்பட்ட காலத்தில் பார்ச்சூரேவுக்கும் சாவர்க்கருக்கும் இடையில் மற்றுமொரு சந்திப்பும் நடந்திருக்கிறது. அதற்கு ஏற்பாடு செய்தவன் வேறு யாருமில்லை, அகமதுநகரின் கார்க்கரேதான். பின்னாளில், பார்ச்சூரே தன்னை விசாரித்தவர்களிடம் கூறியது:

1947ம் ஆண்டு நவம்பர் மாதத்தில் அகில இந்திய மாநிலங்களின் ஹிந்து சபை செயற்குழுக் கூட்டத்தில் கலந்துகொள்ள பம்பாய்க்குச் சென்றேன்... அந்த நேரம், தாதரிலிருந்த 'கிட்டே பந்தர்' ஹாலில் கிர்க்ரே (கார்க்கரே) என்னுடன் தங்கினான். வி.டி.சாவர்க்கருடன் ஒரு சந்திப்பும் ஏற்பாடு செய்யப்பட்டது. என் பேச்சைக் கேட்டபின், திரு. கிர்க்ரே என்னை அகமது நகர் வரும்படியும் கூட்டங்களில் பேசும்படியும் கேட்டுக் கொண்டான்.[13]

ஜனவரி 30, 1948 மாலை 05.15மணிக்கு நாதுராம் கோட்சே மகாத்மா காந்தியைக் கொன்றான்.

ஆண்டுகளாக, இந்தப் படுகொலையுடன் சாவர்க்கரைத் தொடர்புப்படுத்தும் அந்தப் 'புகையும் துப்பாக்கியை', அந்தத் தடயத்தைக் கண்டுபிடிக்க பலரும் முயன்றனர்; ஏனெனில், காந்திப் படுகொலை விசாரணையில் விடுதலை செய்யப்பட்டவர் அவர். ஜீவன் லால் கபூர் கமிஷன் அறிக்கை மிக நெருக்கமாக வந்தது; கமிஷனின் கண்டறிதல் இதுதான்: *இந்த உண்மைகள் அனைத்தையும் ஒன்று சேர்த்துப் பார்த்தால், சாவர்க்கரும் அவரது குழுவினரும் கொலைசெய்ய சதி செய்தனர் என்பதைத் தவிர்த்து, மற்ற கோட்பாடுகள் எதையும் இல்லாமல் செய்துவிடுகிறது'.*[14] எனினும் அது பிரச்சனையை இன்னமும் உறுதியாக தீர்த்துவிடவில்லை. இவ்வளவு நாட்களும் அனைவரும் தேடிக்கொண்டிருக்கும் அந்தப் 'புகையும் துப்பாக்கி' ஆகஸ்டில் நடந்த சதிதான் என்று நாங்கள் நம்புகிறோம்.

2

தற்செயலாகக் கிடைத்த தடயம்

பிப்ரவரி 4, 1948. மதியம் 2.30 மணி

உயரமான, காக்கி தலைப்பாகை அணிந்த, நடுத்தர வயது போலீஸ்காரர் அவர்; சாயம் பூசியது போல் தோன்றும் தாடியுடன், சஃப்தர்ஜங் விமான நிலையத்திலிருந்து அந்த நேரத்தில் திரும்பிக் கொண்டிருந்தார். டெல்லியின் ஒரே விமான நிலையம் அப்போது அதுதான். துணை காவல் கண்காணிப்பாளர் சர்தார் ஜஸ்வந்த் சிங், அவர் பிடித்திருந்த மிக முக்கியமான குற்றவாளியை பம்பாய் காவல்துறையிடம் ஒப்படைத்துவிட்டுத் திரும்புகிறார். ஒப்படைக்கப்பட்டவன் மதன்லால் பஹ்வா. பாகிஸ்தானின் மான்ட்கோமெரியில் (இன்றைய சாஹிவால்) இருந்து வந்த அகதி; ஜனவரி 20-01-1948 அன்று மகாத்மா காந்தியைக் கொல்லும் முயற்சியில் வெடிகுண்டு ஒன்றை எறிந்தவன்.

துணை காவல் கண்காணிப்பாளர் சிங்கின் அம்பாசடர் கார் துக்ளக் சாலை காவல் நிலையத்தின் வாசலில் நின்றது. அவர் மிகவும் சோர்ந்து போயிருந்தார். சில நாட்களாக அவர் தூங்கவேயில்லை. காவல்துறையில் அவரது சேவை இருபது ஆண்டுகள். பெரும்பான்மை காலம் பஞ்சாபில் பணிபுரிந்தார். 1945இல் டெல்லிக்கு மாற்றலான அவர் பாராளுமன்றத் தெரு பகுதியின் துணை கண்காணிப்பாளராக அமர்த்தப்பட்டார். 1948ல் புதிதாக சுதந்திரம் பெற்ற இந்தியத் தேசத்தினுடைய அதிகாரத்தின் இதயமான பாராளுமன்றம் கல்லெறி தூரத்தில் இருந்தது. நான்கு நாட்களுக்கு முன்பு வரை வாழ்நாளில் அனைத்தையும் பார்த்துவிட்டதாக நினைத்திருந்தார். பிரிட்டிஷ் ராஜ்ஜியத்தின் ஏகாதிபத்தியம், இந்தியச் சுதந்திரப் போராட்டத்தின் எழுச்சி, தேசம் முழுவதும் அதன் பரவல், இரண்டு உலகப் போர்கள், இரத்தக் களமாகிவிட்ட வன்முறையான பிரிவினையில் முடிந்த விதியுடன்

இந்தியாவின் சந்திப்பு; அனைத்தையும் பார்த்துவிட்டார். தற்போது டெல்லி, அகதிகளின் தலைநகர் ஆகிவிட்டது. பாகிஸ்தானிலிருந்து டிரக்குகளில் சீக்கியர்களும் ஹிந்துக்களும் வந்து குவிந்தவண்ணம் இருந்தனர். உலகின் மிகப் பெருமளவிலான, வன்முறை மிகுந்த வெகுமக்களின் குடி பெயர்ப்பாக வரலாற்றில் அது பதிவானது.

1947இல் டெல்லி மாநகரத்தில் ஏறத்தாழ பத்து லட்சம் மக்கள் வசித்தனர். மூன்று லட்சத்துக்கும் அதிகமான முஸ்லிம்கள் மாநகரை விட்டு பாகிஸ்தானுக்கு அகதிகளாய் சென்றனர். அதேநேரம், மேற்கு பஞ்சாபிலிருந்தும், சிந்துப் பிரதேசத்திலிருந்தும், வடமேற்கு எல்லைப்புற மாகாணத்திலிருந்தும் கிட்டத்தட்ட ஐந்து லட்சம் முஸ்லிம் அல்லாத அகதிகள் தலைநகருக்குள் வந்தனர். டெல்லியில் பதினாறு அகதி முகாம்கள் அமைக்கப்பட்டன; வடக்கு டெல்லியின் ஜமா மஸ்ஜித் முன்னிருந்த முகாம்தான் மிகவும் பெரியது; நிஜாமுதீன், ஓக்லா, மத்திய டெல்லியின் புராண கில்லாவுக்கு அருகிலும், ஹுமாயூன் கல்லறைக்கு அருகிலும் இருந்த ஏனைய முகாம்களும் இதுபோல் பெரியவை. முகாம்கள், மசூதிகள், கோவில்கள், குருத்வாராக்கள், பள்ளிக்கூடங்கள், கல்லறைகள் என எல்லா இடங்களிலும் அகதிகள் தங்குமிடம் தேடியலைந்தனர்.

இதுவரையிலும் கேட்டிராத திகிலூட்டும் கதைகளைச் சுமந்துகொண்டு டெல்லியில் அவர்கள் குவிந்தனர்: அன்புக்குரியவர்கள், ஊனமாக்கப்பட்டனர், கற்பழிக்கப்பட்டனர், வெட்டிக்கொல்லப்பட்டனர்; வாழ்நாள் முழுவதும் சேமித்தவற்றை, சொத்துகளையும், நினைவுகளையும், உயிர்களையும் கொடூரமாக இழந்தும், அங்கேயே விட்டுவிட்டும் வந்திருந்தனர்.

இத்தகு பரிமாணமுள்ள நெருக்கடியும் வன்முறையும் புதிதாக சுதந்திரமடைந்த ஒரு தேசத்திற்கு, சவாலை எதிர்கொண்டு கற்றுக்கொள்வது போலத்தான். மாநகரம், கந்தகக்குச்சிகள் நிறைந்த பெட்டியாக இருந்தது; பொதுமக்களின் உணர்ச்சிகள் தறிகெட்டு ஓடிக்கொண்டிருந்தன. அகதிகள் பசியாலும் குளிராலும் வாடினர்; கோபமும் அவநம்பிக்கையும் கொண்டிருந்தனர். அச்சமும், பாதுகாப்பின்மையும் பழிவாங்கப் போடப்படும் திட்டங்களும் சூழலில் நிறைந்திருந்தன. பிரிவினையின் வன்முறை அலைகள் ஹிந்துக்களையும், முஸ்லிம்களையும் சீக்கியர்களையும் அடித்து இழுத்துச் சென்றன. ஜனவரி 13, 1948 அன்று, மனமும் உடலும் சோர்ந்துபோன அந்த வயதான பக்கிரி தனது கடைசி

சத்தியாக்கிரகத்தில் அமர்ந்தார்; 'டெல்லியில் அமைதி திரும்பினால் தான்... ஒரு முஸ்லிம் தனியாக மாநகரத்தில் நடந்து செல்லக்கூடிய நிலை ஏற்பட்டால்தான்' அதைக் கைவிடுவேன் என்று சபதம் செய்தார்.[1] மசூதிகளில் தஞ்சம் புகவேண்டாம், முஸ்லிம் குடியிருப்புகளின் அருகில் வலுக்கட்டாயமாக குடியேற வேண்டாம் என்று முஸ்லிம் அல்லாத அகதிகளை மகாத்மா காந்தி கேட்டுக் கொண்டார்; முஸ்லிம் எவரையும் தொடக்கூடாது என்று ஒவ்வொரு ஹிந்துவையும் சீக்கியரையும் கேட்டுக்கொண்டார். அத்துடன் பாகிஸ்தானுக்குக் கொடுக்க வேண்டிய ரூ.55 கோடியை இந்திய அரசாங்கம் விடுவிக்க வேண்டும் என்றும் விரும்பினார்.

அந்த நேரத்தில், காந்தியின் மரணத்தை விரும்பிய ஏராளமான ஹிந்து மற்றும் சீக்கிய அகதிகள் இருந்தனர். 'காந்தி கோ மர்னே தோ, ஹம் கோ கர் தோ (காந்தி சாகட்டும், நாம் நம் வழியில் செல்வோம்)' போன்ற முழக்கங்கள் டெல்லித் தெருக்களில் ஒலித்தன.[2] ஜனவரி 20, 1948 அன்று மதன்லால் பஹ்வா காந்தியை கொல்ல முயன்று அதில் தோல்வியுற்றான். மிகக் குறுகிய காலத்தில், அடுத்த பத்து நாட்களில் ஜனவரி 30 அன்று, நாதுராம் கோட்சே மகாத்மாவை நோக்கி மூன்று முறை சுட்டான். தோட்டாக்கள் அவரது பலவீனமான உடலைத் துளைத்தன. இன்னமும் குருதி சிந்திக்கொண்டிருந்த விடுதலைப் பெற்ற இந்தியா அழுது புலம்பியது, துக்கம் அனுஷ்டித்தது. காந்திப் படுகொலையை விசாரிக்க டிஎஸ்பி ஜஸ்வந்த் சிங்கி நியமிக்கப்பட்டார்.

ஜனவரி, 30, 1948

மாலை சுமார் 5.30 மணி. டிஎஸ்பி சிங், பாராளுமன்றத் தெரு காவல் நிலையத்தை விட்டுப் புறப்பட இருந்தார். காந்தியின் பிரார்த்தனைக் கூட்டத்தில் காவலுக்கு அனுப்பப்பட்டிருந்த மிகக் குறைவான எண்ணிக்கையிலான பாதுகாப்புப் படையிடமிருந்து மகாத்மா சுடப்பட்டார் என்ற செய்தி வந்தது. சுமார் 6 கி.மீ தொலைவிலிருந்த பிர்லா மாளிகையை அவர் அடைந்தபோது, காந்தி ரத்த வெள்ளத்தில் கிடந்தார். உடலில் மூன்று துப்பாக்கிக் காயங்கள். ஒன்று மார்பில், ஒன்று மார்புக்குக் கீழ் வயிற்றில், மூன்றாவது அடிவயிற்றில்.

அனைத்தும் அவரது உடலின் வலது பக்கத்தில் பாய்ந்திருந்தன. ஒரு குண்டு அவரது மார்பிலேயே தங்கிவிட்டது; மற்ற இரண்டும்

உடலைத் துளைத்து வெளிவந்துவிட்டன. பலவீனமான அவரது தேகத்தைச் சுற்றியிருந்த வெள்ளை கதர் வேட்டியை, கம்பளி சால்வையைத் தோட்டாக்கள் எரித்து, இரத்தக் கறையாக்கியிருந்தன. எழுபத்தெட்டு வயதான அந்தச் சத்தியாக்கிரகி வன்முறை தந்த மரணத்தை எதிர்கொண்டார். அனைத்தும் அவர்களது திட்டப்படி நடந்திருந்தால், காந்தியின் மரணம் சில நாட்களுக்கு முன்பு, அதாவது ஜனவரி 20 அன்று நடந்திருக்கும். ஆனால், மதன்லால் மற்றும் அவனது கூட்டாளிகள் நாராயண் ஆப்தே, விஷ்ணு கார்க்கரே, கோபால் கோட்சே, நாதுராம் கோட்சே, தத்தாத்ரேயா பார்ச்சூரே, திகம்பர் பட்கே, சங்கர் கிஸ்தய்யா ஆகியோரால் அதைச் செய்துமுடிக்க இயலவில்லை. ஒருவேளை, அந்த முயற்சி விதியால் தோல்வியுற்றிருக்கலாம்.

மதன்லால் அன்றிலிருந்தே டிஎஸ்பி சிங்கின் பாதுகாவலில் இருந்தான். பிரார்த்தனைக் கூட்டத்தில் கூடியிருந்தவர்கள் அவனைப் பிடித்திருந்தனர். மதன்லால் ஒரு பஞ்சாபி அகதி. பிரிவினையின் உச்சத்தில் ஆகஸ்ட் 1947 ல் அவன் இந்தியாவிற்கு வந்தான். பிரிவினையின் போது நடந்த கொடூரமான வன்முறையில் தனது அத்தையை இழந்திருந்தான். அந்த நேரத்தில் மகாத்மா காந்தியின் முஸ்லிம்-சார்பு கொள்கைகளால் கடும் கோபமும் அதிருப்தியும் கொண்டிருந்தான். உண்மையில், காந்தியின் மரணத்தைக் காண அவன் மிகவும் ஆவலுடன் இருந்தான். அந்த முயற்சி மேற்கொள்வதற்கு முன்னரே, பம்பாயில் அவனுக்கு உதவி செய்துகொண்டிருந்த டாக்டர் ஜகதீஷ் சந்திர ஜெயினிடம் தேசத் தந்தையைக் கொலை செய்யப்போகும் ரகசிய சதித்திட்டம் பற்றி கூறியிருந்தான்.

காந்தியின் உயிரைப் பறிக்கப் பல முயற்சிகள் மேற்கொள்ளப் பட்டிருந்தன, ஆனால் மதன்லாலின் முயற்சிபோல் எதுவும் அவ்வளவு நெருக்கமாக போயிருக்கவில்லை. அது ஒரு துணிச்சலான திட்டம். பிர்லா மாளிகையில் நடக்கும் மகாத்மா காந்தியின் பிரார்த்தனைக் கூட்டத்தில் குழப்பம் ஏற்படுத்த ஒரு வெடிகுண்டை வீசவேண்டும். அதைத் தொடர்ந்து ஏற்படும் குழப்பத்தைப் பயன்படுத்தி, அவனது கூட்டாளிகளில் ஒருவன் காந்தியை நோக்கிச் சுட வேண்டும். எனினும், வெடிகுண்டு வெடிப்பதற்கு முன்னரே, அந்தக் குழு பிரார்த்தனை கூட்டத்தை விட்டு வெளியேறிவிட்டது போல் தோன்றியது. ஆனால், கூட்டத்தினரால் பிடிக்கப்பட்ட மதன்லாலை காவல்துறை கைது செய்தது; சிறைக்காவலில்

சித்திரவதைக்கு ஆளானான்; விதியின் கொடூரமான திருப்பத்தால், மிருகத்தனமான மூன்றாம் நிலை தண்டனையை மதன்லால் அனுபவித்தான்; சத்தியத்திற்கும் அகிம்சைக்குமான மீட்பரைக் கொல்ல அவர்கள் செய்த கொடூரமான சதியை வெளிப்படுத்தும் வரை அவனுக்கு அந்த நிலை தொடர்ந்தது.

சதித்திட்டம் குறித்த விவரங்களை மதன்லால் வெளியிட்டான்; ஆனால், சக சதிகாரர்கள் பற்றி அதிகம் கூறவில்லை. அது விநோதமானதுதான்; ஆனால், உண்மை என்னவென்றால், கொலையைத் திட்டமிட்ட குழுவினர் பற்றி அவனுக்கு நன்றாகத் தெரியாது. எழுபதாண்டுகளுக்கு பின், இப்போது, மதன்லால் கொடுத்த விவரங்கள் காந்தியின் படுகொலையை நிறுத்துவதற்குப் போதுமானதாக இருந்திருக்கும் என்று நம்மால் சொல்லமுடியுமா?

காந்தி படுகொலையை டிஎஸ்பி சிங் விசாரிக்கத் தொடங்கியபோது, டெல்லி காவல்துறைக்கு ஏற்கனவே நிறையத் தகவல்கள் தெரிந்திருந்தது. கொலை முயற்சி வெற்றிகரமாக முடிந்த நான்கு நாட்களுக்குமுன், ஜனவரி 26ஆம் தேதி, சதித்திட்டம் குறித்து கிடைத்திருந்த சில தகவல்களை ஒன்று சேர்த்திருந்தனர். டெல்லி காவல்துறையின் அன்றைய நாளின் ரகசியக் குறிப்பு, விசாரணையில் மதன்லாலிடமிருந்து ஒரு பெயரை மட்டும் அவர்களால் பெற முடிந்தது என்கிறது; விஷ்ணு ராமகிருஷ்ண கார்க்கரே; மதன்லாலின் முதன்மைத் தொடர்பு. மகாராஷ்டிராவின் அகமதுநகர் கபடா பஜார் பகுதியில் இருந்த டெக்கான் விருந்தினர் இல்லத்தின் உரிமையாளர்.

விஷ்ணு கார்க்கரே 1938 முதல் அகமதுநகர் ஹிந்து மகாசபையின் செயலராக இருந்தான். அநாதையான கார்க்கரேவுக்கு சிறார் பருவம் மிகவும் சிரமமானது. பம்பாயில் அவனிருந்த அநாதை இல்லத்திலிருந்து தப்பியோடியவன் பூனாவில் டீ விற்பவனாக புதிய வாழ்க்கையைத் தொடங்கினான். விரைவில், அகமதுநகரில் காலூன்றிவிட்டான். அங்கு ஒரு சிறிய தேநீர்க் கடைக்கு உரிமையாளன் ஆனான். பின்னர் 'பட்ஜெட்' ஹோட்டல் ஒன்றைத் திறந்தான். அவனது வியாபாரம் செழித்தது. அகமதுநகரில் நாடகம் மற்றும் நிகழ்த்துக் கலைகளுக்குப் புரவலராக மாறினான். அந்த நகரத்தில் கட்டமைத்த வாழ்க்கையின் மூலம் சமூகத்தில் மதிப்பைப் பெற்றான். 1938 இல், நகரசபை கவுன்சிலுக்குப் போட்டியின்றித் தேர்ந்தெடுக்கப்பட்டான். ஹிந்து மகாசபையின் செயலரானான்.

நவம்பர், 1947இல் அவனது அலுவலகத்திற்குள் மதன்லால் நுழைந்தான்.

***

காவல்துறை விசாரணையின் போது, சதிக்குழுவின் ஏனைய உறுப்பினர்களை வெறுமனே 'மராட்டியர்கள்' என்றுதான் மதன்லால் அடையாளம் காட்டினான். இந்தச் சதித்திட்டத்தில் ஏழு பேர் நேரடியாக ஈடுபட்டிருப்பதாக காவல்துறையிடம் கூறினான்; அத்துடன் கார்க்கரே உள்ளிட்ட, வட-மத்திய டெல்லியின் கோல் மார்க்கெட் அருகிலிருக்கும் ஹிந்து மகாசபை பவன் உட்படப் பதின்மூன்று நபர்களுக்கும் இடங்களுக்கும் மறைமுகமாகத் தொடர்பு இருக்கிறது என்றான்.[3]

ஜனவரி 31 அன்று, குளிர்ச்சியான அந்த விடியல் நேரத்தில் காலை 05.30 மணிக்கு டிஎஸ்பி சிங் காந்தி கொலை குறித்த விசாரணையைத் தொடங்கினார். துப்பாக்கி காயங்கள் ஏற்படுத்திய அதிர்ச்சியாலும் உள்ளுக்குள் ஏற்பட்ட இரத்தக் கசிவாலும் காந்தி இறந்ததாக, இர்வின் மருத்துவமனையின் கர்னல் பி.எல்.தனேஜா அளித்த பிரேதப் பரிசோதனை அறிக்கை கூறியது. மதன்லால் அடையாளம் காட்டிய ஹிந்து மகாசபை பவன் வாசலுக்கு அன்று மாலைக்குள் காவல்துறை சென்றது.[4]

மதன்லாலின் வாக்குமூலத்தின்படி துப்பாக்கியால் சுட்ட நாதுராம் கோட்சே கொலையில் நேரடியாகச் சம்பந்தப்பட்ட ஏழு 'மராத்தியர்களில்' ஒருவன். கோட்சேவின் பெயர் மதன்லாலுக்குத் தெரியாததால் அவனை பூனாவின் 'ஹிந்து ராஷ்டிராவின் உரிமையாளர்' என்று மட்டுமே வர்ணித்தான். நிஜத்தில் முன்னர் விவரித்தபடி, ஹிந்து ராஷ்டிரா என்று முன்பு அழைக்கப்பட்ட, தீவிரமான வலதுசாரி மராத்திச் செய்தித்தாளான டைனிக் அக்ரானியின் ஆசிரியராக கோட்சே இருந்தான்.

இதுவரையிலும் இந்தச் சதித்திட்டம் உருவாகியிருக்கக் கூடிய தொட்டிலாக மகாராஷ்டிராவைத்தான் அனைத்து ஆதாரங்களும் சுட்டிக்காட்டுகின்றன.

டிஎஸ்பி சிங் கோட்சேவை முதன்முறையாக பாராளுமன்றத் தெரு காவல் நிலையத்தில். ஜனவரி 30, 1948 அன்று இரவு சுமார் 07.15 மணியளவில் சந்தித்தார். கோட்சேவின் தலையில் இரண்டு சிறிய காயங்கள் இருந்தன. கன்னத்திலும் காயம் தென்பட்டது.

குற்றத்தை ஒப்புக்கொண்டானே தவிர்த்து அதிகம் பேசவில்லை. அவனைச் சித்திரவதைக்கு உட்படுத்துவது வீண் விரயம் என்பதைக் காவல்துறை உணர்ந்தது: கொலையாளி குற்றத்தை ஒப்புக்கொண்டான்; அத்துடன் சுடப்பட்டவரையும் காப்பாற்ற முடியாது. எனினும், தேசத்தில் உயர் பதவிகளை வகித்தவர்கள் பிர்லா மாளிகைக்கு அணியணியாய் வருகை தந்தனர்; வைஸ்ராய் லார்ட் மவுண்ட்பேட்டன் முதல் சுதந்திர இந்தியாவின் முதல் பிரதமர் ஜவஹர்லால் நேரு மற்றும் உள்துறை அமைச்சர் சர்தார் வல்லபாய் பட்டேல் வரையிலும் இந்தக் கொடூரமான குற்றத்திற்கான பதில்களைக் கோரினர்.

ஜனவரி 20 அன்று தோல்வியடைந்த கொலை முயற்சிக்குப் பின், மதன்லால் குறிப்பிட்ட 'மராத்தியர்களில்' ஒரு சிலரை அடையாளம் காணும் பணியைக் காவல் துறை தொடங்கியது. மதன்லால் குறிப்பிட்ட அந்த இருபத்தி இரண்டு வயது இளைஞன் நாராயண் ஆப்தே என்பதும், கோட்சேவின் பத்திரிக்கையான டைனிக் அக்ரானியின் வெளியீட்டாளர் என்பதும் இப்போது அவர்களுக்கு தெரியும். சமகால வரலாற்றின் மிகவும் பரபரப்பான படுகொலையைத் திட்டமிட்ட நபர்களின் பட்டியலில் அவனும் இணைந்தான்.

மதன்லால் அடையாளம் காட்டிய ஏழு 'மராத்தியர்களில்' கோபால் கோட்சேவும் ஒருவன். கோபால் தனது சகோதரன் நாதுராம் மீது மிகுந்த பக்தி கொண்டவன். மகாராஷ்டிராவின் கிர்கீயில் இருந்த போக்குவரத்து நிறுவனம் ஒன்றில் பணிபுரிந்த அவனுக்குக் குடும்பம் உண்டு. பிரிட்டிஷ்-இந்திய இராணுவத்தின் மோட்டார் பிரிவிலும் கோபால் பணியாற்றியிருந்தான். ஆங்கிலோ-ஈராக் போரின்போது ஈராக்கிலும் ஈரானிலும் பணியாற்றியுள்ளான். ஜனவரி 17, 1948 அன்று தனது மேற்பார்வையாளர் லெஸ்லி பெர்னார்டிடம் கோபால் ஒரு வார விடுப்பு கேட்டான். ஜனவரி 26 அன்று மீண்டும் அவன் பணிக்குத் திரும்பியிருக்கிறான். அவனை '(ஹிந்து ராஷ்டிராவின்) உரிமையாளரின் சகோதரன்' என்று மதன்லால் அடையாளம் காட்டினான். காந்தியைக் கொலை செய்யும் சதித்திட்டத்தில் சகோதரனுக்கு இருந்த உணர்ச்சி வேகம் கோபாலுக்கு இல்லை. ஆனால், அவர்களின் கதையைச் சொல்ல அவன் வாழ்ந்தான்.

அந்த ஏழு 'மராத்தியர்'களில் 'உரிமையாளர்-வேலைக்காரன்' ஜோடி ஒன்றும் இருந்தது: 'பூனா சாஸ்திர பந்தரின் உரிமையாளர்' திகம்பர் பட்கேயும் அவனது 'வேலைக்காரன்' சங்கர் கிஸ்தய்யாவும். மதன்லாலிடம் நடத்தப்பட்ட விசாரணையில், பம்பாய் 'விஷ்ணு பகவான் கோவில்' அர்ச்சகர் ஒருவரையும் அவன் குறிப்பிட்டுள்ளான். காந்திப் படுகொலை விசாரணையில் திகம்பர் பட்கே ஒரு முக்கிய நபர். ஆறு மாதங்களுக்குப்பின் அவன் அப்ரூவராக மாறினான்; சக சதிகாரர்களுக்கு எதிராக சாட்சியம் அளித்தான். தனிப்பட்ட முறையில் பெரும் ஆபத்தை எதிர்கொள்ள நேரும் எனத் தெரிந்துதான் அதைச் செய்தான் என்பதை இன்று நாம் அறிவோம். உளவுத் துறையின் 20-7-1948 தேதியிட்ட உயர்-ரகசிய அறிக்கை, ஆர்.எஸ்.எஸ். அல்லது சங் அமைப்பு, 'மகாத்மா காந்தி கொலை வழக்கின் அப்ரூவராக மாறியவனைக் கொலை செய்ய முடிவுசெய்திருந்தது' என்று கூறியது.[5] ஆர்.எஸ்.எஸ். மீதான தடையை நீக்கக்கூடாது என்பதற்கான காரணமாக இது சுட்டிக் காட்டப்பட்டது.

பிப்ரவரி 4, 1948

இந்த நாளிலிருந்து, நிகழ்வுகள் வேகமாகவும் தீவிரமாகவும் அவிழத் தொடங்கின. மகாத்மா கொலை செய்யப்பட்டார் என்ற அதிர்ச்சியிலிருந்து இந்திய அரசாங்கம் இன்னமும் மீளவில்லை; ஆர்.எஸ்.எஸ்ஸைத் தடை செய்யவும், பெரும் கைது நடவடிக்கை ஒன்றையும் அரசாங்கம் திட்டமிட்டது. பிரபலமான தீவிர வலதுசாரி ஹிந்துத் தலைவர் விநாயக் தாமோதர் சாவர்க்கரைக் கைது செய்ய முடிவு செய்தது.

ஆர்.எஸ்.எஸ்ஸைத் தடைசெய்ய அரசாங்கம் ஏற்பாடுகள் செய்துகொண்டிருந்தது; எனினும், அந்த அமைப்பை காந்திப் படுகொலையுடன் தொடர்புப்படுத்தும் உண்மையான ஆதாரம் கைவசம் ஏதுமிருக்கவில்லை. காந்தியைக் கொலை செய்தவனைத் தேடி டெல்லி காவல்துறை நடத்திய ஏழு திடீர் சோதனைகளில் ஒன்று மட்டுமே ஆர்.எஸ்.எஸ். தலைவர் மீது நடத்தப்பட்டது. அன்றைய நகராட்சி ஆணையரும் ஆர்.எஸ்.எஸ்ஸின் சாலக்குமான (கிளைத் தலைவர்) ஹரி சந்த் மீது பிப்ரவரி 2ஆம் தேதி திடீர்ச் சோதனை நடந்தது; அங்கு அஞ்சலட்டைகள், பொருட்கள், பிரச்சாரப் பிரசுரங்கள் சிலவற்றையும், (ஃபைஸ் பஜார் காவல் நிலையத்தில் பதிவான முதல் தகவல் அறிக்கையின் அடிப்படையில்)

செய்தித்தாளிலிருந்து வெட்டியெடுக்கப்பட்ட காகிதத் துண்டுகளை மட்டுமே காவல்துறை பறிமுதல் செய்தது. ஹாஸ் காஸி காவல் நிலைய அதிகாரியான ராம் தத், பதினெட்டு ஆவணங்களை ஹரி சந்தின் இருப்பிடத்திலிருந்து பறிமுதல் செய்தார். ஆனால், அவற்றில் எதுவும் ஆர்.எஸ்.எஸ். மீது குற்றம் சுமத்தப் போதுமான சான்றாக அமையவில்லை.[6]

ஆனால், காந்தியின் மரணத்தை ஆர்.எஸ்.எஸ். விரும்பியது என்பதில் ரகசியம் ஏதுமில்லை. அதன் கூட்டங்களில் உறுப்பினர்கள் காந்தியைப் பற்றி விரிவாகப் பேசியிருக்கின்றனர். ஆர்.எஸ்.எஸ்ஸுக்கும், அதே எண்ணங்கொண்ட ஏனைய இதர தீவிரவாத ஹிந்து அமைப்புகளுக்கும், முஸ்லிம்களுக்கு எதிரான அவர்களது இலட்சியங்களுக்கும் இடையில் நிற்கும் மிகப்பெரிய, ஒரே தடையாக மகாத்மா இருந்தார். உண்மையில், டெல்லி காவல் துறையின் குற்றப் புலனாய்வு துறையும், உளவுப்பிரிவும் இது குறித்து தடயங்கள் பலவற்றைச் சேகரித்திருந்தது.

இருந்தும், ஆர்.எஸ்.எஸ் தடை செய்யப்பட்ட அன்று, அந்த அமைப்பை காந்தி கொலையுடன் தொடர்புப்படுத்தும் ஒரு சிறிய ஆதாரமும் இல்லை. இந்திய அரசாங்கம், குறிப்பாக உள்துறை அமைச்சர் சர்தார் பட்டேல், ஆர்.எஸ்.எஸ் ஹிந்து மகாசபையின் தன்னார்வப் பிரிவு என்று தவறாக எண்ணினார். அதன் ஆரம்ப ஆண்டுகளில், இதற்கும் ஹிந்து மகாசபைக்கும் இடையில் இருந்த தோழமையுறவு, இரண்டு அமைப்புகளும் நெருங்கிய தொடர்புடையவை என்ற உணர்வை அளித்தது.

ஹெட்கேவார் பயன்படுத்திய இரண்டு முக்கிய உத்திகளில் ஒன்று, ஆர்.எஸ்.எஸ் பிரச்சாரகர் ஒருவருக்கு, பிரபலமான ஹிந்து மகாசபை உறுப்பினரைக் கொண்டு உபச்சாரம் செய்ய வைப்பது; அந்தப் பகுதியில் உறுப்பினர் ஆவதற்குச் சாத்தியமான நபர்களிடம் அவரை அறிமுகப்படுத்தி வைப்பது. இந்த நிகழ்வு இரு அமைப்புகளும் நெருக்கமாகச் செயல்பட்டன என்ற நம்பிக்கையை வலுப்படுத்தியது. இருப்பினும், 1940களில், சங்கிற்கும் மகாசபைக்கும் இடையிலான தொடர்பு பலவீனமாகத்தான் இருந்தது. கருத்தியல் ரீதியாக அவை தொடர்பில் இருந்திருக்கலாம், ஆனால் அமைப்பு ரீதியாக, இடைவெளியுடன்தான் வளர்ந்தன.

இணக்கமற்ற இந்த உறவிற்குக் காரணம் விநாயக் தாமோதர் சாவர்க்கர் என்பது விசித்திரமான தற்செயல் நிகழ்வு. சாவர்க்கர்

1937இல் அகில இந்திய ஹிந்து மகாசபையின் தலைவராக தேர்ந்தெடுக்கப்பட்டார். அதன்பின் அவர் அதை ஓர் அரசியல் அமைப்பாக மாற்றினார். மகாசபைக்கு இதுவரையிலும் சங் அளித்து வந்த ஆதரவு அனைத்தும் நின்றுபோவதை இந்த மாற்றம் உறுதி செய்தது. இரண்டாம் உலகப் போர் வெடித்தவுடன் துணைக் கண்டத்தின் மீது ஜப்பான் படையெடுக்கலாம் என்று ஆர்.எஸ்.எஸ். கவலைப்பட்டது. அத்துடன் போருக்குப் பின்னர் என்ன நடக்கும் என்பது குறித்து கவனம் செலுத்தியது. பிரிட்டிஷ் இந்திய அரசாங்கத்தின் கவனத்தை ஈர்க்கவோ அல்லது அதன் கோபத்தை எதிர்கொள்ளவோ அது விரும்பவில்லை; ஹிந்துக்களின் பாதுகாப்பிற்கு அதன் இருப்பு தேவை என்று எண்ணியது; அதற்காக எந்த அரசியல் நடவடிக்கையையும், ஹிந்து மகாசபைக்கு உதவுவதையும் கவனமாகத் தவிர்ப்பது அதன் உத்தியாக இருந்தது.

அந்த உபாயம் வேலை செய்தது; ஆர்.எஸ்.எஸ். உயிர் பிழைத்தது. இராணுவப் பயிற்சிகளையும் சீருடைகளையும் தடை செய்த உத்தரவு நடைமுறைக்கு வந்த மூன்று ஆண்டுகளுக்குப் பின் 1943இல், பிரிட்டிஷ் இந்திய அரசாங்கம் ஒரு விரிவான கோப்பை தயாரித்தது: சங் அமைப்பிற்கு எதிராக மேலும் அதிக நடவடிக்கை எடுக்கவேண்டுமா? ‘சட்டம் ஒழுங்குக்கு ஆர்எஸ்எஸ் உடனடி ஆபத்தை ஏற்படுத்தும் என்று கூறுவது கடினமானது’ என்று அவர்கள் முடிவு செய்தனர்.[7]

இரு அமைப்புகளிலும் தலைமை மாற்றம் ஒரே நேரத்தில் நடைபெற்றது. சாவர்க்கர் 1937இல் மகாசபையின் பொறுப்பை ஏற்றார்; போர்க்குணமிக்க கே.பி.ஹெட்கேவார்க்கு அடுத்ததாக எம். எஸ்.கோல்வால்கர் 1940இல் ஆர்.எஸ்.எஸ் தலைமையை ஏற்றார். அவர்களது அணுகுமுறைகள் வேறுபடத் தொடங்கிய காலமும் இதுதான். சாவர்க்கர் இராணுவப் பயிற்சிக்கு உயர் முன்னுரிமை அளித்தார்; அதேநேரத்தில் கோல்வால்கர் ஆர்.எஸ்.எஸ்ஸின் போர்ப்பயிற்சித் துறையை முற்றிலுமாக ஒழிக்க விரும்பினார்.

எனினும், ஆதாரங்கள் இல்லை என்றாலும், 03-02-1948 அன்று இந்திய அரசாங்கம் கோல்வால்கரை கைது செய்தது. இதற்கு நேர்மாறாக, சாவர்க்கருக்கு எதிராக, அவரை நேரடியாக தொடர்புப்படுத்தும் ஆதாரங்களை டிஎஸ்பி சிங் ஏராளமாக சேகரித்தார்.

ஜனவரி 26 தேதியிட்ட மதன்லாலின் விசாரணை அறிக்கை சாவர்க்கரை சுட்டிக் காட்டியது. கொலைச் சதியின் மூளை சாவர்க்கர்தான் என்று சந்தேகப்படும் ஒன்றுக்கும் மேற்பட்ட விரல்கள் அவரைச் சுட்டிக்காட்டின. ஓரளவுக்கு இதற்குக் காரணமாக அவரது சுய-விவரங்களும், அதிகம் வெளியில் தெரியாத சக-சதிகாரர்களின் சுய-விவரங்களும் அமைந்தன. தில்லியைச் சூழ்ந்திருந்த குழப்பங்களிலிருந்து வெகு தொலைவில், பம்பாயில் சாவர்க்கர் இருந்தார். நோய்வாய்ப்பட்டிருந்த அவர் தீவிர அரசியலிலிருந்து ஓய்வு பெற்றிருந்தார். ஓய்வு பெற்றிருந்தாலும், ஹிந்துத்துவ அமைப்பின் மிக உயர்ந்த தலைவர் அவர்தான்.

பச்சை நிற டாக்ஸி

டிஎஸ்பி சிங், 01-02-1948 அன்று மதியம் கோட்சேவை முதல் முறையாக விசாரித்தார். அடுத்த நாளும், காலை 10 மணிக்குத் தொடங்கிய விசாரணை இரவு 7 மணி வரையில், ஒன்பது மணி நேரம் நீடித்தது. மூன்றாவது நாள் விசாரணை மதியம் 1 மணிக்குத் தொடங்கியது. இதுவரையிலும் கோட்சேவின் உறுதியை உடைத்து உண்மையைச் சொல்லவைக்க முடியவில்லை. நாராயண் ஆப்தேவுடன் டெல்லிக்கு வந்ததாக ஒப்புக்கொண்டான்; படுகொலையைத் திட்டமிட்டதும் அவன்தான் என்ற கதையோடு திடமாக ஒட்டிக்கொண்டான். சாவர்க்கரின் பாத்திரத்தை உறுதிப்படுத்தும் எந்தச் சான்றையும் டி.எஸ்.பி.யால் பெறமுடியவில்லை. விரக்தியடைந்த அந்தப் போலீஸ்காரர், 'குற்றம் சாட்டப்பட்ட கோட்சேவை பாராளுமன்றத் தெரு காவல் நிலையத்தில் வைத்து தொடர்ந்து விசாரித்தேன், ஆனால், பயனுள்ள எதுவும் வெளிப்படவில்லை' என்று குறிப்பிடுகிறார்.[8]

காலம் வேகமாக நகர்ந்துகொண்டிருந்தது. சதித்திட்டத்தை அவிழ்ப்பதற்கு டி.எஸ்.பி.சிங் மீது அழுத்தம் அதிகரித்துக் கொண்டிருந்தது. பிப்ரவரி 4ஆம் தேதி மாலை 5 மணியளவில், தலைமைக் காவலர் பரசுராமிடம் டாக்ஸி ஒன்றை அழைத்து வரச் சொன்னார். இந்தியா, அப்போதுதான் பிறந்திருந்தது; தேவைகள் அதிகமான இருந்தன. ஆனால், வள ஆதாரங்களின் நெருக்கடி மிகக் கடுமையாக இருந்தது; நாட்டின் மிக முக்கியமான அந்த விசாரணைக்குப் பயன்படுத்தவும் போதுமான வாகனங்கள் அப்போது காவல்துறையிடம் இல்லை. இந்த நேரத்தில் விதி மீண்டும் தலையிட்டது.

பரசுராம் முதலில் நிறுத்திய டாக்ஸி டிரைவர், பழுது என்று சொல்லிச் சென்றுவிட்டான். அடுத்ததாக ஒன்று வந்தது. சுர்ஜித் சிங் என்ற ஜாட் இனத்தவனுக்குச் சொந்தமானது. டிஎஸ்பி சிங்கின் சொந்த ஊரான பஞ்சாபின் ஜலந்தரைச் சேர்ந்தவன். டாக்ஸியின் நிறத்தை வைத்தும், 'PBF 671' என்ற அதன் நம்பர் பிளேட்டை வைத்தும் டி.எஸ்.பி. அதை அடையாளம் கண்டுவிட்டார். இரண்டு நாட்களுக்கு முன்புதான், குறிப்பிட்ட இந்த வாகனத்தைக் கண்டுபிடிக்கும்படி உதவி சப்-இன்ஸ்பெக்டர் ஷிவ்பிரசாத்திடம் கூறியிருந்தார். விசாரணையில் கோட்சேவிடம் சிரமப்பட்டு அறிந்துகொண்ட விவரங்களில் இதுவும் ஒன்று: அவனும், ஆப்தே, கோபால், கார்க்கரே ஆகிய நால்வரும் ஜனவரி 20ம் தேதி பிர்லா மாளிகையிலிருந்து, சுர்ஜித் சிங் என்ற சீக்கிய இளைஞன் ஓட்டிய பச்சை நிற காரில் புறப்பட்டு சென்றதாக கோட்சே கூறியிருந்தான்.

லாகூரில் பதிவு செய்யப்பட்டிருந்த அந்தச் செவர்லே காரின் சொந்தக்காரன் இருபத்துநான்கு வயதான சுர்ஜித் சிங். ஆறு மாதத்திற்கு முன்புதான் டெல்லிக்கு வந்தான். தனது 'செகன்ட் ஹான்ட்' காரை தனிப்பட்ட முறையில் டாக்ஸியாக ஓட்டிக்கொண்டிருந்தான். மிகவும் தனித்துவ அம்சங்கள் கொண்ட கார் அது. டெல்லியில் உடனடியாக அடையாளம் காணமுடிந்ததாக அந்தக் கார் இருந்தது. எடுத்துக்காட்டிற்கு ஒன்றைக் கூறலாம். அந்தக் கார் பாசிப் பருப்பின் நிறம். அந்த நேரத்தில் 'லக்கேஜ் கேரியர்' கொண்ட கார் அநேகமாக அவனுடையது மட்டும்தான். பின்னாளில் சாட்சிகள் இந்தக் காரை 'மேலே ஜங்கலா (லக்கேஜ் கேரியர்) பொருத்தப்பட்ட 'மூங்கியா' (பச்சைப் பயிறு) கார்' என்று அடையாளம் கூறினர். அன்று பரசுராமுக்கு அசாதாரண நல்வாய்ப்பு. முதல் கொலை முயற்சிக்குப்பின் அந்த இடத்தை விட்டு வெளியேற இந்த வாகனத்தைத்தான் கோட்சேவும் மற்றவர்களும் பயன்படுத்தினர்; அதைத்தான் அன்று பரசுராம் கைகாட்டி நிறுத்தியிருந்தார்.

பின்னோக்கிய பார்வை

ஜனவரி இருபதாம் தேதி. ரீகல் சினிமா வாடகைக்கார் நிறுத்தத்திலிருந்து நான்கு பயணிகளை சுர்ஜித் சிங்கின் பச்சை நிற கார் ஏற்றிக் கொண்டது. செல்ல வேண்டிய இடம், பிர்லா மந்திர் வழியாக அல்புக்யூர்க் சாலையில் (இன்று டீஸ் ஜனவரி மார்க்) இருந்த பிர்லா மாளிகை. அவனது நான்கு பயணிகள்,

நாராயண் ஆப்தே, திகம்பர் பட்கே, சங்கர் கிஸ்தய்யா மற்றும் கோபால் கோட்சே. எந்தச் சந்தேகமும் அவனுக்கு ஏற்படவில்லை; ஏனெனில், காந்தியின் மாலைநேரப் பிரார்த்தனைக் கூட்டங்களில் கலந்துகொள்ள மனிதர்கள் அடிக்கடி வருவார்கள். பிர்லா மாளிகையின் பின்புறம் கார் நிறுத்தப்பட்டது. நான்கு பயணிகளும் வளாகத்திற்குள் நுழைந்து பணியாளர்களின் குடியிருப்பை நோக்கி நடந்தனர்.

சுர்ஜித் சிங்கும் பிரார்த்தனை மைதானத்திற்குள் நுழைந்தான். சுமார் பதினைந்து நிமிடங்கள் காத்திருந்தான். பிரார்த்தனை இன்னும் தொடங்கவில்லை; ஒலிபெருக்கி வேலை செய்யவில்லை என்று தோன்றியது. அவர்கள் இறங்கி, நாற்பத்தைந்து நிமிடங்களுக்குப்பின் பயணிகள் திரும்பினர். எனினும், பட்கே திரும்பவில்லை. அவனுக்குப் பதிலாக நாதுராம் கோட்சே வந்தான். அவர்கள் காருக்குள் அமர்ந்ததும், பிர்லா மாளிகையில் வெடிச் சத்தம் கேட்டது. பயணிகள் சுர்ஜித் சிங்கிடம் ‘புறப்படும்படி’ இரண்டு முறை கூறினர்.

வாடகைக்கார் ஓட்டுநர் கூறியது: மதன்லால் வெடிகுண்டைப் பற்றவைப்பதற்குமுன் காந்தியின் கொலைக் குழுவைச் சேர்ந்த நான்கு பேரும் குற்றம் நடந்த இடத்தைவிட்டு அகன்றுவிட்டனர். பட்கேவும் அவனது வேலைக்காரனும் இன்னமும் பிரார்த்தனைக் கூட்டத்தில்தான் இருந்தனர். மதன்லாலின் செயலைப் பார்த்த சாட்சியான சுலோச்சனா தேவி பணியிலிருந்த காவல் துறையினரிடம் அவனைச் சுட்டிக் காட்டியதும் கோபமுற்ற கூட்டம் அவனைத் தப்பவிடாமல் பிடித்தது.

சுலோச்சனா தேவி இருபதுகளின் தொடக்கத்தில் இருந்தார். பிர்லா மாளிகையிலிருந்து 200 முதல் 300 அடிகள் தொலைவில், கதவு எண் 9, அல்புக்யூர்க் சாலையில் வசித்து வந்தார். வீட்டிலிருந்து வெளியில் பிர்லா மாளிகையின் பின்பக்கமாக ஓடிய தனது மூன்று வயதுக் குழந்தையைப் பின்தொடர்ந்து வந்ததாக அவர் கூறினார். அங்கே ‘மூங்கியா நிறத்தில்’ கார் ஒன்று நிற்பதைப் பார்த்தார். அவரிடமிருந்து கிட்டத்தட்ட பதினைந்து அடி தூரத்தில், மதன்லால் வெடிகுண்டு ஒன்றைத் தீக்குச்சியால் பற்றவைப்பதைப் பார்த்தார். குண்டு வெடித்தது.

கொலைக் குழுவினரை கன்னாட் பிளேஸிலிருந்த டாடா ஏர்வேஸ் அலுவலகத்தில் சுர்ஜித் சிங் இறக்கிவிட்டான். அதே கன்னாட்

பிளேஸிலிருந்த மெரினா ஹோட்டலின் அறை எண் 40 ல் சில மணிநேரங்களுக்கு முன்புதான் அந்தக் குழுவினர் இறுதியாக கூடிப் பேசியிருந்தனர். அங்கு அவர்கள் மாலை 4 மணி வரை தங்கியிருந்தனர். இதே ஹோட்டலில்தான் ஆப்தேவும், கோட்சேவும் சில நாட்களுக்கு முன், ஜனவரி 17ஆம் தேதி அறையெடுத்து தங்கினர்: எஸ்.தேஷ்பாண்டே மற்றும் எம்.தேஷ்பாண்டே என்று 'போலி'ப் பெயர்கள் கொடுத்திருந்தனர். அறை எண் 40இல் தங்கியிருந்தவர்கள் முதல் நாள் ஒரு பெக் விஸ்கியும், மறுநாள் இரண்டு பெக்கும் ஆர்டர் செய்தனர் என்ற தகவலை மெரினா ஹோட்டலின் பணியாள், இருபது வயது கோவிந்த்ராம் கூறினான். மது அருந்தியது, சேத்ஜி கார்க்கரே.

ஜனவரி 20ஆம் தேதி மாலை 4 மணிக்கு கோட்சே ஒரு டோங்காவில் பிர்லா மாளிகைக்குப் புறப்பட்டான்; அந்த டோங்கா முன்ஷிராம் என்பவருக்குச் சொந்தமானது. மற்ற நான்கு பேரும் சுர்ஜித் சிங்கின் பச்சை நிற டாக்சியில் பயணம் செய்தனர். அன்று காலையில் அந்தக் குழுவினர் ஹிந்து மகாசபா பவனில் சந்தித்துப் பேசியிருந்தனர். அந்தக் கட்டிடத்தின் பின்புறம் காட்டுப்பகுதி ஒன்று இருந்தது; ரிவால்வரில் சுட்டு பழகுவதற்கான பயிற்சி மைதானமாக அந்த இடத்தைக் கோபால் கோட்சே பயன்படுத்தினான். ரிவால்வரை சீர் செய்ய ஹிந்து மகாசபா பவனிலிருந்து ஸ்க்ரூடிரைவர் ஒன்றையும் சிறிது எண்ணெயும் மதன்லால் இரவல் வாங்கித் தந்தான். நாதுராம் கோட்சேவுக்கு உடல்நிலை சரியில்லை என்பதால் அந்த இடத்திற்கு அவன் வரவில்லை.

மதன்லாலும் கார்க்கரேவும் இறுதி சந்திப்பிற்காக டோங்கா ஒன்றில் மீண்டும் ஹோட்டலுக்குத் திரும்பினர். சதித்திட்டம் குறித்து மீண்டும் அவர்கள் பேசினர். மதன்லால் வெடிகுண்டு வைக்கவேண்டிய இடத்தை ஆப்தே அவனுக்குக் காட்டுவான்; ஒரு சிறிய ஜன்னலின் வழியாக பட்கே கைக்குண்டு ஒன்றை வீசி எறிவான். உருவாகும் குழப்பமான சூழலில் கோபால் காந்தியைச் சுடவேண்டும். பிர்லா மாளிகையில் அவர்கள் ஒவ்வொருவரும் குறிப்பிட்ட இடத்தில் தம்மைத் தந்திரமாக நிலைநிறுத்திக் கொள்வார்கள். குண்டு வெடித்த அன்று, பிரார்த்தனைக் கூட்டம் நடந்த இடத்தில் மதன்லால், கோட்சே, பட்கே, கார்க்கரே ஆகியோர் அவரவர் இடத்தில் நின்றிருந்தனர். ஆப்தேவும் கோபாலும் டாக்ஸி அருகில் காத்திருந்தனர். மாலை 4 – 4.30

மணிக்குள் மதன்லால் குண்டை வெடிக்கச் செய்தான். ஆனால், திட்டத்தின் மீதிப்பகுதி மிக மோசமாக தோல்வியுற்றது.

சுர்ஜித் சிங்கின் டாக்ஸி டாடா ஏர்வேஸ் வாசலில் அவர்களை இறக்கிவிட்டதும், குழுவினர் பிரிந்து சென்றனர். கோபால் ஹிந்து மகாசபை பவனுக்குச் சென்றான்; பூனாவுக்குப் புறப்பட்டுச் செல்லும்படி அவன் அறிவுறுத்தப்பட்டான்; கோட்சேவும் ஆப்தேவும் புது டெல்லி ரயில் நிலையத்தை நோக்கிச் சென்றனர். கார்க்கரே மெரினா ஹோட்டலுக்குத் திரும்பினான். துவைக்கக் கொடுத்த துணிகள் சிலவற்றை அவன் திரும்ப வாங்க வேண்டியிருந்தது. அதன் பின்னர் அவனும் ஹிந்து மகாசபா பவனுக்குச் சென்றுவிட்டான். ஆனால், மற்றவர்கள் ஏற்கனவே கட்டிடத்தை விட்டு வெளியேறி இருந்தனர். ஜனவரி 21 ஆம் தேதிக்குள், குழுவினர் கலைந்து பிரிந்துவிட்டனர்.

ஜனவரி 31 மற்றும் பிப்ரவரி 1 க்கும் இடைப்பட்ட நேரத்தில், காந்தியின் இறுதிச் சடங்கிற்கான ஏற்பாடுகள் செய்தபின், டெல்லி காவல்துறை ஹிந்து மகாசபா பவனில் நள்ளிரவில் சோதனை நடத்தியது. காந்தியைக் கொலை செய்வதற்கான சதித்திட்டத்தின் தலைமையகம் என்று கருதப்பட்ட ஹிந்து மகாசபா பவனில் டிஎஸ்பி சிங் தனது வேட்டையைத் தொடங்கினார்.

காந்திப் படுகொலையின் முக்கிய மையமாக ஹிந்து மகாசபை வேகமாக உருவாகிக் கொண்டிருப்பதாக ஜஸ்வந்த் சிங் கருதினார். இந்த அமைப்பு 1915இல் நிறுவப்பட்டது; அந்த அமைப்பு, ஆரம்பத்தில் ஹிந்து-முஸ்லிம் ஒற்றுமையை ஆதரித்தது. 1908-09 இல் நிறுவப்பட்ட பஞ்சாப் ஹிந்து சபையுடன் மகாசபையின் தோற்றம் தொடர்புடையது. பாய் பரமானந்த் ஹிந்துத்துவ அரசியலுக்கான விதைகளை அங்கு விதைத்தவர். இந்த ஹிந்துத்துவத் தத்துவங்கள் பாய் பர்மானந்த் எழுதிய 'Our Earliest Attempts at Independence' மற்றும் விநாயக் தாமோதர் சாவர்க்கரின் 'The Indian War of Independence 1857' என்ற நூல்களில் வேரூன்றியுள்ளன.

இரண்டும் 1909 ல் எழுதப்பட்டவை. 1857- இந்தியச் சிப்பாய் கலகம் மற்றும் ஹிந்து-முஸ்லிம் ஒற்றுமை குறித்து ஆர்வக் கிளர்ச்சியுடன் படைக்கப்பட்டவை. ஆரம்பத்தில், இந்த மழுப்பலான மற்றும் கற்பனையான ஒற்றுமையை அமைப்பு விரும்பியது. இருப்பினும், 1920 வாக்கில், நோக்கங்கள் அடிப்படையில் மாற்றம் பெற்றன. ஹிந்துக்களின் நலன்களை மட்டும் பாதுகாக்கும் போராளி

அமைப்பாக ஹிந்து மகாசபை தன்னை மாற்றிக்கொண்டது. மேற்கில் சிந்து நதியிலிருந்து கிழக்கிலிருக்கும் கடல் வரையிலும் பரந்து விரிந்த நிலத்தை நேசிப்பவர்கள் அனைவரும் ஹிந்துக்கள் என்று சாவர்க்கர் வரையறுத்தார். இலட்சிய ஹிந்து ஒருவன் இந்தியாவை தந்தை நாடாக மட்டுமின்றி, அவனது புனிதப் பூமியாகவும் பார்க்க வேண்டும்.

முதல் உலகப் போருக்குப்பின், உலகின் ஒழுங்கமைவு ஒரு தீவிர மாற்றத்திற்கு உட்பட்டது. பிரிட்டிஷ் படைகளின் தாக்குதலால் ஒட்டோமான் பேரரசு சிதறிப்போனது; இந்திய முஸ்லிம்கள் மத்தியில் எதிர்விளைவை அது உண்டாக்கியது. பிரிட்டிஷாருக்கு எதிராக ஐக்கிய முன்னணியை அவர்கள் அமைத்தனர். இறுதியில் 1919 ல் அது கிலாஃபத் இயக்கம் என்ற வடிவம் பெற்றது. காந்தியின், இந்தியத் தேசியக் காங்கிரசின் அசைக்க முடியாத ஆதரவையும் பெற்றது. கிலாஃபத் போராட்டத்தை ஆதரித்ததன் பின்னணியில் பிரிட்டிஷாருக்கு எதிராக ஒருங்கிணைந்த ஹிந்து-முஸ்லிம் முன்னணியை நிறுத்துவது என்ற சிந்தனை அவர்களிடம் இருந்தது. ஆனால், சாவர்க்கர் மற்றும் ஹெட்கேவார் போன்ற சமரசமற்ற தீவிரவாதிகள் இந்த ஆதரவு நிலைப்பாடு எல்லை மீறிய செயல் என்று கருதினர். இந்த நேரத்தில், ஹிந்து மகாசபை ஏற்கனவே ஹிந்து-முஸ்லிம் ஒற்றுமை குறித்த தனது சிந்தனைகளைக் கைவிட தொடங்கியிருந்தது.

கேரளாவின் மலபாரில் 1921ஆம் ஆண்டு மாப்ளா கிளர்ச்சி தொடங்கியது. கிலாஃபத் இயக்கத்தால் இந்த எழுச்சி ஈர்க்கப்பட்டது. எனினும், வன்முறையாக மாறிவிட்டது. தொடங்கியபோது, பிரிட்டிஷாருக்கு எதிரான கிளர்ச்சியாகத்தான் அது இருந்தது, ஆனால், விரைவில் இயக்கத்திலிருந்த முஸ்லிம் விவசாயிகள் தம் கவனத்தை அந்தப் பகுதியின் ஹிந்து நிலச்சுவான்தார்கள் பக்கம் திருப்பிவிட்டனர். அடக்கியாண்ட ஹிந்து ஜமீன்தார்களுக்கு எதிராக முஸ்லிம் விவசாயிகளின் ஒரு பகுதியினர் வன்முறையைக் கட்டவிழ்த்துவிட்டனர். பெண்களைக் கற்பழித்தனர். வீடுகளைக் கொள்ளையடித்தனர், எரித்தனர். இந்தத் தொடர் நிகழ்வுகள் ஹிந்து-முஸ்லிம் ஒற்றுமை குறித்த சாவர்க்கரின் அணுகுமுறையில் முக்கிய மாற்றத்தை ஏற்படுத்தின. ஹிந்துக்களை வலுப்படுத்துதல், ஒன்றுபடுத்துதல் நோக்கி அவர் நகர்ந்தார். இதற்கான வரைபடத்தை 1923 ஆம் ஆண்டு அவர் எழுதிய *'Essentials of Hindutva'* என்ற நூலில் குறிப்பிட்டிருந்தார்.

ஹிந்து மகா சபையினர் 20-08-1923 அன்று பனாரஸில் (இப்போது வாரணாசி) சந்தித்தனர். தமக்குள் சண்டையிட்டுக் கொண்டிருந்த பல்வேறு ஹிந்துக் குழுக்களை ஒரே குடையின் கீழ் ஒன்றிணைத்தனர். கிலாஃபத் இயக்கத்திலும் மாப்ளா கிளர்ச்சியிலும் இந்திய முஸ்லிம்கள் தமது ஒற்றுமையை வெற்றிகரமாக காட்சிப்படுத்தியதுபோல் ஒன்றுபட்ட ஹிந்து அமைப்பை விரைந்து தோற்றுவிப்பது அவர்களின் முதன்மைக் கவனமாக இருந்தது.

அதே காலகட்டத்தில், பிரிட்டிஷ் இந்தியாவில் பெரும் சமூக சீர்திருத்த இயக்கம் ஒன்று தொடங்கி, நடந்து கொண்டிருந்தது. நாட்டின் சில பகுதிகளில் பிராமணர்களுக்கு எதிராகவும், நகர்ப்புற வணிக மற்றும் தொழில்முறை வர்க்கத்தினருக்கு எதிராகவும் இயக்கங்கள் பெருகிக்கொண்டிருந்தன. பிரிட்டிஷார் இரண்டு சீர்திருத்தத் திட்டங்களைக் கொண்டு வந்தனர்: 1909இல் மார்லி-மிண்டோ சீர்திருத்தம் மற்றும் 1918இல் மாண்டேகு-செம்ஸ்ஃபோர்ட் சீர்திருத்தம். நகர்ப்புறங்களின் இழப்பில், அரசாங்கம் அதிக அளவு கிராமப்புறங்களுக்குச் சாதகமாக நடந்துகொண்டது. விவசாயிகளுக்கு ஆதரவாக ஒரு வலிமையான 'லாபி' தோன்றுவதற்கு இது வழிவகுத்தது. 1920 களின் மத்தியில் அரசியல் மற்றும் சமூக மாற்றங்கள் ஏற்பட்டுக் கொண்டிருந்தன; அவர்களது அதிகாரத்தையும் அந்தஸ்தையும் குறைத்துக் கொண்டிருக்கும் சக்திகளுக்கு எதிராக வசதியான, நகர்ப்புற வணிக மற்றும் தொழில்முறை ஹிந்துக்கள் தம்மை ஒருங்கிணைத்துக் கொள்ள வேண்டிய கட்டாயம் ஏற்பட்டது.

வர்க்க அடையாளம் மத அடிப்படையிலான தடத்தில் இப்போது ஒன்றிணையத் தொடங்கியதை நாம் பார்க்க இயலும். மேற்தட்டு வர்க்கத்தினருக்கு ஏற்பட்ட அச்சம், மத அடையாளத்தை வலிமைப்படுத்துவதன் மூலம் எதிர்கொள்ளப்பட்டது. மகாராஷ்டிராவில் நகர்ப்புறப் பிராமணர்கள் 'குன்பி மராத்தா' சாதியினரால் பின்னுக்குத் தள்ளப்படும் சூழல் நேரிட்டது. அவர்கள், பிரிட்டிஷ் சீர்திருத்தங்களால் பயனடைந்த விவசாயிகள். இதேபோல், 1921-23இல் பஞ்சாபில், பிராமணர் அல்லாத ஏனைய ஹிந்துச் சாதியினரை உள்ளடக்கிய பஞ்சாப் 'யூனியனிஸ்ட்' கட்சியை ஜாட் சீக்கியர்கள் துவக்கினர்; அதன் நிறுவனர் ஃபாஸல்-இ-ஹுசைன். அவர் தலைமையில், பணக்கார, நில உடைமை உயர்சாதி ஹிந்துக்கள் மீது தாக்குதல் நடத்தப்பட்டது.[9] 1921ஆம்

ஆண்டில் நடந்த மாப்ளா கிளர்ச்சியும் பணக்கார, உயர் சாதி நில உடைமை ஹிந்துக்கள் மீதான விவசாயிகளின் தாக்குதலேயாகும். விவசாயச் சாதியினர் தலைமையில் உயர் சாதியினர் மீது நடந்த தாக்குதல்களுக்கு ஒற்றைக் காரணம், ஒட்டுமொத்த ஹிந்துக்களின் பலவீனத்திலும் அவர்களிடம் நிலவும் ஒற்றுமையின்மையிலும் தான் முளைத்ததென்று ஹிந்து மகாசபை கருதியது. எனவே, அனைத்து ஹிந்துக்களையும் ஒன்றிணைப்பது என்ற சாவர்க்கரின் முயற்சி, 'ஹிந்து' என்ற சொல்லின் பண்பாட்டு வரையறையையும், அனைத்துச் சாதியினருக்கும் பொதுவான இன வரலாற்றையும் வலியுறுத்துவதைச் சூழ்ந்து இருந்தது.[10]

இதுபோன்ற முயற்சிகள் இருந்தபோதிலும், அந்த அமைப்பு இயங்கிய காலத்தின் பெரும்பகுதியும், ஒரு வெகுஜன அமைப்பாக ஹிந்து மகாசபை மாறவில்லை. ஏனெனில், அதன் ஆதரவாளர்களில் பலரும் பணக்கார நிலப்பிரபுக்கள். அணிதிரட்டல் என்ற சொல்லை அவர்கள் உச்சரிக்க விரும்பவில்லை. முக்கியமான நபர்களை மையமாக கொண்டு இயங்கிய, தளர்வாக ஒருங்கிணைக்கப்பட்ட ஒரு குழுவாகவே இருந்தது.

கொலைச் சதியின் மையமாக ஹிந்து மகாசபை இருக்கலாம் என்ற உணர்வு டிஎஸ்பி சிங்கிற்கு அதிக அளவு இருந்தது. அவரது குழுவினர் அதுவரையிலும் பதினெட்டு சோதனைகள் நடத்தியிருந்தனர். சந்தேகப் பட்டியலிலிருந்த ஏறத்தாழ அனைவரும் பணக்கார வணிகர்கள் அல்லது உயர்சாதி ஹிந்துக்களாக, அளவுக்கதிகமான அதிகாரம் படைத்தவர்களாக இருந்தனர். அவரது கடந்தகால நடவடிக்கைகளின் படியும், சாவர்க்கர் மிகத் தீவிரமான ஹிந்து மதவாதி என்று மதன்லால் கூறிய வாக்குமூலத்தின்படியும், மகாத்மா காந்தியை அவர் பகிரங்கமாக எதிர்ப்பவர் என்பதன் அடிப்படையிலும் இயல்பாகச் சந்தேகப்பட வேண்டிய நபர் அவர்.

பிப்ரவரி 5ஆம் தேதி பம்பாய் காவல் துறை விநாயக் தாமோதர் சாவர்க்கரைக் கைது செய்தது.

3
ஆட்சேர்ப்பு

ஆகஸ்ட் 1947

மதன்லால் பஹ்வாவின் வாழ்க்கைத் தலைகீழாக மாறப் போகிறது. ஆகஸ்ட் 9 அன்று, பிரிட்டிஷ் வழக்கறிஞரும் அரசு அதிகாரியுமான சிரில் ஜான் ராட்க்ளிஃப் எல்லைக் கோடு ஒன்றை வரைந்தார். துணைக் கண்டத்தை மதத்தின் அடிப்படையில் இரண்டாகப் பிரித்தார். இந்தியாவின் வட பகுதியில் முஸ்லிம்கள் பெரும்பான்மையாக வசிக்கும் மாகாணங்களும், மேற்கு பஞ்சாபும் கிழக்கு வங்காளமும் பாகிஸ்தான் என்ற புதிய தேசத்தின் பகுதியாகின. ஹிந்து மற்றும் சீக்கிய மாகாணங்கள் இந்தியாவுடன் சேர்ந்தன. ராட்க்ளிஃப் ஜூலையில்தான் இந்தியாவிற்கு வந்திருந்தார். 450,000 சதுர கிலோமீட்டர் நிலப்பரப்பை நியாயமான முறையில் செதுக்கி, பிரித்து, எண்பத்தெட்டு மில்லியன் மக்களின் தலைவிதியைத் தீர்மானிக்க, ஒரு மாதத்திற்கும் சற்று அதிகமான நாட்கள் மட்டுமே அவருக்கு அவகாசம் அளிக்கப்பட்டது.

சுதந்திரம் அடைந்து, இரண்டு நாட்களுக்குப் பிறகும், ஆகஸ்ட் 17 வரையிலும், எல்லையின் இருபுறமும் இருந்த மக்களுக்கு அவர்கள் எந்த நாட்டைச் சேர்ந்தவர்கள் என்பது கொஞ்சமும் தெரியவில்லை. பிரிவினைக்கு முன்னும் பின்னும் அந்த நிலப்பரப்பை அவநம்பிக்கையும் மறுப்பும் தான் சூழ்ந்திருந்தது. நிஜமாகவே மக்கள் இந்த அளவுக்குப் பெருமளவில் இடப்பெயர்ப்புக்கு ஆளாவார்கள் என்று பஞ்சாப் எல்லை ஆணையத்தின் ஆலோசகராக இருந்த எவரும் நம்பவேயில்லை. அதேநேரத்தில் டெல்லியில் வசித்த ஒரு குடும்பம் அந்த மாநகரம் பாகிஸ்தானுக்குச் செல்லும் என்று உறுதியாக நம்பியது.[1]

மதன்லால் காஷ்மீரிலால் பஹ்வாவுக்கு அப்போது இருபது வயதுதான். பஞ்சாப் மாகாணத்தில் மான்ட்கோமெரி

மாவட்டத்தின் சிறிய நகரான பாக்பட்டானில் வசித்தான். அங்கு அவனது குடும்பத்திற்கு நான்கு மாரபாஸ் (சுமார் 40 ஹெக்டேர்) நிலம் இருந்தது. அவனது தந்தை காஷ்மீரிலால் குடியேற்ற அலுவலகத்தில் எழுத்தராக இருந்தார். மதன்லால் பிறந்து இருபது நாட்களே ஆன நிலையில் அவன் தாயார் இறந்துவிட்டார். 1947இல், இரு ஆண்டுகள் இராணுவ சேவைக்குப்பின் அவன் வீடு திரும்பியிருந்தான். கடற்படையில் வயர்லஸ் தந்தி அனுப்புபவனாக பணியாற்றியிருந்தான். மதன்லால் 'பிரபாகர் தேர்வு'[2] எழுதத் திட்டமிட்டிருந்தான். ஆனால் அது நடைபெறாமல் போயிற்று. 'ஒரு சாதாரண அமைதியான, பயனுள்ள குடிமகனின் வாழ்க்கை எனக்கு விதிக்கப்படவில்லை' என்று மதன்லால் பின்னொருமுறை கூறினான்.[3] அவனது சாட்சியம், 'அவ்வப்போது மிகைப்படுத்திக் கூறுவதாகவும், பிரச்சாரம் போலவும்'[4] இருந்தாலும் வன்முறையை நேரடியாகப் பார்த்த ஒரு ஹிந்து அகதியின் கதையையும் வெளிப்படுத்தியது. இரக்கமற்ற, கொடூரமான வன்முறை அது. பிரிவினை, அவனைப் பொறுத்தவரை, ஒரு 'பேரழிவு'.

மார்ச் 1947இல், பஞ்சாப் மாகாணத்தை ஆட்சி செய்த கிஸார் ஹயாத் திவானா அமைச்சகம் ராஜினாமா செய்தது. முஸ்லிம் லீக் ஆட்சிக்கு வந்தது. லாகூரிலும் அமிர்தசரஸிலும் வகுப்புவாதக் கலவரங்கள் வெடித்தன. பஞ்சாப் முழுவதும் கலவரம் பரவியது.[5] இளைஞன் மதன்லாலும் அவனைப் போன்ற பலரும் 'ஹிந்துத்' தலைமை முற்றிலும் தோல்வியடைந்துவிட்டது; பிரிவினை தவிர்க்க இயலாதது என்று கருதினர். 'பயமும் எச்சரிக்கை உணர்வும் ஹிந்து பஞ்சாபை பீடித்தது' என்று மதன்லால் நினைவுகூர்ந்தான்.[6] பஞ்சாபின் அரசாங்க மாளிகையில் முஸ்லிம் லீக் கொடியை ஏற்றுவதற்கு முயற்சிகள் திட்டமிட்டு ஒருங்கிணைக்கப்பட்டன. அதேநேரத்தில் 'முக்கியமான லீகின் தலைவர்கள்' சட்டவிரோதமான, வன்முறை நிறைந்த ஊர்வலங்களில், ஆர்ப்பாட்டங்களில் கலந்துகொண்டனர் என்றான் அவன். பாக்பட்டனில் ஹோலி தினத்தன்று ஹிந்துக்களின் ஊர்வலத்தை நிறுத்தி, முஸ்லிம்கள் தாக்குதல் நடத்தினர் என்று மதன்லால் நீதிமன்றத்தில் கூறினான். 'முஸ்லிம்களிடம் இயல்பில் உள்ளார்ந்திருக்கும் ரௌடித்தனம் அருவருப்பான அசிங்கமான அனைத்து வடிவங்களிலும் அப்போது வெளிப்பட்டது.'[7]

ஜூன் 3, 1947. மாலையில், பிரிட்டிஷ் இந்தியப் பேரரசின் தலைநகரான டெல்லியில் வெப்பமான சூழல் நிலவிய ஸ்டுடியோவில் அமர்ந்து மவுண்ட்பேட்டன் பிரபுவும், ஜவஹர்லால் நேருவும், முகமது

அலி ஜின்னாவும், பல்தேவ் சிங்கும் பிரிவினைத் திட்டத்தை அறிவித்தனர். குவெட்டாவிலிருந்து மதராஸ் வரையிலும், கல்கத்தா முதல் பம்பாய் வரையிலும் இந்தச் செய்தியைக் கேட்பதற்காக மக்கள் வானொலிப் பெட்டிகளின் முன்பாகவும், வயர்லெஸ் கருவிகளைச் சுற்றியும் திரண்டனர்.[8] பஞ்சாபின் பெரும்பகுதியைப் பாகிஸ்தானுக்கு அளித்ததில் மதன்லால் கொடூரமான அதிர்ச்சிக்கு ஆளானான். தலைவர்கள் துரோகம் இழைத்துவிட்டார்கள் என்று அவர்கள் மேல் கோபம் கொண்டான். ஹிந்து பஞ்சாப் முற்றிலும் ஏமாற்றப்பட்டுவிட்டது, ஆதரவின்றி நின்றது என்று அவன் கூறினான்.

அவர்கள் தெரிவித்த எதிர்ப்புகள் யார் காதிலும் விழவில்லை. முஸ்லிம்கள் பெரும்பான்மையாக இருந்த அப்பகுதி காவல்துறை, துப்பாக்கிச் சூடு நடத்தியது. அவர்களைக் கைது செய்தது. ராட்கிளிஃப் கோட்டை ஏற்றுக்கொண்ட தலைவர்கள் பஞ்சாபிலிருக்கும் ஹிந்துக்களின் நலன்கள் பாதுகாக்கப்படும் என்று உறுதியளித்தனர்; அமைதியாக இருக்குமாறு அறிவுறுத்தினர். அப்போது இடம்பெயர முயன்ற மக்களையும் காங்கிரஸ் உறுப்பினர்கள் தவறாகப் பேசினர். மறுபுறத்தில், முஸ்லிம்கள் பாகிஸ்தானுக்குத் தயாராகிக் கொண்டிருந்தனர் என்று மதன்லால் நினைவு கூர்ந்தான். ஹிந்து வீடுகளில் புகுந்து சோதனை நடத்தினர்; சமையலறைப் பயன்பாட்டிற்கான கத்திகளும் எடுத்துச் செல்லப்பட்டன. நகரங்களிலும் கிராமங்களிலும் முஸ்லிம் லீக் கொடிகள் ஏற்றப்பட்டன. ஹிந்துக்களும் சீக்கியர்களும் அவற்றை வணங்கும்படி கூறப்பட்டனர்.

சில நாட்கள் சென்றதும், ஆகஸ்ட் மாதத்தில், இந்தியாவிலிருந்து முஸ்லிம்கள் சிறப்பு ரயில்களில் வரத் தொடங்கினர். ரயில் மீது முஸ்லிம் லீக் கொடி பறந்தது. 'பாகிஸ்தான் ஸிந்தாபாத்' என்று எழுதப்பட்டிருந்தது. ஆகஸ்ட் 19ஆம் (1947) தேதி இதைப் போன்ற சிறப்பு ரயில் ஒன்று எதிர்பார்க்கப்படுவதாக பாக்பட்டனில் செய்தி பரவியது. ஆகஸ்ட் 20ஆம் தேதி கலவரம் வெடித்தது. மதன்லாலின் கூற்றுப்படி, டோக்ரா படைப்பிரிவு ஒன்று ஆகஸ்ட் 23ஆம் தேதி பாக்பட்டனுக்கு வந்தது. அவர்களது பாதுகாப்பில், அறுபதாயிரம் பேர் கொண்ட மக்கள் கூட்டம் இந்திய-பஞ்சாப் மாநிலத்திலிருக்கும் ஃபாசில்கா நகரம் நோக்கி அணிவகுத்துச் சென்றது.

ஹிந்துக்கள், சீக்கியர்கள் பலரையும் போல், ஏறக்குறைய எந்த அறிவிப்புமின்றி மதன்லால் அவசரமாக கிழக்கு நோக்கித் தப்பியோடத் தயாராகிவிட்டான். வன்முறையையும், காட்டுமிராண்டித்தனத்தையும் சாவையும் அந்த மக்கள் எதிர்பார்த்தனர். 100 கி.மீ.க்கும் அதிகமான நெடிய பயணம் அது. மூன்று பகல்கள் மற்றும் மூன்று இரவுகள். அனைத்து வயதிலும் ஆண்களும், பெண்களும் மற்றும் குழந்தைகளும் அதில் இருந்தனர். ஆடைகள் சில தவிர்த்து, வேறு எதையும் அவர்கள் எடுத்துச் செல்லவில்லை. கூட்டத்தினர் பலமுறைத் தாக்கப்பட்டனர். இந்த அழுத்தத்தைத் தாங்க முடியாத பலரும் பெரும்பாலும் பெண்களும் குழந்தைகளும் பின்தங்கிவிட்டனர். ஆண்கள் பலர் கொல்லப்பட்டனர், பெண்கள் கடத்தி செல்லப்பட்டனர்.

மதன்லாலும், கூட்டத்தில் மீதமிருந்த மனிதர்களும் இறுதியாக ஃபாசில்காவிற்கு வந்துசேர்ந்தனர். இந்திய மண்ணைக் கண்டதும் அவர்கள் மகிழ்ச்சியால் கூக்குரலிட்டனர். கொஞ்சம் அமைதியையும் பாதுகாப்பையும் தான் அவர்கள் எதிர்பார்த்தனர். எனினும், அப்படி அது அமையவில்லை. டெல்லியின் சில பகுதிகளில் கொண்டாட்டங்கள் நடந்துகொண்டிருந்த நிலையில், ஃபாசில்காவில் கடுமையான ஊரடங்கு அமலில் இருந்தது. மதராஸ் ரெஜிமென்ட்டின் வீரர்கள் ரோந்துப் பணியில் ஈடுபட்டிருந்தனர். ஊரடங்கு உத்தரவை மீறும் எந்தக் குடிமகனும் சுட்டுக் கொல்லப்பட்டான். மறுநாள், அகதிகளுக்கான தர்மசாலை ஒன்றில் தங்கியிருந்த உறவினர்கள் சிலருடன் மதன்லால் மீண்டும் இணைந்தான்.

அவனது தந்தையும் அத்தையும் பாக்பட்டானிலிருந்து ஒரு ரயிலில் வருவதாக அவனுக்குத் தகவல் கிடைத்தது. சில மணி நேரம் சென்றதும், அந்த ரயில் தாக்கப்பட்டது என்ற தகவலும் அவனுக்குக் கிடைத்தது. சில நூறு பேர் கொல்லப்பட்டனர். அதில் அவன் அத்தையும் இருந்தாள். இந்த இழப்பு மதன்லாலிடம் பெரும் தாக்கத்தை ஏற்படுத்தியது. ஏனென்றால், அவனைத் தனது சொந்த மகனைப்போல் வளர்த்தவள் அந்த அத்தை. குவிந்து கிடந்த சடலங்கள் மத்தியில் படுகாயமடைந்த நிலையில் கண்டெடுக்கப்பட்ட மதன்லாலின் தந்தை காஷ்மீரிலால், பெரோஸ்பூர் கண்டோன்மென்ட் மருத்துவமனைக்கு எடுத்துச் செல்லப்பட்டார்.

அவனது கடந்தகாலச் சேவையின் காரணமாக, அகதிகளை வாகனங்களில் ஏற்றி அனுப்பும், வெளியிலிருந்து வருபவர்களை வரவேற்கும் தன்னார்வத் தொண்டனாக மதன்லால் அமர்த்திக் கொள்ளப்பட்டான். ஆகஸ்ட் 29ஆம் தேதி 60 கி.மீ. நீளத்திற்கு ஒரு லட்சம் அகதிகளின் தொகுதி ஒன்று வரப்போவதாக கேள்விப்பட்டான். அந்தக் கூட்டத்தில் நிர்வாணமாக்கப்பட்ட 500 பெண்களும் இருந்தனர். 'மார்பகங்களும், மூக்குகளும், காதுகளும் வெட்டப்பட்ட, கன்னங்களில் வெட்டுக்காயங்களுடன் வந்த பெண்களைப் பார்த்தேன்... கோரமான, கொடூரமான கதைகளை அவர்கள் கூறினார்கள். தனது குழந்தை எப்படி வறுக்கப்பட்டது என்ற கதையை ஒரு பெண்மணி என்னிடம் கூறினார். அதைச் சாப்பிடும்படியும் அவர் வற்புறுத்தப்பட்டாராம். அதை மறுத்த அவளது காதுகள் வெட்டப்பட்டன. மற்றொரு பெண்மணி, மரத்தில் கட்டப்பட்டிருந்த கணவனின் முன்னிலையில் தான் பலவந்தப்படுத்தப்பட்டதை என்னிடம் கூறினார்.'[9]

ஆகஸ்ட் மாத இறுதியில், வகுப்புவாத வன்முறை ஃபாசில்காவிலும் பரவியது. சில முஸ்லிம்கள் அந்த நகரத்தின் 'கசாப் மொஹல்லா'வை (கசாப்புக் கடைக்காரர்களின் குடியிருப்பு) கைப்பற்றிவிட்டனர். ஒரு ஹிந்து அகதி அங்கு கொல்லப்பட்டார். அந்தப் பகுதிக்குள் காவல்துறையால் செல்ல முடியவில்லை. சில நாட்களுக்கு முன்பு, அங்கிருந்து முஸ்லிம்கள் பாதுகாப்பாக வெளியேறுவதற்கு உதவி செய்த காந்திய அதிகாரி வெளியேறுவதற்கும் அவர்கள் அனுமதிக்கவில்லை. லாரிகளிலும் டிரக்குகளிலும் முஸ்லிம்கள் பாகிஸ்தானுக்கு அனுப்பப்படுவதற்கு முன்பாக இந்த அதிகாரி அவர்களிடம் மன்னிப்புக் கேட்டதை மதன்லால் பின்னர் நினைவு கூர்ந்தான்.[10]

இத்தனைக்கு பிறகும் ஃபாசில்காவின் 'முஸ்லிம் கசாப்கள்' கொஞ்சம் கூட இரங்கவில்லை. அவர்கள் துப்பாக்கியால் சுட்டதால், காவல்துறையும் திருப்பிச் சுட வேண்டிய நிலை. புறநகர்ப் பகுதியில் அகதிகள் மீண்டும் தாக்குதலுக்கு உள்ளாகினர். மதன்லால் காவல்துறையுடன் அந்தப் பகுதிகளுக்கு சென்றான். அதிக எண்ணிக்கையில் சடலங்களையும் படுகாயமடைந்த பல அகதிகளையும் அங்கு அவர்கள் பார்த்தனர். கடுமையாகக் காயமடைந்த ஒரு சீக்கியரையும் அவன் கண்டான்; அவரது மகள்கள் (இப்போது பாகிஸ்தானில் இருக்கும்) சக் பேடி என்ற இடத்தில் தூக்கிச் செல்லப்பட்டதாக சீக்கியரின் மனைவி கூறினார்.

அதன்பின், தந்தையுடன் சேர்ந்துகொள்வதற்காக மதன்லால் ஃபெரோஸ்பூருக்குச் சென்றான். ஊரில் ஊரடங்கு உத்தரவு அமலிலிருந்தது. அதனால் அன்றிரவை ரயில் நிலையத்தில் கழித்தான். பாகிஸ்தானின் ராவல்பிண்டியிலிருந்து சிறப்பு ரயில் ஒன்று வந்தது. அதில் வந்த சில பயணிகளிடம் மதன்லால் பேசினான். 2,500 பயணிகளை ஏற்றி வந்த சிறப்பு ரயில் ரைவிண்டு என்ற இடத்தில் தாக்கப்பட்டது; மக்கள் கூட்டமாக, கொடூரமாகப் படுகொலை செய்யப்பட்டனர் என்று அவர்கள் கூறினர். பின்னர், கண்டோன்மென்ட் மருத்துவமனையில் இருந்த அவனது தந்தையைச் சந்தித்தான்.

காஷ்மீரிலால் பலவீனமாக இருந்தார். அவரது உடல் முழுவதும் கட்டுகள். அவர் தனது மகனை உடனே டெல்லிக்குச் சென்றுவிடும்படி வலியுறுத்தினார். இடம்பெயர்ப்புக்கு ஆளான, வெளியேற்றப்பட்ட, கொள்ளையடிக்கப்பட்ட, காயமடைந்த, கொல்லப்பட்ட, கற்பழிக்கப்பட்ட பதினைந்து மில்லியன் மக்களைப் போல் இளைஞன் மதன்லாலுக்கும் அதிர்ச்சியான நேரம் அது. கிராமங்கள் முழுமையாக எரிக்கப்பட்டன; ஆண்களும், பெண்களும், குழந்தைகளும் வெட்டிக் கொல்லப்பட்டனர்; இளம் பெண்கள் கற்பழிக்கப்பட்டனர்; மேலும் கர்ப்பிணிப் பெண்களின் மார்பகங்கள் வெட்டப்பட்டன. எல்லா இடங்களிலும் படுகொலைகள் நிகழ்ந்தன.

பட்டிண்டா, அம்பாலா வழியாக டெல்லியை அடைந்த மதன்லால் அங்கிருந்த அகதிகள் முகாமுக்குச் சென்றான். பின்னர், அவன் மத்தியப் பிரதேசத்தின் குவாலியரில் உள்ள தனது தாய்வழி சித்தியின் வீட்டிற்குச் சென்றான். அங்கு அவன் தத்தாத்ரேயா சதாசிவ பார்ச்சூரேவின் தீவிரவாத அமைப்பான ஹிந்து ராஷ்டிர சேனையில் சேர்ந்து பணியாற்றினான்: மகாத்மா காந்தி கொலைச் சதியில் முக்கிய நபர் அவர். குவாலியரில், அந்த மாநகரின் தெருக்களில் முஸ்லிம்களைத் தாக்கும் கும்பலில் மதன்லாலும் இருந்தான். குவாலியரிலிருந்து போபாலுக்கு முஸ்லிம்களை ஏற்றிச்சென்ற ரயிலை கைத்துப்பாக்கிகளாலும் கையெறி குண்டுகளாலும் அந்தக் கும்பல்தான் தாக்கியது.

இந்தியா வந்தபின் மதன்லாலுக்கு ஒரு வேலை தேவையாக இருந்தது. அவனது தந்தை காஷ்மீரீலால் டெல்லியில் அவன் ஒரு வேலை தேடிக்கொள்ள வேண்டும் என்று விரும்பினார்.

மதன்லாலை ஒரு போலீஸ் அதிகாரியிடம் கான்ஸ்டபிள் வேலைக்குச் சேர்த்து விடும்படி தனது மைத்துனருக்கு அவர் கடிதம் ஒன்றும் எழுதிக்கொடுத்தார். ஆனால், மதன்லாலுக்கு கான்ஸ்டபிள் ஆவதில் விருப்பமில்லை, ஆனால், அவன் அதைத் தன் தந்தையிடம் ஒப்புக்கொள்ள விரும்பவில்லை. எனவே, அந்தக் கடிதத்தைத் தன்னுடனே வைத்திருந்தான்.

குவாலியரில் அவன் இருபது நாட்கள் தங்கியிருந்தான்; வேலை ஏதாவது கிடைக்குமா என்று தேடினான்; கிடைக்கவில்லை. சித்தியின் ஆலோசனையின்படி இரண்டு நாட்கள் ரயில் நிலையம் அருகே இருந்து வேலைக்கு முயன்றான். மீண்டும் அவனுக்குத் தோல்விதான் கிடைத்தது.

வாழ்க்கையை, மீண்டும் உருவாக்கிக்கொள்ளுதல்

இந்தியா சுதந்திரம் அடைந்த இரண்டு மாதங்களுக்குப் பின், சித்தியிடம் சொல்லிக் கொள்ளாமல் மதன்லால் அக்டோபர் மாதம் பம்பாய்க்குச் சென்றான். இதற்கு முன்பு பம்பாய்க்கும் பூனாவுக்கும் அவன் சென்றிருக்கிறான். நவம்பர் 1944 இல், பதினேழு வயதில், லாகூரில் ராயல் இந்தியன் இன்ஜினியர்ஸில் சேர்ந்தான். ஏனைய நடுத்தர வர்க்கச் சிறுவர்களைப் போல் பேரரசின் ஸ்தாபனம் ஒன்றில் பாதுகாப்பான வேலையில் சேர அவன் ஆசைப்பட்டான். பூனாவிலிருந்த நவ்ரோஸ்ஜி வாடியா கல்லூரியில் பயிற்சியை முடித்தபின் பம்பாயில் பிரிட்டிஷ் இந்தியாவின் ராயல் நேவியில் அவன் பணியமர்த்தப்பட்டான்.

குவாலியரிலிருந்து பம்பாய் சென்ற ரயிலில், மதன்லாலுடன் ஹிந்து அகதிகள் பலரும் பயணித்தனர். வன்முறை வேரோடு பிடுங்கிப்போட்ட அவர்களது வாழ்க்கையை மீண்டும் தொடங்கும் நம்பிக்கையுடன், பாதுகாப்பான இடங்கள் நோக்கி அவர்கள் சென்று கொண்டிருந்தனர். இரயில் பெட்டிகளில், சிந்திய இரத்தத்தின், இறந்த உடல்களின் வாடை வீசியது. ஈடுசெய்ய முடியாத இழப்புகளை, காட்டுமிராண்டித்தனமான மனிதாபிமானமற்ற நிகழ்வுகளைப் பரிமாறியபடி மக்கள் சென்றுகொண்டிருந்தனர்.

மதன்லால் ஆத்திரத்தில் வெறிகொண்டிருந்தான். நாடு கடத்தப்பட்ட ஹிந்துக்கள் ஒன்று திரண்டிருப்பதில் அவனுக்கு ஆறுதல் கிடைத்தது. துயரங்களை அனுபவிக்காமல், குறுகியகாலத்தில் குறிப்பிட்ட அளவு மாற்றத்தை மட்டுமே மனிதர்களால்

ஏற்படுத்திக்கொள்ள முடியும். மதத்தை, புவிப்பரப்பை அல்லது இனக்குழுவை அடிப்படையாகக் கொண்ட இனம்-சார் தேசியத்தை மையக்கருவாக கொண்டு விரைவான, துயரம் நிறைந்த ஒரு மாற்றம் சமூகத்தில் நிகழும்போது, அந்தச் சமூகத்தின் முழுமையான உறுப்பினராக யார் தகுதி பெறமுடியும் என்ற வரையறை குறுகிவிடுகிறது. இந்தச் செயல்முறை 'பிறராக்குதல்' என்று அழைக்கப்படுகிறது. இதைப்போன்ற சூழலில் அப்போது இந்தியாவிலிருந்த மதன்லால் போன்ற நூற்றுக்கணக்கான ஹிந்துக்களும் சீக்கியர்களும் மற்றும் பாகிஸ்தானிலிருந்த முஸ்லிம்களும், ஒரு காலத்தில் அவர்களது அருகில் வசித்த மற்ற இனத்தவர் மீது எல்லையற்ற கோபமும் வெறுப்பும் கொண்டதில் ஆச்சரியமில்லை.

பம்பாய் செல்லும் ரயிலில் பயணித்த மதன்லாலுக்கும் அவனது சக ஹிந்து அகதிகளுக்கும், பெட்டியிலிருந்த முஸ்லிம் பயணிகளை தூக்கி எறிய வேண்டும் என்ற ஏக்கம் இருந்தது. அவர்கள் கேட்டிருந்த, பரிமாறிக் கொண்ட கொடூரமான கதைகளும், அவர்கள் நேரில் பார்த்த மற்றும் அனுபவித்த வன்முறைகளும், அன்புக்குரியவர்களை இழந்திருந்ததும் அவர்களுக்கு ஆத்திரமூட்டின. உணர்வில் மூழ்கடித்தன. மதன்லாலுக்கு 'நமது ஹிந்துக்கள்', என்பதற்கு எதிராக, 'அந்த முஸ்லிம்கள்' இருந்தனர்.

அக்டோபர் 1947

பம்பாய், அப்போது குழப்பத்தின் வேதனையில் இருந்தது. அகதிகள் நிரம்பிய ரயில்களும் கப்பல்களும் இடைவிடாமல் நகரத்திற்கு வந்துகொண்டிருந்தன. ஏராளமான தற்காலிக முகாம்கள் உருவாகிக் கொண்டிருந்தன. அகதிகளுக்கு குருத்வாராக்கள் சூடான உணவு ஏற்பாடு செய்து தந்தன. வேகத்திற்கும் நேரந்தவறாமைக்கும் பெயர் பெற்ற ஃபிரான்டியர் மெயில் பெஷாவரிலிருந்து பஞ்சாபி அகதிகளை ஏற்றி வந்தபோது, சிந்து பிரதேசத்தைச் சேர்ந்த முஸ்லிம் அல்லாதவர்கள் ஹசன் அப்தலில் அந்த ரயிலில் ஏறினர்; மூன்று நாட்கள், 2,335 கிலோமீட்டர்கள் பயணம் செய்து பம்பாய்க்கு வந்தனர்.

மேற்கு பஞ்சாபிலிருந்து இந்தியாவின் பிற நகரங்களுக்கு முன்னரே சென்றிருந்த மதன்லால் போன்ற மற்றவர்களும் இப்போது பம்பாய் நோக்கி வந்தனர். சில அகதிகள் கராச்சியிலிருந்து பம்பாய்க்கு, தூரம்

குறைவான, பாதுகாப்பான கடல் வழியைத் தேர்ந்தெடுத்தனர். வெறும் 589 கடல் மைல் தொலைவுதான். பம்பாயின் முதலாவது அகதி முகாம்கள் சியோன்-கோலிவாடா, குவின்ஸ் ரோடு, ஃப்ரெர் ரோடு மற்றும் பின்னர் உல்லாஸ்நகர் அழைக்கப்பட்ட ரிட்லிஸ் சைடிங் ஆகிய இடங்களில் அமைந்தன.

மதன்லால் முதல் சில நாட்களுக்கு போரிபந்தர் பகுதியிலிருந்த குருத்வாராவில் தஞ்சம் புகுந்தான். குருத்வாரா அவனுக்கு முழுமையான உணவும் தூங்க இடமும் தந்து உதவியது. அவனது துயரங்களுக்கு இது தீர்வு கிடையாது; அதிகப்படியான வேலையில் மூழ்கியிருந்த இந்திய அதிகாரவர்க்கம் அவனுக்கு அதை எளிதாக்கவும் இல்லை. அந்த நாட்களில் ஓர் அகதிக்கு அடையாள அட்டை அவசியம். அதைப் பெறுவதற்காக மதன்லால் புல்டன் ரோடு காவல் நிலையத்திற்குச் சென்றான். காவல்நிலையத்தில் பதிவு செய்துகொண்டான். அவனுக்கு அடையாளம் அட்டை வழங்கப்பட்டது-எண்.153. அவனது அடுத்த நிறுத்தம், ஒரு வேலையைத் தேடி, அகதிகளுக்கான ஆணையர் அலுவலகம். துணைக்கண்டத்தின் வளமான சில நகரங்களில் ஒன்றான, பம்பாயில் அகதிகள் குவிந்து கொண்டிருந்தனர்.

அகதிகளுக்கான ஆணையர் அலுவலகம் அவனை பஞ்சாப் மற்றும் எல்லைப்புறச் சங்கத்திற்குச் சென்று அங்கு ஒரு படிவத்தை நிரப்பித் தரச்சொன்னது. கையில் படிவத்துடன், க்ராஃபோர்ட் மார்க்கெட்டிலிருந்த ஷர்மா எலக்ட்ரிக் ஸ்டோர்ஸ்க்குச் சென்றான். படிவத்தில் கடைக்காரர் ஒரு கையெழுத்திட்டார். படிவத்தின் அடிப்பகுதியை அவர் வைத்துக்கொண்டு மீதிப் படிவத்தை மதன்லாலிடம் கொடுத்தார். ஒப்புதல் மேலொப்பமிட்ட படிவத்துடன் அவன் திரும்பவும் ஆணையர் அலுவலகம் சென்றான். செம்பூர் அகதிகள் முகாமில் அவனுக்கு இடம் வேண்டும்; ஏனெனில், குருத்வாராவில் அவன் மூன்று நாட்கள் மட்டுமே தங்கமுடியும். மதன்லால் முகாமின் பாரக் எண். T-162ல் அனுமதிக்கப்பட்டான். திருமணமாகாத எண்பது அகதிகள் அதில் தங்கியிருந்தனர். இந்தியத் தேசியக் காங்கிரஸ், கம்யூனிஸ்ட் கட்சி, ஹிந்து மகாசபையைச் சேர்ந்த அரசியல் ஊழியர்கள் முகாம்களுக்குச் சென்று அகதிகளைப் பார்த்தனர். ஆதரவைத் தெரிவித்தனர். இடம்பெயர்ந்த, வெளியேற்றப்பட்ட இந்த மனிதர்களின் வாழ்க்கையை மீண்டும் கட்டியெழுப்ப பெரும் வாக்குறுதிகளை வழங்கினர்.

தினமும் காலையில், மதன்லால் மாநகரத்திற்குப் புறப்பட்டு செல்வான்; வெயிலால் ஆவி பறக்கும் தெருக்களில் வேலை தேடி நடப்பான். அவன், ஒரு நல்ல, பணிவான அகதியாக எவருக்கும் தோற்றமளிக்கவில்லை.'[11] கட்டை குட்டையான திடகாத்திரமான உடலுடன், கரும்பழுப்பு நிறத் தலைமுடியுடன் இருக்கும் மதன்லாலின் முகத்தில் எப்போதும் ஒரு கோபப் பார்வை உண்டு. செம்பூர் முகாமில், சில நண்பர்களை உருவாக்கிக் கொண்டான். அவர்களுடன் சேர்ந்து மாநகரத்தில் முஸ்லிம்களைக் கொல்லத் தொடங்கினான்.

மனிதர்களின் மரணம் மதன்லாலின் வாழ்க்கையை அமிழ்த்தியது என்றால், மனித நேயத்தின் ஸ்பரிசம், அவனைப் போன்ற அகதிகளுக்கு சிறிது நம்பிக்கையும் அளித்தது. ஓபேரா ஹவுஸ் சினிமா ஹாலில் பிருத்விராஜ் என்ற நடிகர் அகதிகளுக்குப் பணம் கொடுப்பதாக அகதிகள் முகாமில் கேள்விப்பட்டான். அங்கு சென்ற அவன், பிருத்விராஜ் அவரது கையால் கொடுத்த எட்டு ரூபாயை வாங்க ஐம்பது அறுபது அகதிகளுடன் வரிசையில் காத்து நின்றான்.

அக்டோபர் 1947இல், மதன்லால் பம்பாயின் ராம்நரேன் ரூயா கல்லூரிக்குச் சென்று அங்கு அர்த்தமகதி மற்றும் ஹிந்தி மொழிகள் கற்றுத் தரும் பேராசிரியர் டாக்டர் ஜகதீஷ் சந்திர ஜெயினை சந்தித்தான். டாக்டர் ஜெயின் அந்த இளம் அகதிக்குப் புத்தக விற்பனையாளர் வேலை தந்தார். அடுத்த இரண்டு நாட்களுக்குப் பேராசிரியரைத் தினமும் சந்தித்த மதன்லால் அவரது புத்தகங்களை பம்பாயில் விற்பனை செய்தான். பத்து நாட்களில் மதன்லால் ஐம்பது ரூபாய் சம்பாதித்தான்.[12] பட்டாசு விற்பனையிலும் அவன் அப்போது ஈடுபட்டான். சட்டவிரோதமாக பட்டாசு விற்கும் ஆலை ஒன்றில் வேலை செய்தான்; அப்போது அவனது இடது கை ஆள்காட்டி விரலின் மேற்பகுதி இயந்திரத்தில் சிக்கியதால், அப்பகுதியை வெட்டி எடுக்க வேண்டியிருந்தது.

பின்னர், லாகூரிலிருந்து வந்த அகதியான ஜே.எஸ்.சுட் என்பவனை அவன் சந்தித்தான். இருவரும் சேர்ந்து மொசாம்பி பழங்கள் விற்கலாம் என்று திட்டம் போட்டனர். அகமது நகரில் பழங்களை மலிவாக வாங்க முடியும் என்று கேள்விப்பட்டனர். பிரிவினையால் ஏற்பட்ட வன்முறையால் இந்தியாவுக்கு மதன்லால் உயிருடன் வந்தது அவனது நல்வாய்ப்பே. எனினும், அவன் மேற்கொண்ட

பயணத்தைக் காட்டிலும் கொடூரம் குறைந்ததாக அவன் வாழ்க்கை அமையவில்லை.

நவம்பர் மாதத்தின் தொடக்கத்தில், மதன்லாலும் ஜே.எஸ்.சுட்டும் பயணிகள் ரயில் ஒன்றில் அகமதுநகருக்குப் புறப்பட்டனர். கையில் ஐம்பது ரூபாய் சேமிப்பும், வழியில் விற்பனை செய்வதற்கு எண்பது புத்தகங்களும், 300 பலூன்களும் வைத்திருந்தனர். புறப்படும் முன் முப்பத்தாறு ரூபாய்க்கு மொசம்பி பழங்கள் வாங்கினர். அன்று மொஹரம். இஸ்லாமிய நாட்காட்டியின்படி புத்தாண்டு தினம். அகமதுநகரில் பெரும்பாலும் அனைத்தும் மூடப்பட்டிருந்தன.

சக்திவாய்ந்த வெடிகுண்டு வைக்கப்பட்டிருக்கும் இடம் போன்ற அந்த மாநகரத்தில் மதன்லால் நுழைந்தான். அகமதுநகர் தனது எல்லையை ஹைதராபாத் மாநிலத்துடன் பகிர்ந்து கொண்டுள்ளது. அங்கு ஹைதராபாத் மாநில காங்கிரஸ் ஊழியர்களும் ரசாக்கர்களும் போரிட்டுக்கொண்டிருந்தனர். மதன்லால் அங்கு சென்றபோது, அகமதுநகரை ஹைதராபாத்துடன் இணைக்கும் நான்கு பாலங்களை மகாசபை உறுப்பினர்களுடன் சேர்ந்து தகர்க்கும் திட்டத்திற்கு மாநில காங்கிரஸ் தயாராகிக் கொண்டிருந்தது.

ஏழு நூற்றாண்டுகளுக்கு முன்பும், ஹிந்து ராஜ்ஜியங்களுக்கும் முஸ்லிம் ஆக்கிரமிப்பாளர்களுக்கும் தொடர்ந்து யுத்தம் நடந்த போர்க்களமாக இப்பகுதி இருந்தது. 'நிஜாம் ஷாஹி' வம்சத்தைத் தோற்றுவித்த அகமது நிஜாம் ஷாவின் நினைவாக அந்த நகருக்குப் பெயரிடப்பட்டிருந்தது. அகமதுநகர், 700 ஆண்டுகால கொந்தளிப்பான வரலாற்றின் சுமை தாங்கமுடியாமல் சப்தமெழுப்பிக் கொண்டிருந்தது. கி.பி.1296 ஆம் ஆண்டில், அலாவுதீன் கில்ஜி தக்காணத்தின் மீதான முதல் முஸ்லிம் படையெடுப்பிற்குத் தலைமை தாங்கினார். அகமது நகரிலிருந்து 100 கி.மீ.க்கும் சற்று அதிக தொலைவிலிருந்த யாதவ வம்சத்தின் தலைநகர் தேவகிரியைத் தாக்கினார். அங்கு கொள்ளையடித்த செல்வத்தைப் பயன்படுத்திய கில்ஜி, டெல்லி சுல்தானுக்கு எதிராக ஆட்சிக் கவிழ்ப்பு வேலை செய்தார்; மாமன் ஜலாலுதீனை அரியணையிலிருந்து தூக்கி எறிந்தார். அடுத்த 400 ஆண்டுகளுக்கு, 1759 வரையிலும் பாமினி, நிஜாம் ஷாஹி அதன் பின்னர் முகலாய வம்சத்தவர் என்று முஸ்லிம் ஆட்சியாளர்களின் இடமாக அகமதுநகர் இருந்தது. பதினேழாம் நூற்றாண்டின் இறுதியிலும்

பதினெட்டாம் நூற்றாண்டின் தொடக்கத்திலும், ஔரங்கசீப்பின் ஆட்சியில் முகலாயர்கள், மராட்டிய இராஜ்ஜியங்களுடன் தொடர்ச்சியான போர்களில் ஈடுபட்டிருந்தனர். தக்காணத்தைக் கைப்பற்ற மராட்டியர்களுடன் அது தொடர்ச்சியாக நடத்திய போர்கள், வடக்கு மற்றும் வடமேற்கு திசையில் மராட்டிய ராஜ்ஜியத்தின் குறுகிய கால விரிவாக்கம், காலனியப் பிரிட்டிஷ் பேரரசின் வருகை ஆகியன மொகலாய சாம்ராஜ்ஜியத்தின் வீழ்ச்சிக்கு வழிவகுத்தன. இடையில் 1707 ஆம் ஆண்டில் அகமதுநகரில் ஔரங்கசீப் இறந்தார்.

போர்க்குணமிக்க ஹிந்து போர்வீரர்களுக்கும் முஸ்லிம் ஆட்சியாளர்களுக்கும் இடையில் நூற்றாண்டுகளுக்கு நடந்த அதிகார மோதல்கள், படையெடுப்புகள், சதித்திட்டங்கள், வன்முறைகளுக்கு இந்த நகரம் சாட்சியாக இருந்தது. 1947 வாக்கில், இந்த நகரில் ஹிந்துத்துவம் நிரந்தரமான இருப்பை ஏற்படுத்திக் கொண்டது. போர்க்குணம் மிக்கவர்களாக ஹிந்துக்களை ஊக்குவிக்கவும் உருவாக்கவும் பயன்பட்ட, வழக்கமான விவரிப்பின் இன்றியமையாத பகுதியாக சிவாஜி, சாம்பாஜி, ராஜாராம் ஆகியோரின் தலைமையில் மராட்டியச் சேனை, முஸ்லிம் ஆக்கிரமிப்பாளர் ஔரங்கசீப்பின் வலிமையான படைகளை பல பத்தாண்டுகளுக்கு துணிவுடன் எதிர்த்து நின்ற வரலாறு அமைந்தது. இந்த நகரில் டோங்காவில் அந்த இடத்தைக் கடந்துசெல்லும்போது 'ஹிந்து மகாசபை அலுவலகம், வீர் சாவர்க்கர் வாசகசாலை' என்ற அறிவிப்புப் பலகையை மதன்லாலும் அகதி சுட்டும் பார்த்தனர். அவர்களது ஆர்வத்தை அது தூண்டியது; இரண்டு அகதிகளும் படிகளில் ஏறி மாடிக்குச் சென்றனர். அங்கு விஷ்ணு கார்க்கரே அவர்களை முதன் முதலில் சந்திக்கிறான்.

விதைகளை விதைத்தல்

விஷ்ணு ராமகிருஷ்ண கார்க்கரே அழகிய, குழந்தை போன்ற முகம் கொண்டவன். கண்ணாடி, நெருக்கமாக வெட்டப்பட்ட தாடி, வழக்கமாக அணியும் எளிய சட்டை, வேட்டியில் காந்தித் தொப்பியுடன் இருந்தான். எனினும், அவன் நிரந்தரக் கோபக்காரன் என்ற அவனைப் பற்றிய எண்ணைத்தை அந்தக் கனிவான தோற்றம் பொய்யாக்கியது. கார்க்கரே பிறந்த நாளிலிருந்தே வாழ்க்கை அவனுடன் கொடூரமாக விளையாடியது. பிராமணக் குடும்பத்தில் பிறந்த அவன், குழந்தையாக இருக்கையில் தந்தையை இழந்தான்.

பம்பாயில் நார்த்கோட் அனாதை இல்லத்தில் வளர்ந்தான். பல ஆண்டுகள் துணிவுடன் பாடுபட்டவன் சமூகத்தின் பல தரப்பு மனிதர்களின் வலுவான உறவை உண்டாக்கிக் கொண்டான். ஒரு 'சாய்வாலா' வாகத் வாழ்வைத் தொடங்கிய கார்க்கரே, 1947 வாக்கில், ஏழை மாணவர்களுக்கும் உள்ளூர் நாடகக் குழுக்களுக்கும் நிதியளித்து உதவும் நகரின் முக்கிய சமூக சேவகர் ஆனான். டெக்கான் கெஸ்ட் ஹவுஸ் என்ற பெயரில் உணவு மற்றும் தங்கும் விடுதி ஒன்றும் அவனுக்குச் சொந்தம். அத்துடன், ஹிந்து மகாசபையின் அகமதுநகர் கிளையையும் தொடங்கினான்.

மதன்லாலுக்கு, ஹிந்து மகாசபையுடன் இது முதல் சந்திப்பு அல்ல. மகாசபையின் மூலமாகத்தான் பம்பாயில் டாக்டர் ஜெயினை அவன் சந்தித்தான். மேலும், குவாலியரில் ஹிந்து ராஷ்ட்ர சேனையுடன் அவன் பணிபுரிந்தவன். மகாசபையுடனான தொடர்பு அவனுக்கு மீண்டும் அதிர்ஷ்டத்தைத் தரும் என்று நம்பினான். டாக்டர் ஜெயினின் புத்தகங்களை அகமதுநகரில் விற்பதற்காக மதன்லால், கார்க்கரேயின் உதவியைப் பெற முயன்றான். பம்பாயில் மலிவாக மொசாம்பியை விற்கலாம் என்ற தனது திட்டத்தையும் கூறினான். இதற்கு மாறாக, தங்கும் விடுதிக்கு முன்பாக அவனைத் தேங்காய்க் கடை ஒன்றைத் திறக்க மதன்லாலை சம்மதிக்க வைக்கலாம் என்ற யோசனையை கார்க்கரேவுக்கு இந்தத் தகவல் அளித்தது.

கார்க்கரே பரிவுடன் கூறியதுபோல் தோன்றிய அந்த யோசனைக்குப் பின்னால் உள்நோக்கம் இருந்தது. கலவரங்கள் பெரும்பாலும் இனவாதம் அல்லது மதவெறி இயல்பைக் கொண்டவை என்று வரலாறு நமக்குச் சொல்கிறது. இருப்பினும், இத்தகைய மோதல்களின் இலக்குகள் பொதுவாகப் பொருளாதாரம் சார்ந்தவை. துணைக்கண்டத்தில், சாதி, இனம், மதத்தின் அடிப்படையில் உருவாகியிருக்கும் சமூக அமைப்பின் சிக்கல்தன்மை, ஒவ்வொரு பொருளாதார நடவடிக்கைக்கும் ஒரு சமூக அடையாளத்தை அளிக்கிறது. கார்க்கரே மதன்லாலுக்கு அளித்த வாய்ப்பு இரண்டு நோக்கங்களைக் கொண்டிருந்தது: ஓர் அகதிக்கு அவன் காலில் நிற்க உதவுவது; இரண்டு, அகமதுநகரில் தேங்காய் வியாபாரத்தில் கோலோச்சும் முஸ்லிம்களின் ஏகபோகத்தை உடைப்பது.

எனவே, கார்க்கரே அளித்த பணத்தின் உதவியுடன் மதன்லால் தேங்காய் வியாபாரத்தில் இறங்கினான். 100 தேங்காய்களுடன்

கடையைத் திறந்த அவனுக்கு, டெக்கான் விடுதியில் இடமும் உணவும் இலவசம்.

விருப்பம் கொண்ட மனிதன்

தேங்காய் வியாபாரத்தில் ஏறக்குறைய ஒரு வாரம் சென்றது; கார்க்கரேவுடன் மதன்லால் விசாப்பூர் அகதிகள் முகாமுக்குச் சென்றான். அந்த முகாம் அகமதுநகரிருந்து 40 கி.மீ. தொலைவில் இருந்தது. கார்க்கரேக்குத் தெளிவான ஒரு நோக்கம் இருந்தது; அகதிகளை அகமதுநகரின் முஸ்லிம் சமூகத்திற்கு எதிராகத் தூண்டிவிடுவது. இந்த நோக்கத்திற்காக, முஸ்லிம்கள் ஆதிக்கம் செலுத்தும் பழ வியாபாரத்தில் நுழையுமாறு அகதிகளை அழைத்தான். வெற்றிகரமாக அதை முதலில் நடத்திக்காட்டிய அகதி, பழ வியாபாரி மதன்லால்.

சிந்திப் பகுதியின் ஹிந்து அகதிகள், சிறப்பு ரயில்களில் விசாப்பூர் முகாமுக்கு வந்து சேர்ந்தனர். அகமதுநகர் மக்கள் வழங்கிய உணவு, உடைகள் மற்றும் சோப்பு ஆகியவற்றைக் கொண்டு தேவைகளை சமாளித்துக் கொண்டனர். சில மாதங்களில் அந்த முகாம் மூடப்பட்டது. பம்பாய் அருகில் கல்யாணில் இருந்த மற்றொரு முகாமுக்கு அகதிகள் சென்றனர். விசாப்பூரிலிருந்த லக்ஷ்மண் தாஸ் மகிஜா போன்ற பெருமை பேசும் சிந்திக்காரர்கள், 'இலவச வசதிகள் என்றும் நீடித்திருக்காது; அதை நம்பியே அவர்கள் உயிர்வாழவும் முடியாது (மூலத்தில் உள்ளபடி)' என்றனர். அதனால், அவர்கள் வேலை தேடத் தொடங்கியிருந்தனர்.[13]

கார்க்கரேவும் மதன்லாலும் இதைக் காட்டிலும் ஒரு சிறந்த நேரத்தில் விசாப்பூர் முகாமுக்கு வந்திருக்க முடியாது. அந்தச் சிந்தி அகதிகளுக்கு, அவர்களது வாழ்க்கை திடீரென வேருடன் பிடுங்கி போடப்பட்டிருந்தது; பாதுகாப்பான இடம் ஒன்றை அடைவதற்கு மிகக்கொடுமையான பயணங்களை மேற்கொண்டிருந்தனர். உயிர்வாழ்தல் குறித்த அவர்களது கவலைகள் மிகவும் நிஜமானவை. ஆகவே, கார்க்கரே முன்மொழிந்த யோசனை அவர்களுக்குக் கடவுளின் வரம்போல் இருந்தது. ஒருபுறத்தில் துண்டாடப்பட்டு குருதி சிந்திக்கொண்டிருந்த தேசத்திற்கு ஒருங்கிணைந்த ஒற்றுமையால் ஆறுதலளிக்க மகாத்மா காந்தி முயன்று கொண்டிருந்தார்; மறுபுறத்தில் அகமதுநகரில் கார்க்கரே,

மக்களின் கோபத்தையும், அச்சத்தையும், பாதுகாப்பின்மையையும் பயன்படுத்திக் கொண்டிருந்தான்.

விசாப்பூர் முகாமிலிருந்து 500 அகதிகள் அகமதுநகருக்கு நம்பிக்கையுடன் சென்றனர். பழ வியாபாரிகளாக, வாழ்க்கையை மீண்டும் தொடங்க நினைத்தனர். நகராட்சி பள்ளிக்கூடத்தில் தங்குவதற்கு ஏற்பாடு செய்துகொண்டனர். கார்க்கரேயின் விடுதியிலிருந்து அவர்களுக்கு உணவு கிடைத்தது. இருப்பினும், தொடக்கச் சிரமங்கள் சில இருந்தன. அகதிகள் அனைவரும் பழக் கடைகளை திறப்பதற்கு நகரத்தில் போதுமான இடங்கள் கிடைக்கவில்லை. முஸ்லிம் வியாபாரிகள் ஏற்கனவே முக்கிய இடங்களில் கடைகளைத் திறந்திருந்தனர். இந்தப் பிரச்சனைக்கு கார்க்கரே ஒரு தந்திரமான தீர்வை யோசித்தான். அவர்களது நிலைமையை நகர மக்களுக்குத் தெரியப்படுத்தவும், வியாபார முயற்சிகளுக்கு ஆதரவு கோரியும் ஊர்வலம் ஒன்றை நடத்துமாறு அகதிகளிடம் கூறினான். 'நிர்வஸ்தூன் கோ தந்தா டோ' (அகதிகளுக்கு வியாபாரம் கொடுங்கள்) 'ஹுமெய்ன் பி ஷேஹர் மே பசாவோ' (நகரத்தில் எங்களுக்கும் இடம் கொடுங்கள்); ' ஜங்கலோன் மீ மாட் ஃபெங்கோ' (எங்களைக் காடுகளில் தூக்கி எறியாதீர்கள்); 'ஹம் கேம்போன் கி ரொட்டியன் கானா பசந்த் நஹி கர்தே' (அகதி முகாம்களில் வழங்கப்படும் உணவு எங்களுக்குப் பிடிக்கவில்லை) போன்ற முழக்கங்களை கார்க்கரே ஏற்கனவே தயார் செய்திருந்தான்.

அகமது நகரில் நடந்த முதல் அகதிகள் ஊர்வலத்திற்கு மதன்லால் தலைமை தாங்கினான். அவர்கள் முகாமிட்டிருந்த நகராட்சிப் பள்ளியிலிருந்து மார்க்கெட் பகுதி வரை ஊர்வலம் நடந்தது. திரண்டிருந்த கூட்டத்தில், அகதிகளுக்குப் பழக்கடைகள் வேண்டும் என்ற கோரிக்கையை விளக்கி அவன் உரையாற்றினான். இந்தப் போராட்ட ஊர்வலம் மிகுந்த சலசலப்பையும் சத்தத்தையும் ஏற்படுத்தியது. மாவட்டத்தின் மற்றும் மாநிலத்தின் காவல் உயர் அதிகாரிகளின் கவனத்திற்கு வந்தது, கோரிக்கைகளில் சிலவற்றை அவர்கள் ஒப்புக்கொண்டனர். ஆனால், அதன்பின் இந்த ஒப்பந்தம் மதிக்கப்படவில்லை. மதன்லாலுக்கும் அவனது சக அகதிகளுக்கும் இந்தியாவின் புதிய அரசாங்கம் முஸ்லிம்களுக்கு ஆதரவானது; ஹிந்துக்களுக்கு எதிரானது என்ற கருத்தை இந்தச் செயல் மீண்டும் உறுதிப்படுத்தியது.

முதல் ஊர்வலம் நடந்த பத்து நாட்களுக்குப்பின், அகதிகள் இரண்டாவது பேரணியை நடத்தினர். பஜார் பகுதி வழியாகச் சென்ற ஊர்வலம் சரோஷ் திரையரங்கிற்கு வெளியில் முடிந்தது. அப்போது, அந்தச் சினிமா வளாகத்திற்கும், நகரத்தின் தனியார் பேருந்து போக்குவரத்திற்கும் உரிமையாளரான சரோஷ் இரானியிடம் அவர்கள் நேரடியாகப் பேசினர். தொழிலாளர்களில் 50 சதவீதம் பேரை ஹிந்து அகதிகளாக வேலைக்கு வைத்துக்கொள்ளும்படி அவர்கள் வேண்டினர். அப்படி அவர் செய்தால் அவரது திரையரங்கத்திலும் பேருந்து நிறுவனத்திலும் ஏற்கனவே வேலையிலிருக்கும் முஸ்லிம்கள் வேலையிழக்க நேரிடும். அகதிகளின் மறுவாழ்வு அகமதுநகரில் மீண்டும் தலைப்புச் செய்தியானது. சட்டம்-ஒழுங்கு, அதிகாரிகளின் தலையீட்டைக் கோரியது.

அன்றைய தினம் துணை ஆணையரின் பங்களாவில் கூட்டம் ஒன்று ஏற்பாடானது. நகரத்தின் முக்கியக் குடிமக்கள் அழைக்கப்பட்டனர். அகதிகள் மறுவாழ்வு நெருக்கடி குறித்து விவாதம் நடந்தது. அகதிகள் சார்பில் மதன்லால் கலந்துகொண்டான். பதினைந்து நாட்களுக்குள் அவன் தனது முதல் அரசியல் போராட்டத்திற்குத் தலைமை தாங்கினான்; இடம்பெயர்ப்பிற்கு ஆளான சிந்தி அகதிகளுக்கு நகர மக்களிடமிருந்து மதிப்பு மிக்க சலுகைகளை அவன் பெற்றுத் தந்தான். அகதிகளின் வாழ்வாதாரத்திற்கு உதவ சரோஷ் இரானி ஒப்புக்கொண்டார். அகதிகள் திட்டங்களுக்கு நிதியுதவி செய்ய வங்கி ஒன்றைத் திறப்பதாக நகர மக்கள் உறுதியளித்தனர்.

மதன்லால் இளம் வயதில், பிரிவினையால் இரத்தம் சிந்தியவன். இதற்குமுன் இதுபோல் ஒரு வெற்றியை அவன் சுவைத்ததில்லை. சகோதர அகதிகளை வெற்றிகரமாக அவன் வழிநடத்தினான். முஸ்லிம்கள் மீது அவனுக்கு இருந்த கோபம் வெளியேறுவதற்கு வழியொன்றைக் கண்டுபிடித்ததாக, என்ன செய்யவேண்டும் என்பதைக் கண்டறிந்துவிட்டதாக நினைத்தான். விடுதலைப் பெற்று, இந்தியப் பிரிவினை நடந்து ஆறு மாதங்கள் முடிவதற்குள் அந்த இருபது வயது அகதி ஹிந்து தீவிரவாதியாக மாறினான். அவனைப் போன்ற எண்ணங்கொண்ட வேறு ஹிந்து இளைஞர்களையும் விரைவில் சந்திக்கப் போகிறான். தேசத் தந்தையைப் படுகொலை செய்யச் சதித்திட்டம் தீட்டி, அதைச் செய்துமுடிக்கப் போகிறான்.

ஹிந்துச் சகோதரத்துவம்

1947 டிசம்பரில், கார்க்கரேவின் வழிகாட்டலில் மதன்லால் சக அகதிகளுக்கு சில வெற்றிகளை பெற்றுத் தந்தான். அவர்கள் அகமதுநகரில் பழக்கடைகளைத் திறந்தனர். அரசாங்கத்திடமிருந்து பல சலுகைகளையும் பெற்றனர். அரசியல் நடவடிக்கைகளையும் தொடர்ந்தனர். புதிதாக விடுதலைப் பெற்றிருக்கும் இளம் தேசம் எதிர்கொள்ளும் பிரச்சினைகளில் தம்மை ஈடுபடுத்திக் கொண்டனர்; அதன் தலைவர்களுடன் பேசினர்.

அப்போது, காஷ்மீர் செய்திகளில் இடம் பெற்றிருந்தது. அக்டோபர் 1947ல், பாகிஸ்தான் ஆதரவு பெற்ற ஆக்கிரமிப்பாளர்கள் காஷ்மீருக்குள் நுழைந்து முன்னேறினர். இதற்கு எதிர்வினையாற்ற வேண்டிய கட்டாயம் ஜம்மு காஷ்மீரின் மகாராஜாவுக்கு ஏற்பட்டது; அவர் இந்தியாவின் உதவியை நாடினார். ஜனவரி 1948 வாக்கில், காஷ்மீர் பிரச்சினை ஐ.நா.வில் அறிமுகமானது. இந்தியா அந்தப் பிரச்சனையை முன்வைத்தபின், இந்தியாவிற்கும் பாகிஸ்தானுக்கும் இடையில் இருதரப்பு பிரச்சினையாக காஷ்மீர் மாறியது. அது இன்று வரை தொடர்கிறது. 1948ம் ஆண்டு ஜனவரி 5 ம் தேதி அகமதுநகரின் காங்கிரஸ் கட்சி காஷ்மீர் குறித்து பொதுக் கூட்டம் ஒன்றை ஏற்பாடு செய்தது. காங்கிரஸ் தலைவர் ராவ்சாகேப் பட்வர்த்தன் கூட்டத்தில் உரையாற்ற இருந்தார். அவர் அப்போதுதான் (காஷ்மீர்) பள்ளத்தாக்கிலிருந்து திரும்பி இருந்தார். மதன்லாலும் பிற அகதிகளும் கூட்டத்தில் கலந்துகொண்டனர்.

காஷ்மீர் விவகாரங்களைக் கையாள ஷேக் அப்துல்லா அனுமதிக்கப்பட வேண்டும் என்ற ஜவஹர்லால் நேருவின் கொள்கையை விவரித்துக் கூட்டத்தில் காங்கிரஸ் தலைவர் பேசினார். கூட்டத்தில் கலந்துகொண்டிருந்த இருபத்திரண்டு வயதான ஓம் பிரகாஷ் சோப்ரா என்ற லாகூரைச் சேர்ந்த அகதி மேடையிலிருந்த ராவ்சாகேப்பிற்கு சீட்டு ஒன்றில் ஒரு வேண்டுகோளை எழுதி அனுப்பினான். இந்தப் பிரச்சினையை ஒட்டிப் பேச அவர்களின் 'தலைவர்' மதன்லாலை அனுமதிக்குமாறு வாய்ப்புக் கேட்டிருந்தான். கோரிக்கைச் சீட்டை அந்தக் காங்கிரஸ் மூத்த தலைவர் கிழித்தெறிந்தார். இது அகதிகளின் எதிர்ப்பைக் கிளறிவிட்டது. அதன் காரணமாகக் கூட்டம் பாதியில் முடிந்தது. மதன்லாலும் அவனது நண்பர்கள் ஓம் பிரகாஷ் மற்றும் பிரகாஷ் சந்த் பாட்டியா ஆகியோர் அன்றிரவு போலீஸ் லாக்கப்பில்

வைக்கப்பட்டனர். துணை ஆணையர் தலையிட்ட பின்னரே அவர்கள் விடுவிக்கப்பட்டனர்.

அன்றிரவு கார்க்கரே, மூவரையும் சிறையில் சென்று பார்த்தான். பிரகாஷ் சந்த், இருபத்தெட்டு வயது. சுருட்டை முடி கொண்டவன். லாகூரிலிருந்து வந்த ஓர் அசல் அகதி. மூவரில் மூத்தவன். ஓம் பிரகாஷுக்கு வயது இருபத்திரண்டு. அவர்களது 'தலைவர்' மதன்லாலுக்கு முன்பே கூறியபடி இருபது வயதுதான். அன்றிரவு, விடுதலைப் பெற்ற புதிய தேசத்தின் மற்றும் ஹிந்து மகாசபையின் வரலாற்றுப் போக்கை என்றென்றும் மாற்றப்போகிற ஒரு திட்டத்தை மூன்று இளைஞர்களிடமும் கார்க்கரே வெளிப்படுத்தினான்: மகாத்மா காந்தியைக் கொல்லும் சதி. ஹிந்து ராஜ்ஜியத்தை மிக விரைவில் இந்தியாவில் ஸ்தாபிக்க வேண்டும் என்று ஹிந்து மகாசபை விரும்பியது, ஆனால், அவர்களுக்கு மிகப்பெரும் தடையாக காந்தி இருந்தார். ஹிந்து மகாசபை வளர வேண்டுமானால், காந்தி இருக்கக்கூடாது.[14] கார்க்கரே முழுமையாக விளக்குவதற்கு முன்பே, மதன்லால் திட்டத்திற்குள் வந்துவிட்டான்.

அடுத்த நாள் 11-01-1948 அன்று காலை கார்க்கரே, மதன்லால், பிரகாஷ் சந்த், ஓம் பிரகாஷ் ஆகியோர் பூனாவுக்குப் புறப்பட்டனர். இந்தக் கொடூரமான சதித்திட்டத்தின் பின்னணியிலிருந்த நபரைச் சந்திக்கவிருந்தனர். ஜனவரி 12ஆம் தேதி காலை 6 மணிக்கு பூனாவுக்கு வந்த அவர்கள் முதலில் பேருந்தில் சிறிது தூரம் பயணித்தனர். பின்னர் சிறிது தூரம் நடந்து ஹிந்து ராஷ்டிரா செய்தித்தாள் அலுவலகத்தை அடைந்தனர். இதுவரையிலும், கார்க்கரே மட்டுமே அவர்கள் சந்திக்கவிருந்த நபரை அறிவான். கழுத்தில் மப்ளரைச் சுற்றியிருந்த அந்த அழகான மனிதன், அலுவலகத்திற்குப் பக்கத்தில் கூடாரம் ஒன்றில் அமர்ந்திருந்தான். மப்ளர் அவன் முகத்தை ஓரளவு மூடியிருந்தது. தன்னை அறிமுகப்படுத்தி கொள்ளாத அந்த நபர் வந்தவர்களைக் காத்திருக்கச் சொல்லிவிட்டு கூடாரத்திலிருந்து வெளியேறினான். மதன்லாலுக்கு அவன் பெயர் தெரியாது. ஆனால், அவன் அப்போது சந்தித்தது நாராயண் ஆப்தே.

பல மணி நேரங்களுக்குப் பிறகு, மாலை 5 மணியளவில் ஆப்தே கூடாரத்திற்குத் திரும்பினான். அவர்களின் சதித்திட்டத்தை நிறைவேற்ற ஆயுதம் அளிப்பவன் அன்றிரவு வருவான் என்ற தகவலைக் கூறினான். அதுவரையிலும், மதன்லாலும் பிற

அகதிகளும் சினிமா ஒன்றைப் பார்க்கச் சென்றனர். பம்பாய் சினிமாவின் மிக ஆரம்பக்கால நட்சத்திரங்களில் ஒருவரான மும்தாஜ் சாந்தி நடித்த தூஸ்ரி ஷாதி என்ற சினிமா. 1950களின் முற்பகுதியில் திரைப்படத் தயாரிப்பாளரும் கணவருமான வாலி சாஹேப்புடன் அவர் பாகிஸ்தானுக்குக் குடிபெயர்ந்து சென்றுவிட்டார்.

அதன்பின் அன்று இரவு, பூனாவிலிருந்த ஆயுத சப்ளையர் வீட்டிற்கு மூவரையும் கார்க்கரே அழைத்துச் சென்றான். நீண்ட முடியுடன், தலையில் குங்குமப்பூ நிறத் தலைப்பாகை அணிந்திருந்த திகம்பர் பட்கே வரவேற்பறையில் அமர்ந்திருந்தான். அதேநேரம் பக்கத்து அறையில் ஹிந்து மகாசபையின் கூட்டம் நடந்துகொண்டிருந்தது. வெற்றிலை மென்றபடி, தனது பணியாளனிடம் ஆயுதங்களைக் கொண்டு வரும்படி பட்கே கூறினான். உரையாடல் பெரும்பாலும் மராத்தியில்தான் நடந்தது. மதன்லாலால் முழுமையாகப் புரிந்துகொள்ள முடியவில்லை. உதவியாளன் சங்கர் கிஸ்தய்யா முதலில் மஞ்சள் நிறத் துணிப் பை ஒன்றைக் கொண்டு வந்தான். அதனுள் ராணுவத் தயாரிப்பான பதினைந்து கைக்குண்டுகள் இருந்தன. ஒரு கைக்குண்டை அமைதியாக எல்லோரும் கையில் வாங்கிப் பார்த்தனர். பட்கேவின் வீட்டிற்குள் நுழைவதற்குமுன், அமைதியாக இருக்கும்படியும் கேள்வி ஏதும் கேட்கவேண்டாம் என்றும் மூவரையும் கார்க்கரே எச்சரிக்கை செய்திருந்தான்.

பத்து நிமிடங்களுக்குப் பின், கிஸ்தய்யா ஒரு வெள்ளைப் பையுடன் திரும்பினான். அதில் இரண்டு வெடிகுண்டுகளை ஒன்றிணைப்பதற்கான பொருட்கள், ஃப்யூஸ்கள் இருந்தன. பட்கே 'ஸ்லாப்' ஒன்றை எடுத்து, டெட்டோனேட்டர், வயர், ஃப்யூஸுடன் பொருத்திப் பார்த்தான். பொதுவாக, பாலங்களைத் தகர்க்கப் பயன்படும் ஒரு கச்சா வெடிப்பொருள் இது. 1948 ஆம் ஆண்டு ஜனவரி 20 ம் தேதி காந்தியைக் கொல்லும் முயற்சியில் மதன்லால் பயன்படுத்திய வெடிபொருள் அதுதான். மேலும் பத்து நிமிடங்கள் சென்ற பின், கிஸ்தய்யா ஒரு காக்கிப் பையை எடுத்து வந்தான். அதில் '12-bore' துப்பாக்கி ஒன்று இருந்தது. துப்பாக்கியின் குழாய் ஒரு காசு அளவு விட்டம் கொண்டது. இரும்பு அடிக்கட்டையில் பொருத்தப்பட்டிருந்தது; முழுமையாக இணைக்கப்பட்டால், துப்பாக்கி சுமார் 1-2 மீட்டர் நீளம் இருக்கலாம். மேலும் சிறிது நேரம் சென்றபின் கடைசி தொகுப்பு வந்தது. இரண்டு சிறிய வெள்ளை நிறப் பைகள். ஒன்றில் 400 அல்லது 500

எண்ணிக்கையில் .303 ரைஃபிளுக்கான தோட்டாக்களும் பல்வேறு வகை ரிவால்வர்களுக்கான தோட்டாக்களும் இருந்தன. மற்றொன்றில் இருபது சிறிய கைத்துப்பாக்கிகள் இருந்தன. இந்தக் கைத்துப்பாக்கிகளை நெருக்கத்தில் சுடுவதற்கு மட்டுமே பயன்படுத்த வேண்டும் பட்கே மற்றவர்களிடம் கூறினான்.

கொலை சதியை நிறைவேற்றத் தேவையான ஆயுதங்களை வாங்கியபின், கார்க்கரேக்கும் அந்த இளைஞர்களுக்கும் அடுத்த நிறுத்தம் பம்பாய். இரயிலில் ஏறும் முன் பூனா ரயில் நிலையத்திலிருந்த இரானி கபே ஒன்றில் சாப்பிட்டனர். கார்க்கரேவும் மதன்லாலும் பம்பாய்க்கு ரயிலில் ஏறினர். பிரகாஷ் சந்த்தும் ஓம் பிரகாஷும் விசாப்பூர் முகாமுக்குத் திரும்பினர். என்றைக்குத் திரும்பப்போகிறோம் என்று தெரியாத அந்தப் பயணத்திற்கான துணிகளைப் பெட்டிகளில் எடுத்துக்கொண்டனர். அன்று ஜனவரி 13. சதி முடிவு செய்யப்பட்டு, செயலில் இறங்கியதிலிருந்து அந்தக் குழுவினர் ஒரு நாளையும் வீணடிக்கவில்லை.

கடைசி நிறுத்தம்

ஜனவரி 13, 1948. காலை 6 மணியளவில், தாதர் GIP நிலையத்தில் ரயில் ஒன்று வந்து நின்றது. (இந்திய மத்திய இரயில்வேயின் முன்னோடியாக Great Indian Peninsula Railway இருந்தது). அதிலிருந்து இறங்கிய கார்க்கரேவும் மதன்லாலும் 2 கி.மீ. தொலைவிற்குள் இருந்த சிவாஜி பூங்காவை நோக்கி நடந்தனர். அதன் அருகிலிருந்த சாவர்க்கர் சதனில் கார்க்கரேவும் மதன்லாலும் ஹிந்து மகாசபையின் மிக உயர்ந்த தலைவரின் ‘தரிசனத்திற்காக’ காத்திருந்தனர். அவர், விநாயக் தாமோதர் சாவர்க்கர். 1966 இல் இறக்கும் வரையிலும் முப்பதாண்டுகள் அந்த இல்லத்தில்தான் அவர் வசித்தார்.

நான்கு மணி நேரம் சென்றபின், சாவர்க்கர் அவர்களைச் சந்தித்தார். உரையாடல் முழுவதும் மராத்தியில்தான் நடந்தது. சந்திப்பு தந்த திகைப்பால், சந்திப்பு முழுவதும் மதன்லால் அமைதியாக இருந்தான். ஆகஸ்ட் 1947ல், தன்னிச்சையாக வரையப்பட்ட கோடு, ஒரு நிலப்பரப்பை இரண்டாக வெட்டியது. அவனைப் போன்ற லட்சக் கணக்கான மனிதர்களின் வாழ்க்கையை நிச்சயமற்ற நிலையில் தள்ளியது. ஆறு மாதங்களுக்குள், அடர்த்தியான செயல்களுக்கு மத்தியில் அவன் இப்போது இருக்கிறான்; புதிய,

சுதந்திரமான, மதச்சார்பற்ற காந்திய இந்தியாவில் ஹிந்து ராஜ்ஜியம் ஒன்றை அமைப்பதற்கான சாவர்க்கரின் துணிச்சலான திட்டத்தில் தீவிரமான ஒரு படைவீரனாக அவன் இப்போது தன்னைக் கண்டான்.

இந்த நடவடிக்கையின் அடுத்த கட்டம் பம்பாயிலும் அகமதுநகரிலும் மூன்று முதல் நான்கு நாட்களில் வெளிப்பட்டது. மாற்று உடைகள் கட்டாயம் தேவை என்ற நிலையில் மதன்லால் இருந்தான். ஆகவே, அகமதுநகர் திரும்புவதற்கு கார்க்கரேவிடம் நான்கு ரூபாய்க் கடன் வாங்கினான். பயணச்சீட்டு இல்லாமல் (அகதிகள் அவ்வாறு அனுமதிக்கப்பட்டனர்), ஜனவரி 13ஆம் தேதி மதியம் 2 மணிக்கு பம்பாயிலிருந்து மதன்லால் புறப்பட்டான். ஏழு மணி நேரம் கழித்து அகமதுநகரை அடைந்தான். முதலில், மராத்தியில் கார்க்கரேவின் மனைவிக்கு எழுதப்பட்ட கடிதத்தைக் கொடுத்தான்; பின்னர், ஹிந்து மகாசபை அலுவலக வளாகத்தில் தூங்கச் சென்றான். டெக்கான் விடுதியில் காலை உணவின் போது ஓம் பிரகாஷையும் பிரகாஷ் சந்தையும் சந்தித்தான். தனது ஆடைகளை மூட்டைக் கட்டிக்கொண்டு கார்க்கரேவின் பையையும் வாங்கிக் கொண்டான். கார்க்கரே மனைவியிடம் வாங்கிய பத்து ரூபாய்க் கடனுடன், மூவரும் நள்ளிரவில் பம்பாய் செல்லும் ரயிலில் ஏறினர்.

அடுத்த நாள் நண்பகலில் அவர்களது ரயில் தாதர் GIPல் வந்து நின்றது. அவர்கள் ஹிந்து மகாசபை அலுவலகத்திற்கு சென்றபோது, அவர்களது தலைவர் சாவர்க்கரின் பெயர் கொண்ட செயலர், அவர்களை வரவேற்று அவர்களுக்கு உணவு ஏற்பாடு செய்தான். மதன்லால் அவனை அடையாளம் கண்டுகொண்டான்; செம்பூர் அகதிகள் முகாமில் அவனைச் சந்தித்து அவன் வேலை தேடுவதற்கு உதவி செய்தது அவன்தான். சிறிது நேரம் கழித்து, மதன்லால் தனது பழைய குடியிருப்புக்குத் திரும்பினான்-பாரக் எண்.T162. செம்பூர் முகாமில்-அரசாங்கத்திற்கு எதிராக ஊர்வலம் நடத்தும்படி அங்கு அகதிகளைத் தூண்டிவிட்டான்.

அடுத்த இரண்டு நாட்களும், மதன்லாலும் அவனது சக அகதிகளும் கார்க்கரேவின் உத்தரவுகளுக்காக காத்திருந்தனர். மதன்லால், கார்க்கரேவுடன் சில சந்திப்புகளைத் தவறவிட்டான். ஓம் பிரகாஷும், பிரகாஷ் சந்த்தும் சில பழைய நண்பர்களை சந்திக்கச் சென்றனர். ஸ்வர்னலதாவும் நஸீம் அகமது கானும் நடித்த ‘வாமாக்

அஸ்ரா என்ற சினிமாவுக்குச் சென்றனர். இந்த இருவருமே பின்னர் திருமணம் செய்துகொண்டு பாகிஸ்தானுக்குச் சென்றுவிட்டனர்.

ஜனவரி 16, 1948. மகாத்மா காந்திப் படுகொலையின் முக்கிய சதிகாரர்கள் தாதரில் உள்ள ஹிந்து மகாசபை அலுவலகத்தில் கூடினர். அறையிலிருந்த மூன்று பேர் மதன்லாலுக்கு நன்கு தெரிந்தவர்கள்: ஆயுத சப்ளையர் திகம்பர் பட்கே, அவன் உதவியாளன் சங்கர் கிஸ்தய்யா, பூனாவிலிருந்து வந்திருந்த ஹிந்து மகாசபையின் நாராயண் ஆப்தே. மேலும் இருவர் அந்த அறையில் இருந்தனர். அவர்கள், நாதுராம் கோட்சேவும் அவன் சகோதரன் கோபால் கோட்சேவும். கூட்டம் முடிந்ததும், கோட்சேக்கள் இருவரும் ஆப்தேவுடன் டாக்ஸியில் புறப்பட்டனர். கார்க்கரேவும் வெளியேறினான். பட்கேவும் கிஸ்தய்யாவும் மறுநாள் அதிகாலையில் புறப்பட்டனர்.

அந்த மராட்டியர்கள் மதன்லால் மீது அக்கறை செலுத்தவில்லை. அவர்களுக்கு அவன் சிப்பாய் மட்டுமே. அகமதுநகரில் அகதிகள் மறுவாழ்வு முயற்சிகளில் அவன் வெற்றி பெற்றிருந்தபோதிலும், மதன்லாலின் மீதும் பிற சிந்தி அகதிகளின் மீதும் ஹிந்து மகாசபை உறுப்பினர்களிடம் வெளிப்படையான வெறுப்பு நிலவியது.

அந்த நாளின் பிற்பகுதியில், ஆறு சதிகாரர்களும் - கார்க்கரே, பட்கே, ஆப்தே, கோட்சேக்கள், மதன்லால் - வெடிமருந்துகள் சேகரிக்க பூலேஷ்வரில் இருந்த மோட்டா மந்திருக்கு டாக்ஸி ஒன்றில் சென்றனர். கோவிலில் அர்ச்சகர் கோஸ்வாமி தீட்சித் மகாராஜின் தனிப்பட்ட அறைக்குள் நுழைந்தனர். குஜராத்தி வம்சாவளியைச் சேர்ந்த அவர் நல்ல உடற்கட்டுடன் இருந்தார். நாற்பத்தைந்து வயது இருக்கலாம். நீண்ட தாடியும், துளைக்கும் கண்களுமாக இருந்தார். அவரது அறையில் காக்கி நிறத்தில் பயிற்சிக்கு எடுத்துச் செல்லும் பை ஒன்று கிடந்தது. அதில் ஐந்து கைக்குண்டுகளும், டெட்டனேட்டர் மற்றும் ஃபியூஸ் பொருத்தப்பட்ட இரண்டு வெடிகுண்டுகளும், ரிவால்வர் தோட்டாக்கள் அடங்கிய பை ஒன்றும் இருந்தன. மதன்லால் அவன் படுக்கையை எடுத்துச் சென்றிருந்தான்; அதற்குள் அந்தப் பை வைக்கப்பட்டு பத்திரமாக கட்டப்பட்டது. மகாத்மா காந்தியைக் கொலை செய்யத் தேவையான அனைத்தும் இப்போது தயாராகிவிட்டன.

இறுதிப் பயணம்

பின்னர் ஆறு பேர் கொண்ட அந்தக் குழுவினர் பிரிந்து சென்றனர். கோட்சே சகோதரர்களும், ஆப்தேவும் பட்கேவும் பூனாவிற்குப் புறப்பட்டனர். கார்க்கரேவும் அவனை நம்பியிருக்கும் மதன்லாலும் பம்பாய் விக்டோரியா டெர்மினஸ் ரயில் நிலையத்திற்குச் சென்றனர். அதற்கு முன், கார்க்கரே மதன்லாலுக்கு நான்கு ரூபாய் கொடுத்தான். தாதர் மகாசபை அலுவலகத்திற்குச் சென்று அவனது ஆடைகளை எடுத்து வரும்படி கூறினான். படுக்கையை (வெடிமருந்து பையுடன்) தன்னுடன் வைத்துக்கொண்டான். எட்டு மணிக்கு ரயில் நிலையத்தை அடைந்த மதன்லால், டெல்லி செல்லும் பெஷாவர் எக்ஸ்பிரஸின் மூன்றாம் வகுப்பு பெட்டியில் ஓர் இருக்கையில் அமர்ந்தான். அரை மணி நேரம் கழித்து, கார்க்கரே அவனுடன் சேர்ந்துகொண்டான். வெடிமருந்து பை அடங்கிய படுக்கை, மேல் பெர்த்தில் வைக்கப்பட்டது.

அவர்களின் இறுதிப் பயணம் தொடங்கியது

ஜனவரி 17, 1948. நண்பகலில் அவர்களது ரயில் புது டெல்லி ரயில் நிலையத்திற்கு வந்து சேர்ந்தது. மராத்தி மொழி பேசும் சிந்திக்காரன் ஒருவன் அவர்களை வரவேற்கக் காத்திருந்தான். டோங்கா ஒன்றில் கோலே மார்க்கெட் அருகிலிருந்த பிர்லா மந்திருக்கு அவர்கள் சென்றனர். ஆனால், அந்தப் பகுதியில் அறைகள் எதுவும் கிடைக்கவில்லை. ஃபதேபுரியில் ஷரீஃப் ஹிந்து ஹோட்டலில் அறை கிடைத்தது. அறை எண் 2, ஏழு ரூபாய் கட்டணம். அந்த ஹோட்டல் நவம்பர் 1947ல் தான் திறக்கப்பட்டது. ஐம்பத்தைந்து வயதான ராம்லால் தத் ஹோட்டலின் மேலாளர். பாகிஸ்தானில் பருத்தி தொழிற்சாலை ஒன்றில் மேலாளராக இருந்தவர். 1947 செப்டம்பரில் டெல்லிக்கு வந்த அவர், முஸ்லிம்கள் நடத்திய அந்த ஷெரீப் ஹோட்டலின் பொறுப்பை எடுத்துக்கொண்டார்.

கார்க்கரே தனது பெயர் பி.எம்.பியாஸ் என்று சொன்னான். ‘பாபுஜி’ அல்லது ‘லாலாஜி’ என்றும் அவன் பின்னால் குறிப்பிடப்பட்டான். அவனுக்கும் மதன்லாலுக்கும் வேலை முடிந்து எப்போது திரும்புவார்கள் என்பது தெரியாது. எனவே ஹோட்டல் பணியாளர்களில் ஒருவனான ராம் சிங்கிடம் அவர்கள் தங்கள் துணிகளைச் சலவைக்காகக் கொடுத்தனர். மாலை 5 மணிக்கு, கார்க்கரே ஹோட்டலை விட்டு வெளியேறினான்.

மதன்லாலுக்கு டெல்லி ஓரளவு பரிச்சயமான இடம்தான். 1944ல் அவன் முதன்முறையாக டெல்லிக்கு வந்திருந்தான். இரண்டாவது முறை, மேற்கு பஞ்சாபிலிருந்து குவாலியருக்கு தப்பிச் சென்ற அதிருஷ்டம் கெட்ட அகதியாக டெல்லியில் தங்கினான். கார்க்கரே வெளியில் சென்றுவிட்டதால், மதன்லால் தனது தாய்வழி மாமா டாக்டர் பால் முகுந்தைப் பார்க்க சென்றான். பழைய டெல்லியின் சாந்தினி சவுக்கில் அவரைச் சந்தித்துவிட்டு இரவு 9 மணிக்குத் திரும்பினான். கார்க்கரே இன்னமும் திரும்பியிருக்கவில்லை.

மறுநாள் காலை மதன்லால் விழித்தபோது, கார்க்கரே ஹோட்டலை விட்டு வெளியேறிக் கொண்டிருந்தான். தாழ்ந்தவனாக அவன் நினைக்கும் அகதியிடம் சொல்லிவிட்டுச் செல்ல விரும்பவில்லை. அன்று பழைய டெல்லியின் சப்ஜி மண்டி பகுதிக்கு மதன்லால் சென்றான். அங்கு பிரதமர் ஜவஹர்லால் நேரு ஒரு கூட்டத்தில் உரையாற்ற இருந்தார். பாகிஸ்தானுக்கு எதிரான முழக்கங்களை எழுப்பி நேருவின் பேச்சை அவன் இடைமறித்தான். அவனைப் பிடித்த போலீசார் சில மணி நேரம் காவலில் வைத்தனர்.

மறுநாள், கார்க்கரே மிகத் தீவிர அவசரத்தில் இருந்தான். சலவை செய்த துணிகளை எடுத்துவரும்படி ராம் சிங்கிடம் கூறியவன், ஹோட்டலை காலிசெய்தான். கார்க்கரேவும் மதன்லாலும் ஹிந்து மகாசபை அலுவலகத்திற்கு டோங்கா ஒன்றில் சென்றனர். அறை எண் 3ல் தங்கினர். அதிகம் வசதிகள் இல்லாத அறை. நாராயண் ஆப்தே, டெல்லி ஹிந்து மகாசபை செயலர் ஷியாம் தேஷ்பாண்டேவுடன் உள்ளே வந்தான். தேஷ்பாண்டே தன்னுடன் இரண்டு மாணவர்களை அழைத்து வந்தான்; பஹர்கஞ்ச் பகுதியில் கோபத்திலிருக்கும் அகதிகளைத் தேடிச் சென்ற மதன்லாலுடன் அவர்களும் சென்றனர். அங்கிருந்த மசூதிகளை ஹிந்து அகதிகள் ஆக்கிரமித்திருந்தனர். மகாத்மா காந்தியின் பிரார்த்தனைக் கூட்டத்தில் அவர்களால் குழப்பம் ஏற்படுத்த முடியும். பஹர் கஞ்ச் செல்லும் வழியில் ஓம் பாபாவை அவர்கள் சந்தித்தனர். பிச்சை எடுத்து வாழ்பவன். பிரார்த்தனைக் கூட்டம் ஒன்றில் தொந்தரவு ஏற்படுத்தியதற்காக கைது செய்யப்பட்டு முந்தைய நாள்தான் விடுதலை செய்யப்பட்டிருந்தான்.

ஆனால், மதன்லாலும், கார்க்கரேவும், தேஷ்பாண்டேவும், மாணவர்களும் பஹர் கஞ்ச் பகுதியை அடைந்தபோது இரவு அதிக நேரம் ஆகிவிட்டது. இந்த நேரத்தில் ஆட்களை

சேர்ப்பது சாத்தியமில்லை; பெரும்பாலான அகதிகள் தூங்கிக் கொண்டிருந்தனர். உடனே அந்த இடத்தை விட்டு வெளியேறுமாறு கார்க்கரே குழுவினரை வற்புறுத்தினான். அகதிகளை அந்த இடத்திலிருந்து வெளியேற்ற வந்த போலீஸ்காரர்கள் என்று படுத்திருப்பவர்கள் அவர்களைத் தவறாக நினைத்துவிட அவன் விரும்பவில்லை. திரும்பிவரும் வழியில், கார்க்கரேவும் தேஷ்பாண்டேயும் தீவிரமாக உரையாடிக்கொண்டே வந்தனர். நம்பிக்கையான மனிதனான மதன்லால், மீண்டும் ஒருமுறை தான் புறக்கணிக்கப்பட்டதாக உணர்ந்தான். மராத்தி தெரிந்திருந்தால் நன்றாக இருந்திருக்கும் என்று நினைத்தான். மீண்டும் மகாசபை அலுவலகத்தில் நடந்த விவாதத்தில் பட்கேவும் கிஸ்தய்யாவும் கலந்துகொண்டனர். ரிவால்வர்களைப் பற்றி அவர்கள் பேசிக் கொண்டிருந்தார்கள் என்பது மட்டும் மதன்லாலுக்குப் புரிந்தது. இப்போது எல்லாம் உறுதியாகிவிட்டது. திட்டமிட்டபடி நடந்தால், 'காந்தியின் 100 ஆண்டுகள் நாளை முடிவுக்கு வந்துவிடும்'.[15]

முதல் முயற்சி

ஜனவரி 20, 1948. காலை 6 மணி

கார்க்கரே ஏற்கனவே வெளியேறிவிட்டான். இரண்டு மணி நேரம் சென்றபின், பிர்லா மந்திர் அருகிலிருந்த ஹிந்து மகாசபை அலுவலகத்திற்கு ஆப்தேவும் கோபால் கோட்சேவும் வந்து சேர்ந்தனர். அலுவலகத்தின் பின்புறமிருந்த ஆளரவமற்ற மரங்களடர்ந்த மலைமுகடுக்கு குழுவின் நான்கு பேர், ஆப்தே, கோபால், பட்கே, சங்கர் சென்றனர். சிறிது நேரம் கழித்துத் திரும்பி வந்த சங்கர் கத்தியும் எண்ணெயும் கேட்டான்.

ரிவால்வரால் மரத்தின் மீது சுட்டு கோபால் இரண்டு மணி நேரம் பயிற்சிசெய்தான். ரிவால்வர் குறி தவறுகிறது என்பதைக் குழுவினர் உணர்ந்தனர்; பட்கே அதைச் சரிசெய்ய முயன்றான். அலுவலகத்திற்குத் திரும்புவதற்குமுன், மேலும் அரை மணி நேரம் பயிற்சி செய்தனர். பின்னர், அவர்கள் மெரினா ஹோட்டலுக்குச் சென்று ஓர் அறை எடுத்துத் தங்கினர் - அறை எண். 40. மதன்லால் கார்க்கரேக்காக அறையில் காத்திருந்தான்.

நண்பகலில், கார்க்கரே திரும்பினான். இருவரும் வெடிமருந்துகள் அடங்கிய காக்கி பையுடன் மெரினா ஹோட்டலுக்குச் சென்றனர். அறை எண் 40இல், ஆப்தே திட்டத்தை விவரித்தான்.

மதன்லால் கைக்குண்டு ஒன்றைப் பொருத்தி வீச வேண்டும்; சங்கர் மற்றொரு கைக்குண்டைப் பொருத்தி, கூட்டத்தினரின் கவனம் சிதறுவதற்காக வேறு இடத்திலிருந்து அதேநேரத்தில் வீசுவான். கோபால் கோட்சேவும் பட்கேவும் காந்தியை குறிபார்த்துச் சுட வேண்டும். மேலும் சில கைக்குண்டுகளையும் வீசவேண்டும். கார்க்கரேவுக்கும் நாதுராம் கோட்சேவுக்கும் இதில் நேரடிப் பங்கு இல்லை; கடிகாரம் வேலை செய்வதுபோல் அனைத்தும் சரியாக நடந்துமுடிவதை அவர்கள் உறுதிசெய்ய வேண்டும்.

ஜனவரி 20. மாலை சுமார் 4 மணியளவில் மதன்லால், திகம்பர் பட்கே, விஷ்ணு கார்க்கரே, நாராயண் ஆப்தே, நாதுராம் மற்றும் கோபால் கோட்சே ஆகியோர் பிர்லா மாளிகைக்கு வந்து மகாத்மா காந்தியைக் கொல்லும் திட்டத்தைச் செயல்படுத்தினார்கள். ஒரு வாரம் முன்புதான், ஜனவரி 13 அன்று, மகாத்மா காந்தி தனது இறுதி சத்தியாக்கிரகத்தை அறிவித்தார். பாகிஸ்தானுக்கு வழங்க வேண்டிய 55 கோடி ரூபாயை இந்திய அரசு நிறுத்திவைத்ததால் காந்தி வருத்தமுற்றார்; 'டெல்லியில் அமைதி திரும்பும்' நாளில், 'ஒரு முஸ்லிம் தனியாக நகரத்தில் சுற்றித் திரியக்கூடிய' நாளில் தனது உண்ணாவிரதத்தை முடித்துக் கொள்வதாக கூறினார்.[16] மதன்லால் பின்னர் இவ்வாறு கூறினான்:

> ஐம்பத்தைந்து கோடி ரூபாயை பாகிஸ்தானுக்கு இந்திய அரசாங்கத்தைக் கொடுக்க வைக்க மகாத்மா காந்தியின் வற்புறுத்தல் என் உள்ளத்தில் இரும்பைச் செருகியது. டெல்லி முஸ்லிம்களின் மெல்லிய முணுமுணுப்புகளும் அவருக்குக் கேட்டதாகத் தெரிகிறது, ஆனால், வானத்தைக் கிழிப்பது போன்ற ஹிந்து அகதிகளின் அழுகை மகாத்மாஜியின் காதுகளை அடையவிடாமல், மௌலானாக்களின், மௌல்விகளின், ஹாஜிகளின், ஹாஃபிஜிகளின் உறுதியான வரிசை தடுத்துவிட்டது. அகதிகளின் இந்த அழுகை தேசத் தந்தையின், இந்திய அரசாங்கத்துச் சர்வாதிகாரியின் காதுகளில் விழும்படிச் செய்ய வேண்டும் என்பதே எனது ஒரே நோக்கம். 1948 ஜனவரி 20ஆம் தேதி நான் அதைத்தான் செய்தேன்.[17] (மூலத்தில் உள்ளபடி).

வெடித்த அந்த வெடிகுண்டு, சுமார் 9 அங்குல நீளமும், 4 அங்குல அகலமும், 2 அங்குல உயரமும் கொண்ட செங்கல் வடிவில் வெள்ளை நிறத்தில் இருந்தது. இதைப் பின்னர் ஆக்ராவைச் சேர்ந்த

வெடிகுண்டு ஆய்வாளர் எஸ்.சி.ராய் ஆய்வு செய்தார். பராடோல், பேரியம் நைட்ரேட், அதாவது டி.என்.டி ஆகியன கொண்டு அந்த வெடிகுண்டு தயாரிக்கப்பட்டிருந்தது.

குண்டு வெடித்ததும், பச்சை நிறப் புகை எழுந்ததை மக்கள் பார்த்தனர். பெண்களும் குழந்தைகளும் பயந்து நடுங்கினர். பிர்லா இல்லத்தின் சௌக்கிதார் பூர் சிங் அந்த இடத்திலேயே மதன்லாலைப் பிடித்துவிட்டார்.

4
காந்தியைக் கொன்ற பெரெட்டா துப்பாக்கி

ஜனவரி 30, 1948. மாலை 05:30 மணி

இந்தியர்களது வாழ்வின் 'ஒளி' போய்விட்டது. டெல்லி பிர்லா மாளிகையில் (இப்போது காந்தி ஸ்மிருதி) கொலையாளியின் தோட்டாக்களுக்கு மகாத்மா காந்தி இரையாகிப் போனார்.

மார்பிலும் வயிற்றிலும் மூன்று தோட்டாக்கள் பாய்ந்து அந்த எழுபத்தெட்டு வயதான பக்கிரி தரையில் நிலைகுலைந்து விழுந்தார், அவர் தினசரி பிரார்த்தனை கூட்டங்கள் நடத்தும் மண்டபத்திலிருந்து சில அடி தூரத்தில் கீழே விழுந்தார். அவரது கைத்தடியும் தள்ளி விழுந்தது. அதிர்ச்சியான நிகழ்வின் தாக்கத்தால் பேத்திகள் மனுவும் அபாவும் கீழே விழுந்தனர். பிர்லா மாளிகைக்குப் பிரார்த்தனைக்கு வந்திருந்த கூட்டம் ஒரு கணம் திகைத்து நிசப்தமானது. சிலருக்குத் துப்பாக்கி வெடித்தது ஏதோ பட்டாசு வெடிப்பது போல் இருந்தது; சிலர், பத்து நாட்களுக்கு முன்புபோல் மீண்டும் ஒரு குண்டு வெடித்ததோ என்று எண்ணினர்.

நாற்பத்து மூன்று வயதான தொழிலதிபர் நந்தலால் மேத்தா நேரில் கண்டதாக சாட்சியம் அளித்திருந்தார். காந்தியின் வலதுபுறத்தில் அபாவும் இடதுபுறத்தில் மனுவும் அவர்களுக்குப் பின்னால் தானும் இருந்ததாகவும் கூறினார். துப்பாக்கியால் சுட்ட சப்தம் கேட்டதும் ஒரு கணம் திகைத்துப் போனார். மகாத்மா காந்தி நிலைகுலைந்து விழுந்திருந்தார். அவரது வேட்டியில் இரத்தம் தெளித்திருந்தது என்று கூறினார்.

பிர்லா மாளிகையில் அன்று நான்கு காவலர்கள் பணியில் இருந்தனர். மாலை 05.15 மணிக்கு மகாத்மா காந்தி தனது அறையிலிருந்து வெளியேறி பிரார்த்தனை நடக்குமிடத்திற்குச் சென்றதைத் தலைமைக் காவலர் அமர்நாத் பார்த்தார். காந்தியின்

பரிவாரங்களுடன் சேர்ந்து கொள்வதற்காகத் தலைமைக் காவலர் புல்வெளியின் குறுக்கே நடந்து சென்றார். துப்பாக்கிக் குண்டு வெடித்து, புகை எழும்பியதைப் பார்த்ததும், விரைந்து இயங்கிய அமர்நாத், துப்பாக்கியால் சுட்ட ஆசாமியைப் பிடித்தார். அதற்குள் கூட்டமும் கொலையாளி மீது கவிழ்ந்தது. அமர்நாத்தின் தலையில் காயம் ஏற்பட்டது. சார்ஜென்ட் தேவராஜ் சிங் கைத்துப்பாக்கியைக் கைப்பற்றினார்; கொலையாளியை துக்ளக் சாலை காவல் நிலையத்திற்கு அழைத்துச் சென்றார்.

காந்தி நம்மிடையே இல்லை என்ற செய்தியை மாலை 6 மணிக்கு அகில இந்திய வானொலி ஒலிபரப்பியது. செய்தியும் சம்பவ விவரங்களும் பரவ ஆரம்பித்ததும் இந்தியா துக்கத்தில் மூழ்கியது. மகாத்மாவை ஒருமுறை பார்க்கவேண்டும் என்ற இலக்கில் டெல்லியில் அன்றிரவு மக்கள் பிர்லா மாளிகையில் குவிந்தனர். பம்பாயில் கலவரம் வெடித்தது. பல இடங்களில் மக்கள் கடைகளையும், அலுவலகங்களையும் மருந்தகங்களையும் மூடிவிட்டனர். வானொலிப் பெட்டிகளைச் சுற்றி நின்றனர். தெருக்களில் கூடத் தொடங்கினர். இந்த மகத்தான இழப்பு அவர்களை துயரத்தில் ஆழ்த்தியது. கொலையாளி யாராக இருப்பான், அவனது நோக்கம் என்னவாக இருக்கும் என்று ஊகம் செய்யத் தொடங்கினர். இந்தியாவில் மீண்டும் வகுப்புவாத வன்முறை வெடிக்குமோ என்று அஞ்சினார்கள்.

சில நூறு கிலோமீட்டர் தொலைவில், குவாலியரில், மாலை 06.30 மணியளவில், ஆயுள் காப்பீட்டு முகவர் கங்காதர் பட்வர்த்தன் ஒரு நூலகத்தில் இந்தச் செய்தியைக் கேட்டார். கொலையாளி யார் என்பது குறித்துப் பரபரப்பான விவாதங்கள் நடந்தன. பல கோட்பாடுகள் முன்வைக்கப்பட்டன. அவற்றில் கவனத்தை ஈர்த்ததாக, இந்தக் கொடூரமான குற்றத்தை அதிருப்தி கொண்ட ஓர் அகதி செய்திருக்கலாம் என்பது இருந்தது. இந்த வதந்தி தீவிரமாகப் பரவியது. ஏனெனில், காந்தியின் 'முஸ்லிம்களை திருப்திப்படுத்தும்' செயல்களைப்பார்த்து கோபமுற்ற ஹிந்து மற்றும் சீக்கிய அகதிகளால் காந்தி மீண்டும் மீண்டும் தாக்கப்பட்டார். இறுதியாக அவர் மேற்கொண்ட சத்தியாக்கிரகத்தின் இரண்டாவது நாள், ஜனவரி 14ம் தேதி பிர்லா மாளிகைக்கு வெளியில் ஆத்திரம் கொண்ட கும்பல் ஒன்று கூடியது; 'காந்தி இறக்கட்டும்' என்று முழக்கங்களை எழுப்பியது. ஜனவரி 20 அன்று, பஞ்சாபி அகதியான

மதன்லால் பஹ்வா காந்தியின் உயிரைப் பறிப்பதற்காக வெடிகுண்டு ஒன்றை வீசினான். ஆனால், அந்த முயற்சி தோல்வியடைந்தது.

உணர்ச்சி வசப்பட்டிருந்த ஜவஹர்லால் நேரு திகைத்துத் துயரத்தில் மூழ்கியிருந்த நாட்டுக்கு ஆறுதல் கூறி, அன்றிரவு வரலாற்றுச் சிறப்பு மிக்க உரையாற்றினார். அந்தக் கொலைகாரனை அவர் 'பைத்தியக்காரன்' என்று குறிப்பிட்டார்; வேறொன்றும் கூறவில்லை. அதிக விவரங்கள் அப்போது பொதுவெளியில் வரவில்லை. கொலையாளியின் அடையாளம் இன்னும் தெரியவில்லை. உண்மையில், டிஎஸ்பி ஜஸ்வந்த் சிங், அப்போது நாதுராம் கோட்சேவின் அறிக்கையைப் பதிவு செய்திருக்கவில்லை.

இரவு 9 மணியளவில் கங்காதர் பட்வர்த்தன் தன் வீட்டிற்குச் சென்றார். கிரேட்டர் குவாலியர் மாநிலத்தின் மூன்று பகுதிகளில் ஒன்றான லஷ்கர் நகரில், ராஜ்புத் போர்டிங் ஹவுஸுக்குப் பின்னால் அவரது வீடு இருந்தது. முதல் மாடியில் வசிக்கும் மதுகர் பாலகிருஷ்ண கைரே ஏற்கனவே வீட்டிற்கு வந்து சேர்ந்திருந்தான். மகாத்மா காந்தியின் படுகொலையைப் பற்றி, முற்றிலும் நம்ப முடியாமல் அதிர்ச்சியோடு இருவரும் பேசிக்கொண்டனர். இருப்பினும், கொலைகாரன் ஒரு அகதியாக இருக்கலாம் என்ற தனது கோட்பாட்டை பட்வர்த்தன் சொன்னதும், கைரே அவரைத் திருத்தி, 'அது ஒரு மகாராஷ்டிரன்' என்றான். இவர் திகைத்துப் போனார். அன்றிரவு பெஷாவர் எக்ஸ்பிரஸில் கைரே டெல்லிக்குப் புறப்பட்டான். ஒருவேளை அந்தப் படுகொலை பற்றிய கூடுதல் விவரங்களை மறைமுகமாக தெரிந்துகொள்வதற்காக அவன் சென்றிருக்கலாம்.

கைரே குவாலியரில் பத்து ஆண்டுகளாக வசிக்கும் இருபது வயது மாணவன். ஹிந்து மகாசபையில் தீவிர நம்பிக்கை கொண்டவன். குவாலியரின் ஹிந்து ராஷ்டிர சேனை என்ற தீவிரவாத அமைப்பிலும் உறுப்பினன். நகரத்தில் பலரும் நன்கு அறிந்த ஆயுர்வேத மருத்துவர் தத்தாத்ரேயா பார்ச்சூரே என்பவர் நிறுவிய அமைப்பு அது.

ஜனவரி 30 அன்று, மாலை சுமார் 6 மணியளவில் காந்தி படுகொலை செய்யப்பட்ட செய்தியை கைரே அறிந்தான். நேராக குவாலியரில் பிரதான சாலையில் இருந்த பார்ச்சூரேவின் வீட்டிற்குச் சென்றான். குவாலியரில் பார்ச்சூரே முக்கியத்துவம் வாய்ந்த மனிதர். அவரது மருந்தகம் அரசியல் நடவடிக்கைகளின் மையமாக இருந்தது.

உண்மையில், அந்த ஹிந்துத் தலைவர் சுதந்திரத்திற்குப் பின் அமைந்த இடைக்கால அரசாங்கத்திற்கு எதிராக கடுமையான போராட்டங்களை நடத்துவதில் முன்னணியில் இருந்தார். சத்தியாக்கிரகம் மேற்கொள்ளப் போவதாகவும் கூறினார். கைரே பார்ச்சூரேவைச் சந்தித்து, கொலையின் காரணமாக அவரது போராட்டத்தைக் கைவிடுமாறு கேட்டுக் கொண்டான். இந்தச் செயலை யார் செய்திருக்க முடியும் என்று மருத்துவரிடம் கேட்டதற்கு, 'நம்மைப் போன்ற ஒருவர்' என்று அவர் பதில் கூறியிருக்கிறார்.

கைரேவும் பார்ச்சூரேவும் ராஜ்புத் போர்டிங் ஹவுஸுக்குச் சென்றனர். அதன் உரிமையாளர் ராம் தயாள் சிங்குடன் மருத்துவர் சில வார்த்தைகளைப் பரிமாறிக் கொண்டார். அவர்கள் வீட்டிற்குத் திரும்பியபோது, வானொலி ஒலித்துக்கொண்டிருந்தது. ஒரு கொண்டாட்ட நிகழ்வு போல் இனிப்புகளும் பரிமாறப்பட்டன. கைரே சில இனிப்புகளை எடுத்துக்கொண்டான். காந்தியின் இறுதிச் சடங்கிற்காகத் தான் டெல்லிக்கு செல்வதாக பார்ச்சூரேவிடம் கூறினான். ஜனவரி 31 அன்று, மகாத்மா காந்தியின் இறுதி தரிசனத்திற்காக டெல்லியில் கூடியிருந்த ஆயிரக்கணக்கான மக்களில் கைரேயும் ஒருவன்.[1]

31 ஜனவரி 1948

காந்தியைக் கொன்றது யார் என்று இப்போது உலகத்திற்குத் தெரிந்துவிட்டது. நாதுராம் கோட்சேவின் பெயரை முதலில் பிரிட்டிஷ் பிராட்காஸ்டிங் சர்வீஸ்தான் ஒலிபரப்பியது. பின்னர் அகில இந்திய வானொலி தெரிவித்தது. பட்வர்த்தனின் ஆர்வம் மேலும் மேலும் அதிகரித்தது. கொலைகாரன் ஒரு மகாராஷ்டிரன் என்று கைரேவுக்கு எப்படித் தெரியும்? பிப்ரவரி ஒன்றாந் தேதி கைரே குவாலியருக்குத் திரும்பியதும் அவனை எதிர்கொள்ள பட்வர்த்தன் சென்றார். பல வற்புறுத்தலுக்குப் பின், கைரே தயக்கத்துடன் தனது ஆதாரத்தை வெளிப்படுத்தினான்: பார்ச்சூரே.

பட்வர்த்தன் தீவிரமான எச்சரிக்கை உணர்விற்கு ஆட்பட்டார். மகாத்மா காந்தியின் கொலைக்குக் காரணமான குழுவுடன் பழகி, சிக்கியிருக்கிறோமோ என்று தோன்றியது. குவாலியரில் நாதுராம் கோட்சே இருந்திருக்கிறான் என்பது இந்தக் குழுவுக்குத் தெரியும் என்பதும் பட்வர்த்தனுக்கு தெரியவந்தது. அவர் சித்தப்பிரமை

பிடித்தவர் போலானார். பிப்ரவரி 2ஆம் தேதி, குவாலியர் அரசில் பணிபுரிந்த அவரது நண்பர் மதுகர் கேசவ் காலேவை சந்திக்கச் சென்றார். பட்வர்த்தன் அவரிடம் - கைரேயுடனான உரையாடல்கள், தெரிந்தவை மற்றும் சந்தேகங்கள் அனைத்தையும் சொல்ல விரும்பினார். ஆனால், அங்கும் முரட்டுத்தனமான அதிர்ச்சிதான் அவருக்கு ஏற்பட்டது. அந்தக் கொலையைப் பற்றி அடுத்த வீட்டுக்காரனைக் காட்டிலும் அந்த நண்பருக்கே அதிகம் தெரிந்திருந்தது.

நான்கு மகன்களில் மூத்தவன் காலே. ஒரு பட்டதாரி; 1940-41 லிருந்து தீவிரமான ஹிந்து ராஷ்ட்ர சேனையின் உறுப்பினன். அவனது நண்பனும் பார்ச்சூரேவின் மகனுமான நீலகண்டன் என்ற நீலுவின் வற்புறுத்தலின் பேரில் அதில் சேர்ந்தான். மே 1947ல் குவாலியர் அரசில் வேலைக்குச் சேர்ந்தபின் ஹிந்து ராஷ்ட்ர சேனையிலிருந்து விலகிவிட்டான். ஒரு தீவிரவாத அமைப்புடன் தொடர்பிலிருப்பதை அவனது குடும்பத்தினர் ஏற்கவில்லை; சொல்லப்போனால், அவனது தாயார் ருக்மணி பாய், தனது மகனை 'தவறாக வழிநடத்துவதை' நிறுத்தும்படி பார்ச்சூரேவிடம் கூறியிருக்கிறாள். தொடர்புகளைத் துண்டித்துக் கொள்வதற்கு முன்பாக, அந்த அமைப்பின் மூலம் கிடைத்த உடற்பயிற்சிகள் காலேவுக்கு விருப்பமாகத்தான் இருந்தன. ஹிந்து ராஷ்ட்ர சேனையில், லத்திகளைச் சுழற்றவும், வாள் வீசவும், ஈட்டி எறியவும் காலே கற்றுக்கொண்டான். ஹிந்துத்துவ அமைப்புகளின் முக்கிய அம்சமாக உடற்பயிற்சி இருந்தது. உடல் வலிமையின் மூலம் வெளியாட்கள் (முஸ்லிம்கள் என்று படிக்கவும்) அவர்களது தாய்நாட்டை ஆக்கிரமிப்பதை ஹிந்துக்கள் தடுக்கமுடியும் என்பதே இப்பயிற்சிகளின் நோக்கம். உடற்பயிற்சி மூலம் உடலையும் உடலுரத்தையும் வலிமை ஆக்கிக்கொண்டு, கற்பனையான முஸ்லிம் தாக்குதலுக்கு எதிரான போராட்டத்திற்குத் தயாராகுமாறு உடல் தகுதியுடைய ஹிந்து ஆண்கள் அனைவருக்கும் ஹிந்து ராஷ்ட்ர சேனை அறைகூவல் விடுத்தது.[2]

காலே, ஹிந்து ராஷ்ட்ர சேனைக்குச் செல்வதை நிறுத்திவிட்டாலும், பார்ச்சூரேவையும் அவரது குடும்பத்தினரையும் தொடர்ந்து சந்தித்து வந்தான். சூடான உரையாடலின் தலைப்பாக பெரும்பாலும் அரசியல்தான் இருக்கும்: குறிப்பாக காந்தி, காங்கிரஸ் மற்றும் அவர்களின் முஸ்லிம் சார்பு நிலைப்பாடு. முஸ்லிம்களைத் திருப்திப்படுத்தும் காங்கிரஸின் கொள்கைகளுக்கு காந்திதான்

காரணம் என்று பார்ச்சூரே சொல்வதைக் கேட்பது காலேவுக்குச் சாதாரணமான விஷயம்தான்; மருத்துவரும்-தளபதியுமான அவர் அடிக்கடி இப்படிச் சொல்வார்: 'தண்ணீர் பெருக்கெடுத்து ஓடுவதை அதன் தோற்றுவாயில் நிறுத்தவேண்டும். அதுபோல் மகாத்மா காந்தியை முடிக்கும்வரை முஸ்லிம்களைத் திருப்திப்படுத்தும் தனது கொள்கையை காங்கிரஸ் மாற்றிக்கொள்ளாது.'[3]

ஜனவரி 30 அன்று, துயரமான அந்த மாலையில், காலே காந்தியின் மரணத்தை வானொலியில் கேட்டான். அதன்பின், பார்ச்சூரேவை மராத்தா போர்டிங் ஹவுஸுக்கு வெளியில் சந்தித்தான். கைரே அவனை மருத்துவமனையில் சந்திப்பதற்கு முன்பாகவே. அப்போது தலைப்பாகை அணிந்த ஒரு மராத்தியனுடன் பார்ச்சூரே உலவிக் கொண்டிருந்தார். காலே இந்த வரலாற்று நிகழ்வை பார்ச்சூரேவுக்குத் தெரிவித்தான். முதலில் பார்ச்சூரே ஒன்றை உறுதிப்படுத்திக் கொள்ள விரும்பினார் - காந்தி இறந்துவிட்டாரா அல்லது அவர் கொலை செய்யப்பட்டாரா? பார்ச்சூரே சொன்னது போல் 'தண்ணீர் வராமல் நின்றுவிட்ட நாள் இது' என்று காலே அழுத்திச் சொன்னான். ஆனால், அந்த மருத்துவர் எதையும் சொல்ல மறுத்துவிட்டார். முக்கியமற்ற செய்தி என்பதுபோல் எளிதாகப் பேசினார். 'உலகின் ஒரு பெரிய அரக்கன் இறந்துவிட்டான், ஹிந்து சாம்ராஜ்ஜியத்தை உருவாக்க இனி நேரம் பார்க்கத் தேவையில்லை' என்றார் அவர். ஏறக்குறைய இதை அவர் எதிர்பார்த்தது போல் இருந்தது.

உண்மையில், பார்ச்சூரே குவாலியரில் பல்வேறு நபர்களிடம் இந்தப் படுகொலை குறித்து மறைமுகமாக குறிப்பிட்டுப் பேசியிருக்கிறார். அதாவது மகாத்மா காந்தி கொலையின் பின்னணியிலிருந்த சதித்திட்டத்தை அவிழ்ப்பதற்கு அவர் உதிர்த்தக் சொற்கள் திறவுகோலாக அமைந்தன என்று சொல்லுமளவிற்கு.

ராஜ்புத் போர்டிங் ஹவுஸின் உரிமையாளரும் ராஜ்புத் சேவா சங்கத்தின் தலைவருமான ராம் தயாள் சிங், ஜனவரி 30 அன்று மாலை தனது விடுதிக்கு வந்த பார்ச்சூரே 'ஒரு நல்ல செயல் நடந்துள்ளது' என்று உளறிக்கொட்டியதாகத் தனது சாட்சியத்தில் தெரிவித்தார். ஹிந்து மதத்தின் எதிரி கொல்லப்பட்டுவிட்டார்; இனி ஹிந்து மதம் பாதுகாப்பாக இருக்கும் என்று அவர் மேலும் கூறியதாகச் சொன்னார். காந்தியை 'ஔரங்கசீப்பின் அவதாரம்' என்று பார்ச்சூரே சில நேரங்களில் குறிப்பிட்டதும் பதிவு

செய்யப்பட்டுள்ளது. நடக்கும் காரியங்களுக்குத் தானே பொறுப்பு என்று கூறிக்கொள்ளும் பழக்கம் பார்ச்சூரேக்கு இருந்ததாகவும் ராம் தயாள் சிங் கூறினார். 'காந்திஜி கோ மர்னே வாலா அப்னா ஆத்மி தா (காந்தியைக் கொன்றவன் எங்களில் ஒருவன்)' என்று பார்ச்சூரே கூறியதாகவும் கூறப்படுகிறது. அவர்களது பேச்சு மேலும் வளர்ந்திருக்கிறது; ஜனவரி 20 அன்று வெடிகுண்டு வெடித்ததும், அது அவர்களது ஆளின் வேலை என்றும், காந்தியை கொல்லப் பயன்படுத்திய துப்பாக்கி குவாலியரில் இருந்துதான் சென்றது என்றும் பார்ச்சூரே கூறியிருக்கிறார்.

மற்றொரு சாட்சியான ஜெகநாத் சிங் ஜனவரி 30 அன்று காலையில் ராஜ்புத் போர்டிங் ஹவுஸுக்குச் சென்றிருந்தார்; இடைக்கால அரசாங்கத்தின் அமைச்சரவையில் ராஜபுத்திரர்களின் எதிர்காலம் குறித்து விவாதிப்பதிற்குச் சென்றிருக்கிறார். ஹிந்து ராஷ்ட்ர சேனை அவர்களது கோரிக்கையில் இணைந்துகொள்ள வேண்டும் என்றும் கூறியிருக்கிறார். அதற்கு பார்ச்சூரே, ஓரிரு நாட்களில் ஏதோ ஒன்று முடிவுக்கு வரப்போகிறது என்று பதில் கூறியிருக்கிறார்.

ஜனவரி 31 அன்று, காந்தியைக் கொன்றவனின் பெயர் நாதுராம் விநாயக் கோட்சே என்பதை இந்த உலகம் அறிந்தபோது காலேவும் அறிந்துகொண்டான். காலேவுக்கு அந்தப் பெயர் பரிச்சயமானதுதான். ஏனெனில், ஜனவரி 28ஆம் தேதி பார்ச்சூரேவின் மகன் நீலகண்டன் கோட்சே அவர்களைப் பார்க்க வந்ததாகக் கூறினான். இந்தத் தகவலை காலே தனது தாயிடமும் சில நண்பர்களிடமும் கூறியிருக்கிறான். பிப்ரவரி 2ஆம் தேதி, பட்வர்த்தன் காலேவை சந்திக்கச் சென்றபோது, லஷ்கரில் அவன் வீட்டிற்கு அருகில் வசித்தவர்கள் மத்தியில், கோட்சே சில நாட்களுக்கு முன்பு பார்ச்சூரைப் பார்ப்பதற்கு குவாலியருக்கு வந்திருந்ததாக வதந்தி பரவியிருந்தது. கவலையடைந்த பட்வர்த்தன் காலேவை மிரட்டினார். அன்று பலமுறை காலேவின் வீட்டிற்கு அவர் சென்றார். ஒரு நேரம் மதுகர் கைரேவும் அவருடன் வந்தான்; காலே சொன்ன கதையைக் கேட்டான்.

பட்வர்த்தன் காப்பீட்டு முகவர் மட்டுமல்ல, காவல்துறைக்குத் தகவல் தருபவர் என்பது காலேவின் கூற்று. குவாலியருக்கு கோட்சே வந்திருந்தான் என்ற ஆபத்தான தகவல் கிடைத்ததும், பட்வர்த்தன், அரசாங்கத்திடம் சென்று சொல்லும்படி காலேவை கட்டாயப்படுத்தினார். ஒரு 'ஹைட்ரா' போலப்

பெருகிக்கொண்டிருந்த இந்தக் குழுவிடமிருந்து தன்னைத் தூரத்தில் வைத்துக் கொள்வதற்கான நடவடிக்கைகளையும் அவர் எடுத்துக்கொண்டிருந்தார்.

அந்த நாளின் பிற்பகுதியில், காவல்துறைக்குத் தகவல் அளிப்பவரும், குவாலியர் அரசில் பணிபுரியும் காலேவும், மாணவன் கைரேவும் குவாலியர் அரசின் உள்துறை அமைச்சர் முரளிதர் குலேவை சந்திக்க பட்வர்த்தனின் ஸ்டூடிபேக்கரில் சென்றனர். விஷயத்தின் அவசரம் காரணமாகவும், காந்தியின் கொலையுடன் தொடர்புடையது என்பதாலும் அவர்கள் வரவேற்கப்பட்டனர்.

முரளிதர் குலேவுக்கும் தத்தாத்ரேயா பார்ச்சூரேவுக்கும் இடையில் அவ்வளவு நல்லுறவு இல்லை. இந்தியச் சுதந்திர தினத்தன்று, குவாலியர் மகாராஜா ஜிவாஜிராவ் சிந்தியா, தனது அமைச்சரவையை மறுசீரமைப்பு செய்யப்போவதாக அறிவித்தார்; அரசில் இல்லாதவர்கள் ஐந்து பேரை அதில் சேர்க்கப்போவதாக கூறினார்: மூன்று காங்கிரஸ் உறுப்பினர்கள், ஒரு தலித் உறுப்பினர் மற்றும் ஒரு முஸ்லிம் உறுப்பினர். புதிதாக அமைக்கப்பட்ட அரசாங்கம் 22-01-1948 அன்று பதவியேற்கும் என்ற முடிவையும் அறிவித்தார். ஹிந்து மகாசபையை முற்றிலுமாக ஒதுக்கி வைத்து, மறுசீரமைக்கப்பட்ட அமைச்சரவை பார்ச்சூரேவுக்கு அதிர்ச்சி அளித்தது. அவர் மிகுந்த சீற்றமடைந்தார். குவாலியர் அரசின் திவான் எம்.ஏ.ஸ்ரீனிவாசனுக்கு ஒரு கடிதம் எழுதி சந்திக்க நேரம் கேட்டார். சீனிவாசன் தனது நினைவுக் குறிப்புகளில், கோபமுடன் வந்த பார்ச்சூரேவுடன் அவரது சந்திப்பைப் பின்னர் நினைவு கூர்ந்திருந்தார்.

மருத்துவர், அந்தச் சந்திப்புக்கு நாராயண் ஆப்தேவுடன் வந்திருந்தார். அவர்களுக்குத் தேநீர் வழங்கப்பட்டது, அதை அவர்கள் அமைதியாகக் குடித்தனர். பார்ச்சூரேவின் கைகள் நடுங்கின. சாஸரும் கப்பும் மோதிக்கொள்ளும் சப்தம் கேட்டது. அந்த அளவுக்கு அவர் கோபமாக இருந்தார் என்று ஸ்ரீனிவாசன் எழுதியிருந்தார். 'அமைச்சரவையில் இருந்து எங்களை ஏன் ஒதுக்கினீர்கள்? எங்களுக்குத் துரோகம் செய்துவிட்டீர்கள். நீங்களும் உங்கள் காந்தியும் ஹிந்து மதத்திற்குத் துரோகம் செய்பவர்கள்' என்று பார்ச்சூரே அவரிடம் கூறினார். இன்னமும் கோபம் தணியாமல், 'ரகுபதி ராகவ ராம் ரஹீம், பதீதப் பாவனா கிருஷ்ணா

கரீம்!' என்று காந்திக்கு விருப்பமான அவரது பஜனையைத் திரித்துக் கேலியாகப் பாடினார்.[4]

செப்டம்பர், 1947இல் காந்தியின் பிரார்த்தனைக் கூட்டங்கள் தினமும் மாலையில் பிர்லா மாளிகையில் நடைபெற்றன. பகவத்கீதையும் குரானும் பாராயணம் செய்யப்பட்டன. அப்போது டெல்லி வகுப்புவாத வன்முறையின் பிடியிலிருந்தது. குரான் ஓதுவதை எதிர்த்த ஹிந்து அகதிகளால் காந்தியின் பிரார்த்தனைக் கூட்டங்கள் தொந்தரவுக்கு ஆளான நேரங்களும் உண்டு. 1947இல் ராவல்பிண்டியில் இருந்து டெல்லி வந்த வழக்கறிஞர் கே.என்.சஹானி அவரது சாட்சியத்தில், இதுபோல் ஒன்றிரண்டு குழப்பங்களை தான் பார்த்திருப்பதாக கூறினார். ஆனால், பார்ச்சூரே மாற்றி பாடிய வடிவத்தில் என்றும் பிரார்த்தனைக் கூட்டங்களில் பஜன் பாடி கேட்டதில்லை என்று அவர் கூறினார்.

குவாலியரின் அமைச்சரை மருத்துவர் தொடர்ந்து மிரட்டினார். 'உங்கள் இருவரையும் முடித்து விடுவோம். எங்களிடம் கைக்குண்டுகள் உள்ளன' என்று கூறினார், அந்த நேரத்தில் உரையாடலை முடித்த திவான், காவலரை அழைத்து அவர்களை வெளியே அனுப்பினார்.

ஸ்ரீனிவாசன், இந்த உரையாடல் குறித்த அறிக்கையை மகாராஜாவிடம் கொடுத்தார். மாநிலத்திலிருக்கும் மகாசபை மற்றும் ஆர்.எஸ்.எஸ். தலைவர்களின் பேச்சுகள் நிந்தனையாக இருப்பதாகவும், மக்கள் திரட்சி கட்டுக்கடங்காத நிலைக்குச் சென்று கொண்டிருப்பதாகவும் எழுதியிருந்தார்.

ஆகஸ்ட் 1947இன் பிற்பகுதியில், பார்ச்சூரேவும் குவாலியரின் ஹிந்து மகாசபைக் கிளையும் சமஸ்தானத்தில் அரசியல் சீர்திருத்தம் வேண்டும் என்று கேட்டு போராட்டம் ஒன்றைத் தொடங்கினர். இதையடுத்து மருத்துவர் கைது செய்யப்பட்டார். அந்தப் போராட்டத்தில் மதன்லாலும் கலந்து கொண்டிருந்தான். இரண்டு மாதங்களுக்குப் பின்னர் அக்டோபரில்தான், பார்ச்சூரேவும் ஏனைய ஹிந்து மகாசபை உறுப்பினர்களும் அரசால் விடுவிக்கப்பட்டனர். 1948 ஜனவரி 24 மற்றும் 28 க்கும் இடைப்பட்ட காலத்தில், குவாலியர் அரசில் புதிதாக அமைக்கப்பட்ட காங்கிரஸ் தலைமையிலான அரசாங்கத்திற்கு எதிராக ஹிந்து மகாசபை ஆர்ப்பாட்டம் ஒன்றை நடத்தியது.

பட்வர்த்தன் சொன்னதைக் கேட்டவுடன், மகாத்மா காந்தியின் படுகொலையில் பார்ச்சூரேவின் பங்கின் மகத்தான முக்கியத்துவத்தை குலே புரிந்துகொண்டார்.

ஏறத்தாழ அதே நேரத்தில், டெல்லியில், டிஎஸ்பி சர்தார் ஜஸ்வந்த் சிங்கும் அவரது குழுவினரும் கோட்சேவை விசாரித்துக் கொண்டிருந்தனர். புது டெல்லி ரயில் நிலையத்தில் காத்திருப்பு அறையை வாடகைக்குப் பெறுவதற்காக அவன் பயன்படுத்திய குவாலியர் ரயில் டிக்கெட் குறித்து விளக்குமாறு அவனிடம் கேட்டனர். விசாரணையில், குவாலியருக்குச் செல்லவில்லை என்று கோட்சே மறுத்தான். காத்திருப்பு அறையைப் பெறுவதற்காக, அறைக் காப்பாளன் வழங்கிய போலி டிக்கெட் அது என்றும், அதற்காக அவன் ஐந்து ரூபாய் லஞ்சம் வாங்கிக் கொண்டதாகவும் கூறினான்.

கோட்சே, கலக்கமடையாமல் மறுத்தபோதிலும், குவாலியரிலிருந்து இதற்கான ஆதாரத்தைப் பெறுவதற்கு ஜஸ்வந்த் சிங்கிற்கு இரண்டு மணி நேரம் மட்டுமே ஆனது.

பிப்ரவரி 3, 1948

ஐக்கிய மாகாணத்தின் ரயில்வே சிறப்புக் காவல் கண்காணிப்பாளர், மதுரா கண்டோன்மென்ட்டில் இருந்து ஜான்சிக்குப் பயணம் செய்தார். குவாலியர் நிலையத்தில், நிலைய அதிகாரி (அரசு ரயில்வே போலீஸ்) அவரிடம் தகவல் ஒன்றைத் தெரிவித்தார். மகாத்மா காந்தி படுகொலை செய்யப்பட்ட அன்று, ஹிந்து மகாசபை தலைவர் ஒருவர் தனது அமைப்பின் உறுப்பினர்களுக்கு இனிப்புகளை வழங்கினார்; அன்று மாலை வானொலியில் செய்திகளைத் தவறாமல் கேட்கும்படி அவர்களிடம் சொன்னார் என்று தெரிவித்தார். ஜனவரி 30ஆம் தேதி மகாத்மா காந்தி சுடப்பட்டபின் வீட்டுப் பணிப்பெண் ரூபா மெஹ்ரத்தை குவாலியர் பஜாருக்குச் சென்று நண்பர்களுக்கும் குடும்பத்தினருக்கும் விநியோகம் செய்ய நான்கு ரூபாய்க்கு இனிப்புகள் வாங்கி வரச் சொல்லி பார்ச்சூரே அனுப்பியிருக்கிறார்.

செய்திகள் வேகமாகப் பரவும் குணம் கொண்டவை.

முரளிதர் குலே நேரத்தை வீணடிக்கவில்லை. தத்தாத்ரேயா பார்ச்சூரேவை கைது செய்ய தோரட் பாட்டீல் எஸ்.பி.க்கு

உத்தரவிட்டார். பார்ச்சூரே பிப்ரவரி 3ந் தேதி கைது செய்யப்பட்டு காவலில் வைக்கப்பட்டார். வட இந்தியா முழுவதும், ஹிந்து வலதுசாரி அமைப்புகளுடன் தொடர்பு வைத்திருந்த பலரும் இவ்வாறு கைது செய்யப்பட்டனர். இராணுவக் காவல்துறையிடம் ஒப்படைக்கப்பட்ட பார்ச்சூரே குவாலியர் கோட்டையில் அடைக்கப்பட்டார். இதற்கிடையில், சிஐடி இன்ஸ்பெக்டர் சங்கர் ராவை குவாலியர் காவல்துறை டெல்லிக்கு அனுப்பி வைத்தது. பாபுவின் கொலையில் குவாலியருக்கு இருக்கும் தொடர்பு குறித்த தகவல்களுடன் அவர் சென்றார்.

டெல்லியிலிருந்து மூன்று நாட்களுக்குப் பின் பிப்ரவரி 6 அன்று ராவ் திரும்பினார். விசித்திரமான தற்செயல் நிகழ்வாக, அவர் ஜூம்மா என்ற முஸ்லிமுக்குச் சொந்தமான டோங்காவில் வந்தார். இருவருக்கும் இடையில் நடந்த உரையாடலில், நாதுராம் கோட்சேவும் நாராயண் ஆப்தேவும் குவாலியருக்கு வந்ததிலிருந்து நடந்த நிகழ்வுகளின் வரிசையை ராவால் அறிந்துகொள்ள முடிந்தது.

ஜனவரி 27, 1948

இரவு 11.30 மணியளவில் குவாலியர் வந்து சேர்ந்த பெஷாவர் எக்ஸ்பிரஸிலிருந்து இரண்டு பயணிகள் இறங்கினர். பிரிவினைக்கு முன்னர் போல் பெஷாவரிலிருந்து ரயில் வரவில்லை; பம்பாயிலிருந்து வந்தது. பயணிகளில் ஒருவர் வெள்ளை நிறக் கால்சராயும், மற்றொருவர் வேட்டியும் அணிந்திருந்தார். வானிலை குளிர்ச்சியாக இருந்தது, அதனால் கால்சட்டை அணிந்தவர் தனது தலையை மப்ளரால் சுற்றிக்கொண்டார். வேட்டி அணிந்தவர் போர்வையால் தன்னைப் போர்த்திக்கொண்டார். நிலையத்திற்கு வெளியில் கரிபா என்ற டோங்காவாலா அவர்களைத் தனது வாகனத்தில் ஏறும்படி கேட்டுக்கொண்டான். கட்டணம் ஒரு ரூபாய். டோங்கா இரண்டாம் வகுப்பு நடைமேடையை அடைந்தபோது, குதிரை மிரண்டுபோய் சேனத்திலிருந்து உருவிக்கொண்டது. எனவே கரிபாவின் பயணிகள் டோங்காவிலிருந்து இறங்கினர்.

மற்றொரு டோங்காவாலா ஜூம்மா, இரண்டாம் வகுப்பு காத்திருப்பு அறைக்கு அருகில், நிலையத்தின் சைக்கிள் ஸ்டாண்ட் பக்கத்தில் வாடிக்கையாளர்களுக்காகக் காத்திருந்தான். கரிபா அவனிடம் தன் பயணிகளுக்கு உதவுமாறு கேட்டுக்கொண்டான். இரண்டு பேரும் ஒரு பையையும் படுக்கையையும் எடுத்து ஜூம்மாவின்

டோங்காவில் ஏற்றினார்கள். அவர்கள் சேருமிடம்: ஷிண்டே கி சாவ்னியின் நாடி கேட் பாலம் அருகில் பார்ச்சூரேவின் வீடு.

அந்த முகவரியைக் கண்டுபிடிப்பதில் எந்தச் சிரமம் இல்லை. ஹிந்து ராஷ்ட்ர சேனையின் சுய-பாணி சர்வாதிகாரியான அவர் குவாலியர் ஹிந்து மகாசபையின் முன்னணி, போர்க்குணமிக்க ஹிந்துக் குரல். குவாலியர் சமஸ்தானத்திற்கு எதிராக 1947ல் அவர் ஒரு போராட்டத்தையும் நடத்தினார்; அதுபோல் சில நாட்களுக்கு முன் ஏறக்குறைய 900 ஆர்.எஸ்.எஸ். தொண்டர்களுடன் குவாலியரில் ஒரு பேரணியை பார்ச்சூரே ஏற்பாடு செய்தார். புதிதாக அமைக்கப்பட்ட அரசாங்கத்தில் ஹிந்து மகாசபை சேர்க்கப்படாததற்கு எதிர்ப்புத் தெரிவிக்க அதைச் செய்தார்.

பார்ச்சூரேவின் வீட்டை அவர்கள் நெருங்கிய போது, பயணிகளில் ஒருவன் இடத்தைச் சரியாக விசாரித்துக் கொள்ளும்படி ஜும்மாவிடம் சொன்னான். வந்தவர்கள் ஒரு முன்னெச்சரிக்கைக்காக இதைச் செய்தனர்; ஜும்மா, ஒரு முஸ்லிம். பெரும்பான்மையாக முஸ்லிம்கள் வாழும் ஒரு 'கெட்டோ'விற்கு அழைத்துச் சென்று கொல்ல முயலவில்லை என்பதை உறுதிப்படுத்திக் கொண்டனர். ஆனால், உண்மை அதற்கு நேர்மாறானதாக இருந்தது. 1947ல் குவாலியரில் பல வகுப்புக் கலவரங்கள் நடந்தது என்று கூறிய ஜும்மா, அப்போது பல முஸ்லிம்கள் நகரத்தை விட்டு வெளியேறிவிட்டதாகக் கூறினான். ஜும்மாவும், ஹிந்து மகாசபைக்குப் பயந்து, லஷ்கர் நகருக்கு இடம் பெயர்ந்துவிட்டதாகச் சொன்னான்.

வயதான சலவைக்காரி மருத்துவரின் இல்லத்திற்கு - ஒரு மின்சாரக் கம்பத்திற்கு அருகிலிருந்த சிவப்பு நிற வீட்டிற்கு வழிகாட்டினாள். கிட்டத்தட்ட நள்ளிரவு நேரம். கால்சட்டை அணிந்தவர் டோங்காவிலிருந்து இறங்கி கதவைத் தட்டினார். நீலகண்டன் தன் அறையில் கண்விழித்துப் படித்துக் கொண்டிருந்தான். இந்த நேரத்தில் யார் கதவைத் தட்டுகிறார்கள் என்று அறிய ஜன்னலைத் திறந்தான். அவனது அப்பாவைச் சந்திக்க வந்திருப்பதாக கூறிய அவர்கள் தம் பெயர்களைச் சொன்னார்கள். நீலு அப்பாவை எழுப்ப மாடிக்குச் சென்றான். இருவரும் ஒன்றாகக் கதவைத் திறந்தனர். அவர்களில் ஒருவன் உள்ளே நுழைந்து, 'நான், நாதுராம் கோட்சே வந்திருக்கிறேன்' என்று தன்னை அறிமுகப்படுத்திக் கொண்டான்.

வெள்ளை நிற பேன்ட், குளிருக்கு கோட்டு, மப்ளர் அணிந்திருந்தவன், கோட்சே. சாக்லேட்-பிரவுன் நிறத்தில் கட்டம்போட்ட கோட்டும், கம்பளி தொப்பியுடன் வேட்டி அணிந்தவன் வேறு யாருமல்ல, நாராயண் ஆப்தே. கோட்சே, பார்ச்சூரேவைப் பார்க்க வருவது இது முதல் முறையல்ல; சுமார் ஐந்தாண்டுகளுக்கு முன்பு, அவன் குவாலியர் வழியாகச் சென்றபோது உடல் நலக்குறைவு ஏற்பட்டபோது, மருத்துவரின் குடும்பத்தினர்தான் அவனைக் கவனித்துக்கொண்டனர்.

அன்று இரவு, பார்ச்சூரே 10.45 மணிக்குத்தான் தனது அறைக்குப் படுக்கச் சென்றிருந்தார். நள்ளிரவில், அவரை எழுப்பிய நீலு, அவரைப் பார்க்க கோட்சேவும் ஆப்தேவும் வந்திருப்பதைத் தெரிவித்தார். இந்தப் பெயர்கள், பார்ச்சூரே நன்கு அறிந்தவை.

பூனாவில் பிறந்த பார்ச்சூரே அங்கு தனது ஆரம்பக் கல்வியை முடித்தார். இருபதாம் நூற்றாண்டின் தொடக்கத்தில் குவாலியர் நகரத்தில் அவர்கள் குடியமர்ந்தனர். வசதியான பிராமண குடும்பத்தவர்கள்; அவரது தந்தை குவாலியரில் கல்வி அமைச்சராக இருந்தார்; அவரது மூத்த சகோதரர் 1947 ஆம் ஆண்டு குவாலியர் அரசாங்கத்தின் செயலராகவும் பணியாற்றினார். பார்ச்சூரே 1931 ஆம் ஆண்டு பம்பாயிலிருந்த புகழ்பெற்ற கிராண்ட் மருத்துவக் கல்லூரியில் மருத்துவப் படிப்பை முடித்தார்; பின் குவாலியர் அரசின் மருத்துவப் பணியில் இணைந்தார். போலி மருத்துவச் சான்றிதழ் ஒன்றைத் தயாரித்த குற்றத்திற்காக 1934 ல் பணிநீக்கம் செய்யப்பட்டார். அதன்பிறகு, கங்காதர் பட்வர்த்தனின் வீட்டில், லஷ்கர் காலனியில் தனது மருந்தகத்தைத் திறந்தார்.

விநாயக் சாவர்க்கர் ஹிந்து மகாசபையின் தலைவராக பதவியேற்ற இரண்டு ஆண்டுகளுக்குப் பின், 1939 ல் குவாலியர் அரசில் அதன் கிளையை பாரச்சூரே திறந்தார். 1940இல், அவர் தனது அமைப்பான ஹிந்து ராஷ்ட்ர சேனையை நிறுவினார். எட்டு ஆண்டுகளில், கிட்டத்தட்ட 2,000 தொண்டர்களை அது சேர்த்தது. ஆகஸ்ட் 1942ன் முதல் வாரத்தில், பார்ச்சூரே பம்பாய்க்கும் பூனாவுக்கும் பயணம் செய்தார். அதுவரையிலும் அவர் சாவர்க்கரைச் சந்தித்தது இல்லை. பூனாவில் அவர் நாதுராம் கோட்சேவை சந்தித்தார். அவர்களது அமைப்புகள் இணைந்து செயல்படுவதற்கான சூழல் ஒன்றை உருவாக்க அவர் முயன்றார்.

1944 இல், பார்ச்சூரே மீண்டும் பம்பாய்க்கும் பூனாவுக்கும் சென்றார். அவரது சொற்களில், 'நான், ஒரு ராஷ்டிரவாதி (தேசியவாதி) என்பதால், வி.டி.சாவர்க்கருடன் எனக்கு நெருக்கமான தொடர்பு உண்டாகியது.'⁵ அந்த ஆண்டு பார்ச்சூரே, ஹிந்து மகாசபை குவாலியர் பிரிவின் தலைவரானார்.

ஆகஸ்ட் 8, 1947இல், டெல்லியில் நடந்த அகில இந்திய ஹிந்து மகாசபை செயற்குழுக் கூட்டத்தில் கோட்சே, ஆப்தே, சாவர்க்கர் ஆகியோரை பார்ச்சூரே சந்தித்தார். காந்தி கொலை சதியில் குற்றம் சாட்டப்பட்ட அனைவரும் முதல் முறையாக அப்போது சந்தித்தனர்.

***

பார்ச்சூரேவுக்கு கோட்சேவையும் ஆப்தேவையும் தெரியும். எனினும், குவாலியரில் அவர்களை அவர் எதிர்பார்க்கவில்லை. ஒரு முக்கியமான பணியில் வந்திருப்பதாக அவர்கள் சொன்னதும், மருத்துவர் தனது மகனை விருந்தினர்களுக்குத் தேநீர் தயாரிக்கச்சொல்லி அறையிலிருந்து அனுப்பினார். தனியாக இருப்பதை உறுதி செய்தவுடன், தனது கேள்வியை அவர் மீண்டும் கேட்டார் - அவர்கள் ஏன் குவாலியருக்கு வந்துள்ளனர்?

'பிப்ரவரி 2ம் தேதிக்கு முன் காந்தியை முடிக்க முடிவு செய்துள்ளோம். ஏனென்றால் இரண்டாவது தேதிக்குப் பிறகு காந்தி டெல்லிக்கு வெளியில் செல்கிறார்' என்பது பதில்.⁶ பின், காந்தியைக் கொல்ல வைத்திருந்த ரிவால்வரைத் தன் கோட்டிலிருந்து கோட்சே வெளியில் எடுத்தான். அது நல்ல துப்பாக்கி இல்லை என்றான். வேலையை முடிப்பதற்கு ஒரு நல்ல ரிவால்வரைப் பெறுவதற்கு பார்ச்சூரேவின் உதவியை நாடி குவாலியருக்கு வந்திருப்பதாக அவர்கள் கூறினர். மதன்லாலின் தோல்வியுற்ற முயற்சியைப் பற்றியும் இருவரும் அவரிடம் கூறினர். அது, சதித்திட்டத்தின் ஒரு பகுதிதான் என்பதையும், இலக்கு தீவிரமானது என்பதையும் பார்ச்சூரே உணர்ந்துகொண்டார். பார்ச்சூரே ஆயுதத்தை ஆய்வு செய்தார்; அது ஒரு சிறிய, நாட்டுத் துப்பாக்கி. பின்னர், வந்தவர்களிடம் ஒரு சிறந்த துப்பாக்கியைப் பெறுவதற்கு உதவுவேன் என்று உறுதிமொழி அளித்தார்.

தேநீர் வந்தது. கோட்சே வேண்டாம் என்று சொல்ல, ஆப்தே ஒரு கோப்பையை எடுத்துக் கொண்டான். அவர்கள் உறங்குவதற்குக்

கூடம் சுத்தம் செய்யப்பட்டது. அவர்களிடம் நிறையச் சாமான்கள் இல்லை - காக்கி படுக்கை ஒன்றும் காக்கி நிற கைப்பை ஒன்றும்தான். சுமார் 12.30 மணியளவில், அனைவரும் தூங்கச் சென்றனர்.

காலையில், பார்ச்சூரே நீலுவையும் வீட்டுப் பணியாள் ரூபா மெஹ்ரத்தையும் அனுப்பி, அவருக்கு நெருக்கமான, நம்பிக்கைக்குரிய கங்காதர் தந்தவதேயை அழைத்து வரச் சொன்னார். பிரிவினையைத் தொடர்ந்து ஏற்பட்ட வகுப்புவாத வெறியிலிருந்து குவாலியர் அரசும் தப்பவில்லை என்பதை இந்த நேரத்தில் நினைவில் கொள்வது நல்லது. உண்மையில், பார்ச்சூரேவின் தீவிரவாத அமைப்பு வகுப்புவாத பதற்றத்தைத் தூண்டுவதில் முன்னணியில் இருந்தது. கங்காதர் தந்தவதே அவர்களுக்கு ஆயுதங்கள் ஏற்பாடு செய்பவன்.

நண்பகல் வாக்கில், மின்கம்பத்தின் அருகிலிருந்த சிவப்பு நிற வீட்டிற்கு தந்தவதே வந்தான். அவன் தன்னுடன் ஒரு ரிவால்வரைக் கொண்டு வந்தான். நால்வரும் - பார்ச்சூரே, தந்தவதே, கோட்சே, ஆப்தே - துப்பாக்கியைச் சோதிப்பதற்கு முன்முற்றத்திற்குச் சென்றனர். வந்தவர்களுக்குத் திருப்தியில்லை; ஆகவே வேறு சிறந்த துப்பாக்கி வேண்டும் என்றனர். அன்று மாலைக்குள் ஒன்றை ஏற்பாடு செய்வதாக தந்தவதே உறுதியளித்தான்.

பிப்ரவரி 8, 1948

டிஎஸ்பி சர்தார் ஜஸ்வந்த் சிங், குவாலியர் தொடர்பு குறித்துக் கிடைத்த புதிய விரிவான தகவல்களின் அடிப்படையில் நாதுராம் கோட்சேவிடம் விசாரணை நடத்தினார். கோட்சே அதையெல்லாம் மறுத்தான். அவனது வாக்குமூலம் மாறாமலே இருந்தது: ஜனவரி 20 அன்று படுகொலை முயற்சி தோல்வியுற்ற உடனேயே அவனும் நாராயண் ஆப்தேவும் புது தில்லி ரயில் நிலையத்திற்குச் சென்றனர். டெல்லியிலிருந்து இரவு 9 மணி முதல் 10 மணிக்குள் பம்பாய்க்குப் புறப்படவிருந்த ரயிலில், காவன்பூர் (இப்போது கான்பூர்) செல்ல இரண்டு முதல் வகுப்பு டிக்கெட்டுகளை வாங்கினான். அன்று இரவு. அவர்கள் காவன்பூருக்கு வந்தனர்.

அங்கு அவர்கள் ஓய்வறை ஒன்றில் நேரத்தைப் போக்கினர். ஜனவரி 27ம் தேதி அவர்கள் புது டெல்லி ரயில் நிலையத்திற்குத் திரும்பினர். ஜனவரி 29 வரை ஓய்வறை ஒன்றைப் பதிவுசெய்ய

முயன்றனர், முன்பதிவு செய்யும் எழுத்தர், சுந்தர்லாலுக்கு கட்டணத்துடன் கூடுதலாக ஐந்து ரூபாய் லஞ்சம் கொடுத்து கோட்சே விஷயத்தைச் சமாளித்தான். கான்பூர் சென்ட்ரல் ரயில் நிலையத்தின் மேட்ரன் திருமதி ஏஞ்சலினா கோல்ஸ்டன், ஜனவரி 22 அன்று கோட்சேவையும் ஆப்தேவையும் முதல் வகுப்பு ஓய்வு அறையில் பார்த்திருந்தார். அதே நேரத்தில் லக்னோ-ஜான்சி மெயிலும் நிலையத்திற்கு வந்தது. அவரது கூற்றுப்படி அவர்கள் மோசமாக உடை அணிந்திருந்தனர்; கையில் சிறிய கைப்பெட்டியும் படுக்கையும் எடுத்துச் சென்றனர்.[7]

கோட்சேவின் வாக்குமூலம் பாதிதான் உண்மை. கொலைக்கும் குவாலியருக்கும் உள்ள தொடர்பை ஏற்கனவே ஜஸ்வந்த சிங் இணைத்துப் பார்க்கத் தொடங்கிவிட்டார்.

ஜனவரி 28. மதியம் 12 மணி

மதுகர் காலே அலுவலகத்தில் விடுப்பு எடுத்துக் கொண்டான். பால்டியோ வங்கியிலிருந்து முப்பது ரூபாய் பணம் எடுத்துக் கொண்டான். பின்னர், அவனது வழக்கம்போல், பார்ச்சூரேவின் வீட்டில் இறங்கிக் கொண்டான். மருத்துவர் கூடத்தில் சாய்வு நாற்காலியில் அமர்ந்திருந்தார். இடைக்கால அரசாங்கம் காங்கிரசிடம் ஒப்படைக்கப்பட்டுள்ள நிலையில் ஹிந்து மகாசபை என்ன செய்யப் போகிறது என்பதை காலே அறிய விரும்பினான். வராந்தாவைக் கடந்து, கூடத்தை அடைந்தான். சில விருந்தினர்கள் அமர்ந்திருந்தனர். அவர்களில் இருவர் ஒரு ரிவால்வரில் தோட்டாக்களை நிரப்பிக் கொண்டிருந்தனர். மூன்றாவது விருந்தினர் அதைப் பார்த்துக்கொண்டிருந்தார். இருவரில் உயரமான நபரால் துப்பாக்கி விசையை இழுக்க முடிந்தது. மற்றவரால் இயலவில்லை. அவர்கள் தொடர்ந்து பயிற்சி செய்தனர்; துப்பாக்கியில் 'கேட்ரிஜை லோடு' செய்ய முயன்றனர். மூன்றாவது விருந்தினரான கங்காதர் தந்தவதேயிடம் இதைவிடச் சிறந்த ரிவால்வர்கள் அவர்களுக்கு தேவை என்று கூறினர். ரிவால்வர்கள் இல்லையென்றால், நல்ல பிஸ்டல்கள் வேண்டும் என்றனர். தந்தவதே துப்பாக்கியை வாங்கி சில ரவுண்டுகள் சுட்டுப்பார்த்தான். ரிவால்வர் நன்றாகத்தானே இருக்கிறது என்று அந்த இரண்டு விருந்தினர்களிடமும் கூறினான்.

அவர்களில் ஒருவன் மீண்டும் ஒருமுறை சுட்டுப்பார்க்க முயன்றான். ஆனால் அவனால் விசையை இழுக்க முடியவில்லை. அது ஒரு உள் நாட்டுத் தயாரிப்பு. இருவரும் ஒரு நல்ல பிஸ்டல் வேண்டும் என்ற வேண்டுகோளை மீண்டும் அழுத்திக் கூறினர். அன்று மதியம் குவாலியரிலிருந்து புறப்பட வேண்டும் என்று அவனிடம் கூறினர். தந்தவதே பார்ச்சூரேவிடம் அவரது துப்பாக்கியைக் கடனாகத் தரும்படி கேட்டான். ஆனால் மருத்துவர் மறுத்துவிட்டார். தந்தவதே ரிவால்வரைத் திரும்ப வாங்கி, அதைத் தன் பாக்கெட்டில் வைத்துக் கொண்டான். மாலைக்குள் ஒரு தரமான கைத்துப்பாக்கி தருவதாக இருவரிடமும் உறுதியளித்தான். குவாலியரிலிருந்து இரவு புறப்படும் ரயிலில் செல்லுமாறு அவன் யோசனை கூறினான். அவர்களிடம் இருந்து ஐந்து கரன்ஸி நோட்டுகளைப் பெற்றுக்கொண்டு புறப்பட்டான். மீதமிருந்தவர்கள் மதிய உணவைச் சாப்பிட்டு முடித்ததும், காலே மீண்டும் வங்கிக்குச் சென்றான். அன்று மாலையில், பால்கா பஜார் அருகே தந்தவதேவை எதிர்பாராமல் சந்தித்தான். கைத்துப்பாக்கி ஏற்பாடு செய்ய முடிந்ததா என்று தந்தவதேயிடம் கேட்டான்.

'ஆமாம்' என்றான் தந்தவதே.

பார்ச்சூரேவின் வீட்டில், உணவுக்குப் பின் மருத்துவர் சிறுதுயிலுக்குச் சென்றுவிட்டார். கோட்சேவும் ஆப்தேவும் ஹாலில் தூங்கினர். அன்று பிற்பகலில், நான்காவது விருந்தினர் பார்ச்சூரேவைப் பார்க்க வந்தான் - ஜகதீஷ் பிரசாத் கோயல். இருபத்தி நான்கு வயதான கோயல், பார்ச்சூரேவின் ஹிந்து ராஷ்ட்ர சேனையில் முதன்மை பொறுப்பில் இருப்பவன். கோயல் இதற்கு முன் நாராயண் ஆப்தேவையும் சாவர்க்கரின் செயலாளர் டாம்லேவையும் சந்தித்திருக்கிறான். ஜனவரி 28 அன்று அவன் மீண்டும் ஆப்தேவை சந்திக்கிறான். இரண்டு ஆண்டுகளுக்கு முன் பார்ச்சூரேவின் வீட்டில் சந்தித்திருப்பதால் கோட்சேவையும் அவனுக்குத் தெரியும். தனது ஹிந்து மகாசபை தொடர்புகள் மூலம் அங்குள்ள அனைவரையும் கோயல் அறிந்திருந்தான். உண்மையில், இந்த இருவரையும் தவிர்த்து, அவனுக்கு சாவர்க்கரின் செயலாளர் டாம்லேவை தெரியும். அவர்கள் குவாலியர் அரசியலைப் பற்றி சிறிது நேரம் பேசினர், அதன் பின் கோயல் விடைபெற்றுக் கொண்டான்.

மாலை 5 மணி. நீலு தன் வீட்டைவிட்டு வெளியில் காலடி எடுத்து வைக்கவும், தந்தவதே தனது சைக்கிளில் அங்கு வரவும் சரியாக இருந்தது. இவ்வளவு குறுகிய காலத்தில் ஒரு நல்ல ரிவால்வரை ஏற்பாடு செய்வது அவனுக்குக் கடினமாக இருந்தது. ஜகதீஷ் கோயல் வைத்திருக்கும் துப்பாக்கியைப் பெறுவது குறித்து பார்ச்சூரேவிடமும், கோட்சே மற்றும் ஆப்தேவிடம் அவன் பேசினான். பார்ச்சூரே அவனது திட்டத்தை ஒப்புக்கொண்டார். அன்றிரவு, தந்தவதே கோயலிடம் அவன் கைத்துப்பாக்கியைக் கேட்டான். ஒரு நிபந்தனையுடன் கோயல் அதற்கு ஒப்புக்கொண்டான்: ஒன்று, மாற்று பிஸ்டல் ஏற்பாடு செய்யவேண்டும் அல்லது அவனுக்கு 500 ரூபாய் கொடுக்க வேண்டும்.

இரவு 8.30 மணியளவில், தந்தவதே பார்ச்சூரேவின் வீட்டிற்குத் திரும்பி வந்தான். நால்வரும் மருத்துவரின் அறையில் கூடிப்பேசினர். அடுத்த இரண்டரை மணி நேரம் அவர்கள் அங்கேயே இருந்தனர். தந்தவதே அவர்களிடம் ஒரு பிஸ்டலைக் காட்டினான்: இத்தாலி தயாரிப்பான தானியங்கி கைத்துப்பாக்கி; எண். 719791, பெரெட்டா CAL 9. 1934 இல் தயாரிக்கப்பட்டது. கோட்சேவும் ஆப்தேயும் மாறி மாறி பிஸ்டலைச் சரிபார்த்தனர். அதன் மாகஸினை எடுத்து அதில் ஏழு தோட்டாக்களை நிரப்பினர். பின்னர் அதன் பாதுகாப்பு விசையை முயன்றனர். நன்கு வேலை செய்தது. புறப்பட வேண்டியதுதான்.

ஆப்தே, தந்தவதேயிடம் 300 ரூபாய் கொடுத்தான். மீதித் தொகையைப் பின்னர் அனுப்பி வைப்பதாக கூறினான். பின்னர் ஆப்தே இரவு உணவுக்கு வெளியே செல்ல, கோட்சே உணவை முற்றிலுமாக தவிர்த்துவிட்டான். இரவு 10.30 மணியளவில், கோட்சேவும் ஆப்தேவும் தங்கள் படுக்கையையும் பையையும் கட்டிக்கொண்டனர். தந்தவதே போக்கு டோங்கா ஒன்றை நிறுத்தினான். கோட்சேவும் ஆப்தேவும் தங்கள் வழியில் சென்றனர். இரண்டு விஷயங்கள் இப்போது உறுதி; ஒரு துப்பாக்கியும், மகாத்மா காந்தியைக் கொல்ல அதைப் பயன்படுத்த ஒருவனும்.

அடுத்த நாள், ஜனவரி 29. மதுகர் காலே நீலுவைத் தற்செயலாகச் சந்தித்தான். பார்ச்சூரேவின் விருந்தினர்கள் குறித்து அறிந்துகொள்ள காலேவுக்கு ஆர்வம். அந்தப் பெயர்களை மறைப்பதற்கு எந்தக் காரணமும் நீலுவுக்கு இருக்கவில்லை. 'கோட்சே, ஆப்தே' என்றான் காலேவிடம்.

டைனிக் அக்ரானி என்ற வெளியீட்டின் ஆசிரியர் கோட்சே என்று காலே கேள்விப்பட்டிருந்தான். ஆகவே அவன் மறுபடியும் கேட்டான், 'நாதுராம் கோட்சே?'

'ஆம்' என்று நீலு உறுதி செய்தான்.

***

ஜனவரி 20, 1948 அன்று காந்தியைக் கொல்லும் முயற்சி தோல்வியடைந்தது. காவல் துறை அவர்களைத் தேடிக்கொண்டிருப்பது, கொலைக் குழுவினருக்குத் தெரிந்தது. ஏழு உறுப்பினர்களில் பெரும்பான்மையோர் பீதியில் கலைந்துவிட்டனர்; மதன்லால் உடனடியாகக் கைது செய்யப்பட்டான். கோட்சேவும் ஆப்தேவும் மட்டுமே ஒன்றாக இருந்தனர். பிப்ரவரி 2, 1948 அன்று மகாத்மா காந்தி டெல்லியை விட்டுப் புறப்படுவதற்கு முன் மற்றொரு முயற்சியை மேற்கொள்வதில் இருவரும் நம்பிக்கையுடன் இருந்தனர்.

ஜனவரி 23ம் தேதி இரவு 8 மணிக்கு கவ்ன்போரிலிருந்து வந்த பஞ்சாப் மெயில் வழியாக அவர்கள் பம்பாயை அடைந்தனர். அவர்களுக்கு வாடகை அறை எதுவும் கிடைக்கவில்லை. அதனால் அவர்கள் இரண்டாம் வகுப்பு காத்திருப்பு அறையில் இரவைக் கழித்தனர். இரயில் நிலையக் காத்திருப்பு அறையில் அவர்கள் தங்குவது தொடர்ச்சியாக இது இரண்டாவது இரவு. அடுத்த நாள் எல்பின்ஸ்டன் ஹோட்டலில் என்.விநாயக் ராவ் மற்றும் பி.நரேன் ராவ் என்ற மாற்றுப்பெயர்களில் அறையெடுத்துத் தங்கினர். திட்டங்கள் குறித்து விவாதித்தனர். தப்பித்துச் செல்வதற்கு வழியில்லாத ஒரு திட்டத்தில் செயல்படுவதற்கு ஆப்தே தயங்கினான். ஆனால் கோட்சே வேறுவிதமாக நினைத்தான். இந்தத் திட்டத்தை நிறைவேற்ற ஒரு தனிமனிதத் தியாகம் அவசியம் என்று அவன் கருதினான். இந்தச் செயல் அவர்களின் புரட்சிகர நோக்கத்திற்கு இன்றியமையாதது என்று உணர்ந்திருந்தான். எனவே, திட்டத்தை தான் நிறைவேற்றுகிறேன் என்று அவன் முன்வந்தான். அவன் தனியாகச் செல்வது, அவனது கூட்டாளியான ஆப்தேவுக்கு விருப்பமில்லை; எனவே அவன் மாற்று வழிகளைத் தேடினான். எனினும், நேரம் குறைவாகவே இருந்தது. ஒரு மாற்று திட்டம் உருவாகும் வரையில் இரண்டு நாட்களுக்கு மேல் நேரத்தைப் பணயம் வைக்க கோட்சே விரும்பவில்லை.

ஜனவரி 29. புது டெல்லி ரயில் நிலையத்தில் வந்திறங்கிய அவர்கள் ஓய்வு அறை ஒன்றை வாடகைக்கு எடுக்க முயன்றனர். பேச்சுவார்த்தைகளுக்குப் பிறகு, கோட்சே பத்து ரூபாயைப் பதிவு எழுத்தர் சுந்தர்லாலிடம் கொடுத்தான்: பாதி அறைக் கட்டணம், மற்றொரு பாதி லஞ்சம். ஆப்தே இன்னமும் மாற்று வழிகளை யோசித்துக் கொண்டிருந்தான். ஆனால், எதுவும் பிடிபடவில்லை.

ஜனவரி 30, 1948. பிற்பகல் 3 மணி

நாதுராம் கோட்சேவும் நாராயண் ஆப்தேவும் பிரிந்தனர். கோட்சே பிர்லா மந்திருக்கு டோங்காவில் சென்றான். சிவாஜி மற்றும் பாஜி ராவ் பேஷ்வா சிலைகளுக்கு முன் சிறிது நேரம் நின்றிருந்தான். பின்னர் மற்றொரு டோங்காவில், இந்த முறை பிர்லா மாளிகைக்குச் சென்றான். ஏழு தோட்டாக்களுடன் முழுமையாக நிரப்பப்பட்ட பெரெட்டா அவனது கால்சட்டைப் பையொன்றில் மறைவாக இருந்தது. உள்ளே சென்ற அவன், காந்தியை வணங்குவதற்காக வரிசையாக நின்றிருந்த கூட்டத்தில் வசதியான இடத்தில் நின்று கொண்டான்.

மாலை 5.17 மணி. மக்கள் மகாத்மா காந்தியைப் பார்த்தனர். பலவீனமான, வயதான அந்தப் பக்கிரி பாதையில் அவன் பக்கமாக நடந்து வந்து கொண்டிருந்தார்; கோட்சே தன் சட்டைப் பைக்குள் கையை நுழைத்தான்.

பகுதி 2
மன்னர்

1
வெளிப்படையான ரகசியம்

ஜனவரி 26, 1948

காந்தி கொல்லப்படுவதற்கு நான்கு நாட்களுக்குமுன், மதன்லால் பஹ்வாவை விசாரித்துக் கிடைத்த விவரங்களின் அடிப்படையில் டிஎஸ்பி கர்தார் சிங் ரகசிய குறிப்பு ஒன்றைத் தயாரித்தார்.

அந்தக் குறிப்பு இரண்டு பகுதிகளாக அமைந்திருந்தது: 'சதித்திட்டத்தில் ஈடுபட்டவர்கள்' மற்றும் 'வாக்குமூலத்தில் குறிப்பிடப்பட்ட பெயர்கள்'.

'சதியில் ஈடுபட்டவர்கள்' என்ற முதல் குறிப்பில், சதியில் ஈடுபட்ட ஏழு பேரின் பெயர்களை மதன்லாலால் கொடுக்க முடியவில்லை. அவனுடைய முதன்மைத் தொடர்பான விஷ்ணு கார்க்கரே பெயரை மட்டும் கூறினான். ஆனால், மற்றவர்கள் குறித்து அவனால் தெளிவான விவரங்களை கொடுக்கமுடிந்தது. அந்த வழக்கின் முக்கிய சதிகாரர்கள் அவர்கள் என்று நிறுவ அந்த அடையாளங்கள் பயன்பட்டன.

'வாக்குமூலத்தில் குறிப்பிடப்பட்டப் பெயர்கள்' என்ற இரண்டாம் பகுதி குறிப்பு மிகுந்த ஆர்வம் தந்தது. அதிலிருந்த ஒன்பதாவது பெயர் 'வீர் சாவர்க்கர்'.[1]

காந்தி படுகொலை தொடர்பாக சாவர்க்கரின் பெயரை மதன்லால் குறிப்பிடுவது இது முதல் முறையல்ல.

சாவர்க்கர் குறித்தும் காந்தியைக் கொல்வதற்கான சதி குறித்தும் மதன்லால் கூறிய விவரங்களை இரண்டாவது சுயாதீனமான விஷயமும் உறுதிப்படுத்தியது. இந்த ரகசியக் குறிப்பு தயாராவதற்குப் பதினைந்து நாட்களுக்கு முன், அதாவது 10-01-1948 அன்று பேராசிரியர் ஜே.சி.ஜெயினைச் சந்திக்க கார்க்கரேவுடன்

115

மதன்லால் சென்றான். பம்பாயில் அவன் அகதியாக இருந்தபோது அவனுக்கு உதவியவர். பேராசிரியர் ஜெயின் வீட்டிலிருந்து கார்க்கரே வெளியேறியதும், மதன்லால் அவரிடம், 'அவர்கள் உருவாக்கிய அமைப்புக்கு கிர்க்ரீ (கார்க்கரே) நிதியளிப்பதாகவும், அந்த அமைப்பு ஆயுதங்களையும் வெடிமருந்துகளையும் சேகரித்து வருவதாகவும்' (மூலத்தில் உள்ளபடி) கூறினான். தனக்குத் தெரிந்த விவரங்களைப் பேராசிரியரிடம் விவரித்தான். சாவர்க்கர், 'அவனை அழைத்து வரச் சொல்லி கொஞ்ச நேரம் பேசிக் கொண்டிருந்தார், அதன் பின் அவனது முதுகில் தட்டி "கேரி ஆன்" என்றும் கூறினார்' என்றொரு தகவலையும் அவரிடம் மதன்லால் கூறினான்.[2]

மதன்லால் பேராசிரியர் ஜெயினிடம், 'மகாத்மாஜியின் பிரார்த்தனைக் கூட்டத்தில் வெடிகுண்டு வீசும் வேலை அவனிடம் கொடுக்கப்பட்டுள்ளதாக சாவர்க்கரிடம் கூறினேன். கூட்டத்தில் குழப்பம் ஏற்பட்டவுடன் அமைப்பின் உறுப்பினர்கள் மகாத்மாஜியை கொல்வதற்கு முயல்வார்கள்'. (மூலத்தில் உள்ளபடி)"[3]

ஜனவரி 20, 1948 இல் தோல்வி அடைந்த கொலை முயற்சியைப் பற்றி படிக்கும்வரை மதன்லால் கூறியதை ஜெயின் பெரிதாக எடுத்துக்கொள்ளவில்லை. அதன் பின், பேராசிரியர் உடனடியாகப் பம்பாய் மாகாணத்தின் அப்போதைய உள்துறை அமைச்சர் மொரார்ஜி தேசாயைச் சந்தித்தார்; மதன்லாலும் கார்க்கரேவும் தன்னைப் பார்க்க வந்தது குறித்தும், கொலைச் சதி பற்றி மதன்லால் கூறிய விவரங்களையும் அவரிடம் தெரிவித்தார்...

தேசாய், அன்றிரவு 08.15 மணிக்கு, உளவுத்துறை பொறுப்பிலிருந்த பம்பாய் காவல்துறையின் துணை ஆணையர் ஜே.டி. நகர்வாலாவைச் சந்தித்தார். நகர்வாலா அன்று அகமதாபாத்திற்குப் புறப்படவிருந்தார் என்பதால் சந்திப்பு ரயில் நிலையத்தில் நடந்தது. துணை ஆணையருக்கு அவர் இட்ட உத்தரவுகள் மிகத்தெளிவாக இருந்தன: 'கார்க்கரேவை உடனடியாகக் கைது செய்ய வேண்டும்; சாவர்க்கரின் வீட்டை நெருக்கமாகக் கண்காணிக்க வேண்டும்.' காந்திப் படுகொலை வழக்கை விசாரித்த நீதிமன்றமும், அதை மறுபரிசீலனை செய்ய அமைக்கப்பட்ட கபூர் கமிஷனும், மொரார்ஜி தேசாயிடம் ஜெயின் கூறிய தகவலை நகர்வாலாவிடம் அவர் தெரிவித்துவிட்டதை உறுதிப்படுத்தியுள்ளன.

மத்திய அரசின் உள்துறை அமைச்சர் சர்தார் வல்லபாய் பட்டேலை தேசாய் 22-01-1948 அன்று சந்தித்தார். இந்த நிகழ்வுகளை முழுமையாக விவரித்தார்.

காவல்துறை உரிய நேரத்தில் கொலையாளிகளைக் கைது செய்யத் தவறியதற்குக் காரணம், சதிகாரர்களின் சரியான பெயர்கள் அவர்களிடம் இல்லை என்று கூறப்படுகிறது. ஆனால், போதுமான தகவல் அவர்களிடம் இருந்தது. எடுத்துக்காட்டாக, நாதுராம் கோட்சே டைனிக் அக்ரானியின் ஆசிரியர் என்று மதன்லால் அடையாளம் கூறியிருந்தான். அது அவன் நடத்தும் 'ஹிந்து ராஷ்டிரா' என்ற வலதுசாரி இதழின் பழைய பெயர்.

மற்ற சதிகாரர்கள் மதன்லாலிடம் அவர்களது உண்மையான பெயர்களை ஏன் கூறவில்லை என்பது ஒரு புதிர். சொல்லப்போனால், மிகவும் உணர்வு வயப்பட்ட, ஒரு ரகசியப் பணிக்காக மதன்லாலை அவர்கள் தேர்ந்தெடுத்திருந்தனர். அதற்குப் பல காரணங்கள் இருக்கலாம். பாகிஸ்தானிலிருந்து அகதிகளாக வரும் ஹிந்துக்களின் நலனிற்காகக் கொல்லவும், கொல்லப்படவும் தயாராக பலர் இருக்கின்றனர். அந்த நேரத்தில் அகதிகளை முழுமையாக இந்தியா ஏற்றுக்கொள்ளவில்லை என்பது அடிக்கடி சொல்லப்படும் கதை. அதனால், மதன்லால் தங்கள் பெயர்களை வெளியில் சொல்லிவிடுவான் என்று மற்றவர்கள் அச்சப்பட்டிருப்பார்களோ? அல்லது திட்டம் மிக மோசமாகத் தோல்வியடைந்தால் அவனைப் பலிகடா ஆக்கவேண்டும் என்பதற்காகவா?

அந்தக் குழுவில் மதன்லால் மட்டுமே வெளியாள். நாதுராம் கோட்சேவும் நாராயண் ஆப்தேவும் தொழில்முறை கூட்டாளிகள். கோபால் கோட்சே, நாதுராமின் சகோதரன். விஷ்ணு கார்க்கரே, ஆப்தேவின் கூட்டாளி. கார்க்கரேவுக்கு திகம்பர் பட்கேவைத் தெரியும். சங்கர் கிஸ்தய்யா பட்கேவின் பணியாள்.

உளவுத்துறைக்கு 'நடவடிக்கை எடுக்கத் தேவையான' தகவல்கள் முன்னதாகவே கிடைத்திருந்தும் காந்திப் படுகொலையை அது தடுக்கத் தவறியது, ஒருவேளை இந்திய உளவுத்துறை வரலாற்றில் மிகப்பெரிய வீழ்ச்சியாக இந்தச் சம்பவம் இருக்கக்கூடும்.

மீறப்படாத வாக்குறுதிகள்

முந்தைய அத்தியாயத்தில் குறிப்பிட்டதுபோல், மகாத்மா காந்தி படுகொலைக்குப்பின் நடந்த விசாரணையில், சதியில் சாவர்க்கரின் பங்கை உறுதிப்படுத்த டிஎஸ்பி ஜஸ்வந்த் சிங் கோட்சேவை தொடர்ந்து மூன்று நாட்கள் விசாரித்தார். எனினும், கோட்சே எதையும் கூறவில்லை. டெல்லிக்கு ஆப்தேவுடன் வந்ததை மட்டுமே கூறினான். பிப்ரவரி ஒன்றாம் தேதி பிற்பகல்தான் கர்த்தார் சிங்கும், சிஐடி இன்ஸ்பெக்டர் மேத்தா பாலகிருஷ்ணாவும் அருகிலிருக்க கோட்சேவை முதன் முறையாக சிங் கேள்வி கேட்க தொடங்கினார். பிப்ரவரி 2ஆம் தேதி, காலை 10 மணிக்குத் தொடங்கிய விசாரணை இரவு 7 மணி வரை தொடர்ந்தது. மூன்றாவது நாள் மதியம் 1 மணி அளவில் விசாரணை தொடங்கியது. அவன்தான் படுகொலையைத் திட்டமிட்டது என்று முதலில் கூறியதையே இதுவரையிலும் கோட்சே தொடர்ந்து சொல்லிக்கொண்டிருந்தான். முன்னர் குறிப்பிட்டதுபோல், விரக்தியடைந்த ஜஸ்வந்த் சிங், ‘பாராளுமன்றத் தெரு காவல் நிலையத்தில் குற்றம் சாட்டப்பட்ட கோட்சேவைத் தொடர்ந்து விசாரித்தேன். ஆனால், பயனுள்ள தகவல் எதுவும் வெளிவரவில்லை’ என்று குறிப்பிட்டார்.[4]

காந்தியைக் கொல்வதற்குச் சென்றபோது, கூட்டத்தாலோ அல்லது அரசாங்கத்தாலோ கொல்லப்படத் தயாராகத்தான் பிர்லா மாளிகைக்கு கோட்சே சென்றான் என்பதை நினைவுகொள்ள வேண்டும். தேசவிரோதி என்று அவன் மனத்தில் கருதும் ஒரு மனிதனைக் கொல்ல வேண்டும் என்ற அவனது உறுதியை எதனாலும் மாற்றமுடியவில்லை. ஆனால், குற்றத்தை ஒப்புக்கொண்டு, நண்பர்களையும், சக-சதிகாரர்களையும் காப்பாற்ற அவன் முயன்றது கொஞ்சம் ஆச்சரியமான விஷயம்தான். ஒருவேளை சதியில் பங்கேற்ற அனைவரும் இவ்வளவு தகவல்கள் தங்களைப் பற்றிப் பதிவாகக்கூடும் என்று எதிர்பார்க்காமல் இருந்திருக்கலாம்!

காந்தி படுகொலையால் காவல்துறையும் தேசமும் மூச்சுத் திணறிக் கொண்டிருந்த வேளையில், சதிகாரர்களுக்கு ஹிந்து மகாசபை அடைக்கலம் கொடுத்துக் கொண்டிருந்தது. 31-01-1948 அன்று இரவு 07.22 மணிக்கு ஹிந்து மகாசபா பவனின் செயலர் வி.ஜி. தேஷ்பாண்டேவுக்கு தந்தி ஒன்று வந்தது: ‘டெல்லிக்கு வருகிறோம். வழக்குரைஞர் ஏற்பாடு செய்யவும்.’[5]

அந்தத் தந்தியை அனுப்பியது, ஆப்தே. இந்த உளவுத் தகவலை டிஎஸ்பி சிங்கிற்கு பம்பாய் காவல்துறைதான் அனுப்பியது. மத்தியத் தந்தி அலுவலகத்தில் இதைக் கல்கத்தா காவல்துறை சரிபார்த்தது. இவையனைத்தும் இந்தப் படுகொலையின் மையப்புள்ளி ஹிந்து மகாசபை என்பதை வெளிப்படுத்திக் கொண்டிருந்தன.

காந்தியின் படுகொலைக்குப்பின், புலனாய்வு அமைப்பு தடயங்களைச் சேகரித்து, ஒன்றுசேர்க்கத் தொடங்கியது. அது போல், 02-03-1948 தேதியிட்ட அறிக்கை, ராம் சிங் என்பவன் பற்றிய பயனுள்ள துப்பு ஒன்றை விசாரணைக் குழுவிற்கு அளித்தது. அவன் ஹிந்து மகாசபா பவனில் பணிபுரிபவன். அந்த அமைப்பின் அகில இந்தியச் செயலர் அஷுதோஷ் லஹிரியின் நம்பிக்கைக்குரிய உதவியாளன். ராம் சிங் விசாரிக்கப்பட்டான்; குற்றவாளிகளை அடையாளம் காண காவல்துறைக்கு அவன் உதவினான். இந்தக் கொலை வழக்கில் முதலில் கைது செய்யப்பட்டவர்களில் லஹிரியும் ஒருவன். ராம் சிங் மதன்லாலுடன் ஹிந்து மகாசபா பவனில் ஒரே அறையில் இருந்துள்ளான். உளவுத்துறை ஒரு விஷயத்தில் மிகவும் உறுதியாக இருந்தது: ‘மதன்லாலின் பாதுகாப்பிற்கு ஏற்பாடு செய்யும்படி, அஷுதோஷ் லஹிரிக்கு கிர்க்ரீ, செய்தியோ அல்லது கடிதமோ அனுப்பியதாகத் தெரிகிறது. (மூலத்தில் உள்ளபடி). குறிப்பிடப்படும் இந்தக் கடிதம் அதன் பின்னர் அழிக்கப்பட்டிருக்கலாம்.’[6]

சாவர்க்கரைச் சந்திக்க 26-01-1948 அன்று லஹிரி பம்பாய் சென்றிருந்தான். அதற்கு மறுநாளும் காலை 10.30 மணியளவில் அவர்கள் மீண்டும் சந்தித்தனர். ஹிந்து மகாசபை தொடர்பான இரண்டு விஷயங்களுக்காக அந்தச் சந்திப்பு நடந்தது என்று லஹிரி உறுதியாகக் கூறினான்: மகாசபையின் மறுசீரமைப்பு கொள்கை குறித்தும், ஒருவேளை சாவர்க்கர் தலைவராக தேர்ந்தெடுக்கப்பட்டால் ஒரு செயல் தலைவரை நியமிப்பது குறித்தும் பேசினோம் என்றான்.

சாவர்க்கரைச் சந்திப்பதற்கு லஹிரி மட்டும் பம்பாய் வரவில்லை. அதற்கு முந்தைய நாட்களில், அதாவது முயற்சி தோல்வியடைந்த ஜனவரி 20 கொலை முயற்சிக்குப்பின், ஆப்தேவும் கோட்சேவும் சாவர்க்கரைச் சந்தித்துள்ளனர்.

வழக்கு குறித்த ஜே.டி.நகர்வாலாவின் நாட்குறிப்பில் பின்வரும் கண்டுபிடிப்புகள் பதிவு செய்யப்பட்டுள்ளன: ‘குற்றம் சாட்டப்பட்ட என்.வி.கோட்சேவிடம் நடத்தப்பட்ட விசாரணையில் 23.1.48

அன்று அவன் சாவர்க்கரைச் சந்தித்தபின் தாதரில் உள்ள காலனியில் இருந்த ரெஸ்டாரண்டில் சாப்பிட்டிருக்கிறான் என்பது தெரியவந்தது.[7] (மூலத்தில் உள்ளபடி)

அந்த உணவகத்தின் உரிமையாளரும் இதை உறுதிப்படுத்தியிருந்தார்.

> தாதரின் சிவாஜி பார்க் காலனி உணவகத்தின் உரிமையாளர் சீதாராம் அணந்தராவ் ஷேட் அளித்த வாக்குமூலம் 26.2.48 அன்று பதிவு செய்யப்பட்டது. சாவர்க்கரைப் பார்க்க வருகை தருபவர்களில் பெரும்பாலோர் அவரது ஹோட்டலில் தான் சாப்பிடுவார்கள்; சில நேரங்களில் வி.டி.சாவர்க்கரின் செயலர் டாம்லே பணம் கொடுப்பான் என்றும் அவர் கூறினார். ஆப்தேவையும் நாதுராம் கோட்சேவையும் தனக்குத் தெரியும் என்றும் கூறினார்; ஜனவரி 23க்கும் 25க்கும் இடையில் தனது ஹோட்டலுக்கு சாப்பிடுவதற்காக நாதுராம் வந்ததாகவும், குழப்பமான மனநிலையில் இருந்ததுபோல் தோன்றினான் என்றும் அவர் கூறினார்.[8] (மூலத்தில் உள்ளபடி)

'ஆகஸ்ட் சதி' என்ற அத்தியாயத்தில் குறிப்பிட்டுள்ளதுபோல், குவாலியர் குற்றப் புலனாய்வுத் துறையின் ஜனவரி 30ம் தேதியிட்ட உளவுத்துறை அறிக்கை, காந்தியைக் கொல்வதற்கான பெரட்டா துப்பாக்கியை அளித்த பார்ச்சூரேவைச் சந்திக்க சாவர்க்கர் கோட்சேவை அனுப்பியதாகக் கூறுகிறது.

நகர்வாலாவின் தலைமையில் பம்பாய் காவல்துறை நடத்திய விசாரணை, சதிச் செயலில் சாவர்க்கருக்கும் தொடர்பு இருக்கிறது என்பதற்கு உறுதியான ஆதாரங்களை அளித்தது. முதலில் நடந்த முயற்சிக்கு முன்னதாகவும் பின்னதாகவும், நிஜமான முயற்சி நடப்பதற்கு முன்னும், கோட்சேவும் ஆப்தேவும் சாவர்க்கரைச் சந்தித்திருக்கிறார்கள் என்பது சந்தேகத்திற்கு இடமின்றி நிரூபிக்கப்பட்டது.

வழக்கு நாட்குறிப்பில் 01-02-1948 தேதியில் முக்கியமான ஆதாரம் ஒன்று பதிவாகியிருந்தது; ஆனால், 1960 களின் பிற்பகுதி வரையிலும், அதாவது சாவர்க்கர் இறக்கும் வரையிலும், அதைப் பற்றி எவரும் கவலைப்பட்டதாகத் தெரியவில்லை. அந்தக் குறிப்பு, 'கஜானன் விஷ்ணு டாம்லே, அப்பா ராமச்சந்திர கசார், பால்ராஜ் மேத்தா, லக்ஷ்மன் கணேஷ் சாட்டே, அவதார் சிங், ஹர்மன் சிங் பேடி

ஆகியோர் விசாரணை அலுவலகத்திற்கு அழைத்து வரப்பட்டனர்; நுணுக்கமான விசாரணைகள் தொடங்கின' என்று கூறுகிறது.'[9] (மூலத்தில் உள்ளபடி)

நாட்குறிப்பு இவ்வாறு தொடர்கிறது:

> *முதலில் குறிப்பிடப்பட்ட இரு நபர்களிடமும் தனித்தனியாக விசாரணை நடந்தது; நாதுராம் விநாயக் கோட்சே, நாராயண் தத்தாத்ரேய ஆப்தேவுடன் இணைந்து, 20-01-48 அன்று நடந்த குண்டு வெடிப்பு நிகழ்விற்கு முன் சாவர்க்கரை இரண்டு அல்லது மூன்று முறை சந்தித்துள்ளனர் என்பது விசாரணையில் தெரிய வந்தது. (மூலத்தில் உள்ளபடி)*
>
> *இருப்பினும், இருவரும் தனிப்பட்ட முறையில் அவரைத் தெரியாது என்று மறுத்துவிட்டனர். இந்த நபர்களிடமிருந்து வேறு தகவலும் கிடைத்தது. ஜனவரி 20 குண்டு வெடிப்பிற்கு ஒரு வாரத்திற்கு முன்னோ, அல்லது அதையொட்டியோ ஹிந்து மகாசபையின் தீவிர உறுப்பினரான அகமதுநகரைச் சேர்ந்த கார்க்கரேவும் சாவர்க்கரைப் பார்க்க வந்திருந்தான். நவகாளியில் காந்திஜியின் சுற்றுப்பயணத்திற்கு எதிராகவும், அவரது அமைதி முயற்சிகளுக்கு எதிரான போராட்டத்தின் தயாரிப்புப் பணியில் ஈடுபடவும் அவன் நவகாளிக்குச் சென்றிருந்தான். (மூலத்தில் உள்ளபடி)*
>
> *கார்க்கரேவுடன் சுமார் 23/25 வயதுடைய பஞ்சாபி இளைஞன் ஒருவனும் இருந்தான். அவன் பெயர் மதன்லால் என்றும், ஜனவரி 20 ஆம் தேதி குண்டு வீசியவன் என்றும் பின்னர் அவர்கள் அறிந்துகொண்டனர். கார்க்கரேவும் மதன்லாலும் சுமார் ஒரு மணி நேரம் சாவர்க்கருடன் உரையாடினர். சாவர்க்கருடனான சந்திப்பில் என்ன பேசினார்கள், என்ன நடந்தது என்பதை இருவருமே வெளியில் சொல்லத் தயாராக இல்லை. பூனாவைச் சேர்ந்த மகாராஷ்டிரா சாஸ்த்ரா பந்தரின் உரிமையாளர் பட்கே என்ற நபரும் சாவர்க்கரைப் பார்க்க வருபவன் என்றும் அந்த இரண்டு நபர்களும் கூறினர். ஆப்தேவும் கோட்சேவும் சாவர்க்கரைத் தடங்கலின்றி, முன்னனுமதி பெறாமல், அதாவது கீழே தரைத்தளத்தில் காத்திராமல் சந்திக்க முடியும் என்று அவர்கள் கூறினர். ஆனால், மற்றவர்களோ சாவர்க்கர் அவர்களைப் பார்க்க*

ஒப்புதல் தரும்வரை காத்திருக்க வேண்டும் என்றனர்.[10] (மூலத்தில் உள்ளபடி)

ஆனால், சாவர்க்கரோ தான் அப்படி எவரையும் சந்திக்கவில்லை என்று மறுத்தார். விசாரணையின் போது, தனது நிலைப்பாட்டில் அவர் உறுதியாக இருந்தார். இத்தகைய 'உறுதியாக முடிவெடுக்க முடியாத' சாட்சியத்தின் அடிப்படையில்தான் விசாரணை நீதிமன்றம் அவரை விடுதலை செய்தது. வழக்கு விசாரணையின்போது டாம்லே மற்றும் அப்பாராவ் ஆகியோரின் வாக்குமூலங்களுடன் சாவர்க்கரின் சாட்சியம் முரண்பட்டிருப்பது குறித்து அரசு தரப்பு எதையும் மேலும் விசாரித்ததாகத் தெரியவில்லை. கபூர் கமிஷன் அறிக்கை வெளியாகும்வரை இந்த உண்மைகள் பொதுமக்களுக்குத் தெரியாமல் வைக்கப்பட்டிருந்தன.

ஆனால், நகர்வாலாவின் மனத்தில் எந்தச் சந்தேகமும் இல்லை.

'இந்த இரண்டு நபர்களும் விவரித்த சம்பவங்களிலிருந்து, அந்த இரு நபர்களுடன் சாவர்க்கரின் சந்திப்புகளின் போதுதான் மகாத்மாஜியை ஒழிக்கும் திட்டம் இறுதி செய்யப்பட்டது என்று தெரிகிறது' என்று நகர்வாலா 01-02-1948 அன்று தனது வழக்கு நாட்குறிப்பில் முடிவாக எழுதியிருக்கிறார்.[11]

ஆச்சரியங்கள் ஏதுமில்லை

தாதரில் உள்ள சாவர்க்கரின் இல்லமான சாவர்க்கர் சதனில் நகர்வாலா பிப்ரவரி 1 ஆம் தேதி மதியம் 2.30 மணிக்குச் சோதனை நடத்தினார். அவர்கள் அந்த இடத்தை அடைந்ததும், காவல்துறை எதற்காக வந்திருக்கிறது என்பது சாவர்க்கருக்குத் தெரிந்தது போல் இருந்தது என்று அவர் கூறுகிறார். 'எனது தலைமையில் சாவர்க்கரின் வீட்டைச் சோதனையிடக் காவல் துறையினர் அங்கு சென்றதும், குழுவினரை முன் அறையில் சந்தித்த திரு. வி.டி.சாவர்க்கர் என்னைப் பார்த்து காந்திஜியின் கொலைத் தொடர்பாக கைது செய்ய வந்திருக்கிறீர்களா என்று கேட்டார்.'[12] (மூலத்தில் உள்ளபடி)

ஹிந்துத்துவத்தைப் பின்பற்றுபவர்களுக்குக் காந்தியைப் போலவே சாவர்க்கரும் முக்கியமான நபர். காந்தியின் படுகொலையைத் தொடர்ந்து, வலதுசாரிகளின் நடவடிக்கை முடக்கம், சோதனை மற்றும் தடுப்புச் செயல்கள் தொடங்கின. பல ஆர்.எஸ்.எஸ்.

தலைவர்களும் முக்கிய ஹிந்துத்துவத் தலைவர்களும் கைது செய்யப்பட்டனர். டெல்லி மற்றும் பம்பாய் ஆகிய இரு மாநிலங்களிலும், முன்னதாக இந்த வழக்கைச் சரியாகக் கையாளத் தவறியதால் தேசத் தந்தையின் மரணத்திற்குக் காரணம் ஆகிவிட்டோமோ என்ற அச்சத்தில் காவல் துறையினர் கவனமாக முன்னேறினர்.

காந்தியின் படுகொலைத் தொடர்பாக அவரது வீட்டைச் சோதனையிட வந்திருக்கிறோம் என்று நகர்வாலா சாவர்க்கரிடம் கூறினார். 'சாவர்க்கர் (மூலத்தில் உள்ளபடி) உடம்பு சரியில்லை என்று பாசாங்கு செய்தபடி உள்ளே அறைக்குள் சென்று படுத்துக் கொண்டார்.'[13]

அவரும் நாதுராம் கோட்சேவும் கடந்தகாலத்தில் எழுதிக்கொண்ட கடிதங்கள் தவிர்த்து, கொலையில் அவரை நேரடியாக தொடர்புப்படுத்தும் கணிசமான ஆதாரங்கள் எதுவும் சாவர்க்கரின் வீட்டில் கிடைக்கவில்லை.

ஆனால், அவருக்கு எதிராக வழக்கு இறுகிக் கொண்டிருந்தது.

பம்பாய் காவல்துறை, பிப்ரவரி 4ம் தேதி மதன்லாலைக் காவலில் எடுத்தது.

> நகர்வாலா 06-02-1948 அன்று நாட்குறிப்பில் பதிவு செய்திருந்தது: தாதரில் சிவாஜி பூங்கா அருகிலிருக்கும் வி.டி.சாவர்க்கரின் வீட்டிற்கு கார்க்கரே (தலைமறைவு குற்றவாளி) தன்னை அழைத்துச் சென்றதாக மதன்லால் உறுதி செய்தான். வி.டி.சாவர்க்கர் முன்னால் அவன் உட்கார வைக்கப்பட்டதும், அவன் செய்து வரும் பணிகளைக் குறிப்பிட்டு அவனை அவர் பாராட்டியதாகவும், அந்த நல்ல பணியைத் தொடருமாறு அறிவுறுத்தியதாகவும் கூறினான். இந்தச் சந்திப்பு, ஜனவரி 10ம் தேதியோ அல்லது அதையொட்டியோ நடந்திருக்கும் என்று கூறப்பட்டது.[14] (மூலத்தில் உள்ளபடி)

ஆர்தர் ரோடு சிறையில் வி.டி.சாவர்க்கர் காவலில் வைக்கப் பட்டிருந்தார். பிப்ரவரி 6ஆம் தேதி மாலை 05.30 மணியளவில் அடையாள அணிவகுப்பு ஒன்று ஏற்பாடு செய்யப்பட்டிருந்தது. மதன்லாலும் கிஸ்தய்யாவும் அவரை அடையாளம் காட்ட வேண்டும். குற்றம் சுமத்தப்பட்ட இருவரும் அடையாள

அணிவகுப்பு தொடங்கும் வரை சிறைக்கு வெளியில் மூடப்பட்ட வேனில் காக்க வைக்கப்பட்டிருந்தனர்.

கை வெடிகுண்டு தொடர்பாக அவரை தனக்குத் தெரியும் என்று வி.டி.சாவர்க்கரை மதன்லால் அடையாளம் காட்டினான்.'[15]

பிப்ரவரி இறுதியில், ஜனவரி 20 கொலை முயற்சிக்குப்பின் கோட்சேவையும் ஆப்தேவையும் முக்கிய சதிகாரர்களாக அடையாளம் காணமுடியாமல் போனதற்கு, அந்த வழக்கைத் தவறாகக் கையாண்டதுதான் காரணம் என்றும், அதற்கு யார் பொறுப்பு என்பது குறித்தும் தன் மனத்தில் சந்தேகமேதுமின்றி நகர்வாலா உறுதி செய்துவிட்டார்.

அவர் தனது வழக்கு நாட்குறிப்பை 23-02-1948இல் இவ்வாறு முடித்தார்:

> குற்றம் சாட்டப்பட்ட ஆப்தே, கார்க்கரே, நாதுராம் கோட்சே ஆகியோரிடம் நடத்தப்பட்ட விசாரணையின் போக்கிலிருந்து, வி.டி.சாவர்க்கரின் செல்வாக்கு அவர்கள் மனத்தில் அரசியல்ரீதியாக பெரும் தாக்கத்தை ஏற்படுத்தியிருப்பது தெரிந்தது. இறுதியில் அது மகாத்மாஜியின் படுகொலையில் முடிந்திருக்கிறது. சாவர்க்கரையும் அவரது புரட்சிகர அரசியல் சித்தாந்தத்தையும் திருப்திப்படுத்த, சாவர்க்கரின் நேரடி உத்தரவின்படி இந்தக் குற்றத்தை அவர்கள் செய்திருக்கிறார்கள் என்பதும் உறுதியானது.[16] (மூலத்தில் உள்ளபடி)

காந்தியைக் கொலைச் செய்யத் சதி செய்த குற்றச்சாட்டின் பேரில் சாவர்க்கர் முறையாக கைது செய்யப்பட்டார்.

காந்தியைக் கொல்ல எவரும் சதி செய்யவில்லை.

ஜனவரி 31, 1948

படுகொலை நடந்த மறுநாள், நாதுராம் கோட்சே மற்றும் மதன்லால் மட்டுமே போலீஸ் காவலில் இருந்தனர். 'தேசிய நலனுக்காக' காந்தி கொல்லப்பட வேண்டும் என்ற தன் கூற்றில் கோட்சே உறுதியாக இருந்தான். சதிக் குழுவிலிருந்த வேறு எவரையும் அவன் குறிப்பிட மறுத்துவிட்டான்.

அதே நாளில், ஜமன்தாஸ் மேத்தாவிடம் சட்ட ஆலோசனை பெறுவதற்கு ஆப்தே சென்றான். தற்செயலாக மேத்தா சாவர்க்கரின் சட்ட ஆலோசகராகவும் ஆனார். அவரது ஆலோசனையின் பேரில்தான் ஆப்தே டெல்லிக்குச் செல்ல வேண்டாம் என்று முடிவு செய்தான். எனினும், தனக்காக வாதாட வழக்குரைஞரை ஏற்பாடு செய்ய லஹிரிக்கு அவன் தந்தியை அனுப்பியிருந்தான்.

விசாரணையின் போது, காந்திப் படுகொலை சதியில் தனக்குப் பங்கு ஏதுமில்லை என்று சாவர்க்கர் மறுத்தார்.

> குற்றம் சாட்டப்பட்டவர்கள் மத்தியில் காந்திஜியைக் கொலை செய்ய எந்த உடன்பாடும் சதியும் இருந்ததில்லை அல்லது அவர்களில் எவரும் அப்படி இல்லை என்று சொல்கிறேன். இது குறித்து அரசுத் தரப்பு முன்வைக்கும் எந்தக் கருத்தும் முற்றிலும் ஆதாரமற்றது... 1948, ஜனவரி 20ஆம் தேதியோ அல்லது அதையொட்டியோ ஏதோவொரு நேரத்தில் அல்லது ஒரு காலகட்டத்தில் காந்திஜியை கொலை செய்யச் சதியோ மற்றும்/அல்லது எந்த முயற்சியோ இல்லை என்று கூறுகிறேன். குண்டு எதையும் வெடிக்க வைப்பதில் அல்லது வெடிகுண்டுப் பொருளை வீசியதில் நான் பங்கு பெற்றதில்லை. 1948ஆம் ஆண்டு ஜனவரி 30 ஆம் தேதி மாலை பிர்லா மாளிகையில் காந்திஜியின் பிரார்த்தனைக் கூட்டத்தில் நடந்த சம்பவம் குறித்து எனக்கு எதுவும் தெரியாது; அதில் எனக்குச் சம்மதமோ அல்லது உடந்தையோ இல்லை.[17] (மூலத்தில் உள்ளபடி)

இதற்கு நேர்மாறாக, தோல்வியடைந்த படுகொலை முயற்சி நடந்ததற்கு முதல் நாள், ஜனவரி 19 அன்று புது டெல்லி ஹிந்து மகாசபா பவனின் தொலைப்பேசி எண் 8024 லிருந்து பம்பாயில் உள்ள தொலைப்பேசி எண் 60201-க்கு தொலை அழைப்பு ஒன்று புக் செய்யப்பட்டிருந்தது. காலை 11.15 மணிக்கு அது புக் செய்யப்பட்டிருந்தது. அழைப்பை புக் செய்தவர் தன் பெயரைக் குறிப்பிடவில்லை. ஆனால் 'டாம்லே அல்லது கசார்' உடன் (PP call) பேச விரும்பியிருந்தார். அது ஒரு அவசர மற்றும் தனிநபர் அழைப்பு. ஆனால், எதிர்த்தரப்பு நபர்களால் அழைப்பைப் பேசமுடியவில்லை, அதனால் அழைப்பு முழுமையடையவில்லை. டெல்லியிலிருந்து செல்லும் அனைத்துத் தொலை அழைப்புகளும் தொலைப்பேசி வருவாய் அலுவலகத்தில் பதிவு செய்யப்படும்.

அங்கு பணிபுரிந்த கைலா, டெல்லியிலிருந்து பம்பாய்க்கு 19-01-1948 அன்று அந்தத் தொலை அழைப்பு பதிவு செய்யப்பட்டது என்பதை உறுதிப்படுத்தினார்.

'ஆதாரப்பூர்வ அறிக்கையின்படி டெல்லியிலிருந்து அந்த அழைப்பைப் புக் செய்தது ஹிந்து மகாசபா பவன் தொலைப்பேசியிலிருந்து குற்றம் சாட்டப்பட்ட ஆப்தே. (மூலத்தில் உள்ளபடி)[18] வழக்கு நாட்குறிப்பு, தேதி 20-03-1948.

'டாம்லே' என்பவன் சாவர்க்கரின் செயலரான கஜானன் விஷ்ணு டாம்லே; 'காசர்' என்பவன் சாவர்க்கரின் மெய்க்காப்பாளனாக இருந்த அப்பா ராமச்சந்திர காசர். அவர்கள் இருவரும், தோல்வியடைந்த முயற்சியின் பின்னணியில் இருந்த குழுவினர். சாவர்க்கரை அவரது வீட்டில் 'இரண்டு அல்லது மூன்று முறை' சந்தித்ததாக ஏற்கனவே காவல்துறையிடம் வாக்குமூலம் அளித்திருந்தனர். இருப்பினும், அவர்களது வாக்குமூலங்கள் நீதிமன்றத்தில் பதிவு செய்யப்படவில்லை அல்லது சாவர்க்கரின் வாதத்திற்கு எதிராக இருவரும் சாட்சிகளாகக் கொண்டு வரப்படவும் இல்லை. எனினும், அது ஏன் என்பதற்கான காரணங்கள் அரசுத் தரப்புக்குத்தான் நன்கு தெரியும்.

மதன்லாலும் கிஸ்தய்யாவும் இதுபோன்ற வாக்குமூலங்களை அளித்தனர். அவற்றிற்கு சாவர்க்கரின் பதில்:

> மதன்லால் என்னைச் சந்தித்த கதையை எழுதியவர் யாராகவும் இருக்கட்டும்; ஆனால், அது முற்றிலும் பொய் என்பதை மீண்டும் வலியுறுத்துகிறேன். மதன்லாலைப் பற்றி நான் கேள்விப்பட்டதில்லை; அவனைச் சந்தித்ததே இல்லை. மதன்லால் என்னை எப்போதும் சந்திக்கவில்லை அல்லது அவனுடன் எந்தநேரத்திலும் எந்த உரையாடலையும் நான் மேற்கொள்ளவில்லை என்பதை மீண்டும் கூறுகிறேன்...[19] (மூலத்தில் உள்ளபடி)

குற்றம் சாட்டப்பட்ட ஒவ்வொருவரிடமிருந்தும் சாவர்க்கர் தன்னை விலக்கிக் கொண்டிருந்தார்.

'குவாலியரிலிருந்து சில ஆண்டுகளாக ஹிந்து மகாசபையின் செயல்பாடுகள் குறித்த அறிக்கைகளை டாக்டர் பார்ச்சூரே எனக்கு அனுப்பி வந்தார் ...நான்கு ஆண்டுகளுக்கு முன்பு தலைவர் பதவியை நான் ராஜினாமா செய்ததிலிருந்து டாக்டர்

பார்ச்சூரேவிடமிருந்து எனக்குத் தகவல் ஏதும் வருவதில்லை' என்று நீதிமன்றத்தில் மேலும் கூறினார்.[20]

இந்த இடத்தில், மீண்டும், குவாலியரிலிருந்து கிடைத்த உளவுத்துறை அறிக்கையை அரசுத் தரப்பு சமர்ப்பிக்கவில்லை. படுகொலை நடந்த நாளுக்கு மிகவும் முன்னதாகவே சாவர்க்கர் கோட்சேவை பார்ச்சூரேவுக்குப் பரிந்துரைத்திருக்கிறார் என்று அந்த அறிக்கைக் கூறியது. அறிக்கையை எழுதி அனுப்பியவரும் சாட்சியாகக் கொண்டுவரப்படவில்லை.

நவம்பர் 10, 1948 அன்று, குறுக்கு விசாரணையின்போது ஆப்தே நீதிமன்றத்தில் அளித்த வாக்குமூலத்தில், காந்தியைக் கொன்ற அந்தத் துப்பாக்கியை வாங்குவதற்காக குவாலியர் சென்றதைக் கடுமையாக மறுத்தான்:

நாதுராம் கோட்சேவும் நானும் குவாலியருக்கு பிஸ்டல் ஒன்றை வாங்குவதற்காகச் சென்றிருந்தோம் என்று அரசு தரப்பு கூறுவது அபத்தமானது. உண்மையில், தேவைப்பட்டால் பம்பாயிலோ அல்லது பூனாவிலோ ஒரு ரிவால்வர் அல்லது பிஸ்டலை நாங்கள் வாங்கிக் கொள்ளும் நிலைமையில்தான் இருந்தோம். டெல்லியில் நடத்த முடிவு செய்திருந்த ஒரு ஆர்ப்பாட்டத்திற்கு, தொண்டர்கள் பம்பாயில் போதிய எண்ணிக்கையில் திரளவில்லை. எங்களிடம் நிதிப் பற்றாக்குறை இருந்தது.

டெல்லியில் ஆர்ப்பாட்டத்தை எவ்வளவு சீக்கிரம் முடியுமோ அவ்வளவு விரைவில் நடத்தவேண்டும் என்பதில் மிகவும் ஆர்வமாக இருந்தோம். ஏனெனில் 20-01-1948 அன்று பிர்லா மாளிகையில் நடந்த குண்டுவெடிப்பு சம்பவம் தொடர்பாக கைது செய்யப்படலாம் என்று நாங்கள் எதிர்பார்த்தோம். ஏற்கனவே மரியானா ஹோட்டலில் போலீசார் சோதனை நடத்தியிருப்பதைப் பத்திரிகைகளில் படித்தோம். அதன்படி, ஜனவரி 24ம் தேதியோ அல்லது அதையொட்டியோ குவாலியரில் ஏற்கனவே ஆர்ப்பாட்டம் நடத்தியிருந்த தத்தாத்ரேயா எஸ்.பார்ச்சூரே (மூலத்தில் உள்ளபடி) மூலம் தொண்டர்களைத் திரட்டுவதென பம்பாயில் முடிவு செய்தோம்.[21]

சாவர்க்கர், நீதிமன்றத்தில் முன்வைத்த அவரது வாதங்களில், கோட்சே அல்லது ஆப்தேவுடன் எந்தத் தொடர்பையும் குறிப்பிடாமல் கவனமாக தவிர்த்தார். நீதிமன்றத்தில், விசாரணை நடைபெறும் போதும் சாவர்க்கர் அந்த இருவருடன் எந்த உரையாடலையும் வைத்துக்கொள்ளவில்லை; அவர்களை நேருக்குநேராகப் பார்ப்பதையும் தவிர்த்தார். அவர்களிடமிருந்து விலகி, தனியாகவே அமர்ந்திருப்பார் என்று நீதிமன்ற நடவடிக்கைகளை நேரில் கண்டவர்கள் குறிப்பிட்டார்கள்.

'...1946 ஆம் ஆண்டு அக்டோபர் 30ஆம் தேதிக்குப்பின் அதாவது 1947இல் மற்றும் 1948ஆம் ஆண்டுகளில் கோட்சேவிடமிருந்து எனக்கு எந்தக் கடிதமும் வரவில்லை' என்று நீதிமன்றத்தில் சாவர்க்கர் கூறினார்.[22] ஆகஸ்ட் 8, 1947 அன்று மூன்று பேரும் ஒன்றாக டெல்லிக்குப் பறந்ததை அவர் வசதியாக மறந்துவிட்டார்.

'அந்தக் காலகட்டத்தில் ஆப்தேவிடமிருந்து எனக்கு எந்தக் கடிதமும் அனுப்பப்படவில்லை; கோட்சேவுக்கும் ஆப்தேவுக்கும் நான் தனியாகவோ அல்லது கூட்டாகவோ (மூலத்தில் உள்ளபடி) ஒரு கடிதமும் அனுப்பவில்லை. அதாவது, 1947 அல்லது 1948 ஆண்டுகளில் எங்களுக்குள் எந்தவிதமான கடிதப் பரிமாற்றமும் இல்லை என்பதை ஆவணச் சான்றுகள் நிரூபிக்கின்றன' என்று சாவர்க்கர் வாதிட்டார்.

> 'மேலும், குறிப்பிடப்படும் அந்தச் சதித் திட்டம் 1947 டிசம்பரில் ஏதாவது ஒரு நேரத்தில் தொடங்கியிருக்கலாம் என்று அரசுத் தரப்பு கூறுகிறது; அத்துடன் அந்தக் காலகட்டத்திற்கு ஓர் ஆண்டிற்கு முன்பாகவே என்னுடன் கோட்சே-ஆப்தே வைத்திருந்த கடிதப் பரிமாற்றம் நின்றுவிட்டது என்பதை மேலே கூறியபடி அரசுத் தரப்பு சாட்சியமே நிரூபிக்கிறது என்பதையும் கவனத்தில் கொள்ள வேண்டும். கடிதப் பரிமாற்றம் நடந்தது என்ற சான்றுகளின் அடிப்படையில், கோட்சே மற்றும் ஆப்தே ஆகியோருடன் எனது தொடர்பை, அரசுத் தரப்பு நிரூபிக்க விரும்புகிறது. அந்தப் பரிமாற்றம் தொடர்ந்து நடந்தது என்பதை நிரூபிப்பதற்கு மேலும் கடிதத் தொடர்பு நடைபெறவில்லை; அதனால் அந்தச் சதித்திட்டம் போடப்பட்டது என்று சொல்லப்படும் அந்த நாளுக்கு ஓராண்டிற்கு முன்பே பரிமாற்றம் நின்றுவிட்டதாகக் கருதப்பட வேண்டும்.'[23]

நீதிமன்றத்தின் முன் காவல்துறை கொண்டுவந்த வழக்கு, காந்தி படுகொலைக்கு வழிவகுத்த நிகழ்வுகளை, 10-01-1948 முதல் 30-01-1948 வரையிலும் மீண்டும் உருவாக்குவதில் கவனம் செலுத்தியது. கொலையாளி தனது குற்றத்தை ஒப்புக்கொள்ள வைப்பதற்கான வசதி காவல்துறையிடம் இருந்தது. தீவிரமான, மிக ஆழமான சதித்திட்டம் இருந்ததற்கான சாத்தியக்கூறுகள் குறித்து குற்றப்பத்திரிகையில் அவர்கள் ஓரளவுக்குத்தான் குறிப்பிட்டிருந்தனர். ஆனால், சதித்திட்டத்தின் பரந்த வலைப்பின்னல் தொடர்பாக மேலும் அதிகமான ஆதாரங்களையும் தடயங்களையும் புலனாய்வுக் குழுக்கள் வெளிக்கொண்டு வந்தன என்று உறுதியாகச் சொல்ல முடியும்.

சாவர்க்கரையும் அவரது கூட்டாளிகளையும் தவிர, காந்தியின் சாவை வேறு யார் விரும்பியிருப்பார்கள்?

2
ஆல்வார் சமஸ்தான விவகாரம்

பிப்ரவரி 2, 1948

படுகொலை நடந்த உடனே, காவல்துறையும் உளவுத்துறை அமைப்புகளும் கிடைத்திருந்த தடயங்களை ஒன்றிணைக்கத் தொடங்கின. டெல்லியின் அருகிலிருந்த ஆல்வார் சமஸ்தானத்தில் காந்திக்கு எதிரான பேச்சுக்கள் எழுந்தன; உளவுத்துறை அமைப்பின் ரேடாரில் தப்பமுடியாத அளவுக்கு அவை உரத்துக் கேட்டன. ஆல்வார், டெல்லியிலிருந்து மூன்று மணி நேரப் பயணத்தில் உள்ள இடம். அந்த நேரத்தில் வலதுசாரி இயக்கத்தின் கோட்டையாக அது இருந்தது. அதற்கு மகாராஜாவும், வலிமை மிக்க பிரதான அமைச்சர் டாக்டர் நாராயண் பாஸ்கர் காரேவும் ஆதரவு அளித்தனர். ஆல்வாரிலிருந்து உளவுத்துறை தகவல் ஒன்றும் கிடைத்தது. நகராட்சி ஆணையர் கிரிதர் ஷர்மாவின் விருந்தினரான ஒரு சாமியார், காந்தி கொலை செய்யப்படுவதற்கு இரண்டு மணி நேரத்திற்கு முன்னதாகவே காந்தி இறந்துவிட்டார் என்று அறிவித்தாராம்.

இதன் அடிப்படையில், கொலை நடந்த இரண்டு நாட்களுக்குப் பின் போலீஸ் குழு ஒன்று அந்தச் சமஸ்தானத்திற்கு அனுப்பப்பட்டது.

பிரதான அமைச்சர் என்.பி.காரே இயல்பாகவே சந்தேகப்பட வேண்டிய நபர்தான். சில மாதங்களுக்கு முன்பு தான், 12-10-1947 அன்று காந்திக்கு 'பிராமணச் சாபம்' அளித்தார்.¹ ஹிந்துத் தீவிரவாதத் தலைவர்களை காரே ஆதரித்ததற்கும் ஏராளமான சான்றுகள் இருந்தன. எனினும், டெல்லி காவல்துறையின் இறுதி குற்றப்பத்திரிகையில் அவர் பெயர் இடம்பெறவில்லை; இருபது ஆண்டுகளுக்குப் பின் அமைக்கப்பட்ட ஜீவன் லால் கபூர் கமிஷனும் அவர் மீது குற்றம்சாட்டவில்லை. சதித்திட்டத்தில் காரேவுக்கும் ஆல்வார் சமஸ்தானத்திற்குமான பங்கையும்

ஆணையம் கண்டுகொள்ளவில்லை. அத்துடன், சந்தேகத்தின் பலனையும் அவர்களுக்கு வழங்கியது.

மீண்டும் ஒருமுறை, 'உறுதியான ஆதாரம்' இல்லை என்று கொலையில் தொடர்புடைய ஒரு முக்கிய நபர் விடுவிக்கப்பட்டார். கமிஷன் தனது அறிக்கையில், காரேயின் பங்கைப் பின்வரும் வார்த்தைகளில் கூறியது:

> டாக்டர் காரேவும் அவருக்கு முன்னால் பதவியிலிருந் தவர்களும் ஆர்.எஸ்.எஸ்.க்கும் தீவிரவாத ஹிந்து மகாசபைத் தலைவர்களுக்கும் அளித்த ஊக்கம் தீவிரமான காந்தி எதிர்ப்பு நடவடிக்கைகளுக்கு உகந்த சூழ்நிலை உருவாவதற்குச் சாதகமாக அமைந்தன. மகாத்மா காந்தி நீக்கப்பட்டால், ஆயிரமாண்டு கால ஹிந்து ராஜ்ஜியம் ஏற்படும் என்று கருதியவர்களுக்கும் ஒருவிதமான ஊக்கத்தைத் தந்தது. அதுபோல் காந்தியைக் கொலை செய்யத் திட்டமிட்ட நாதுராம் கோட்சே போன்றவர்கள் தம் நோக்கத்தை அடைவதற்குத் தீவிரமான அல்லது மறைமுகமான ஊக்கத்தையும் இது தந்தது என்ற முடிவுக்கு ஆணையம் வருவதற்கான ஆதாரமாக இதை ஏற்க இயலாது. எனினும், மகாத்மா காந்தியை கொலை செய்ய விரும்பியவர்களுக்கு ஊக்கம் தரவில்லை என்றாலும், காந்திக்கு எதிரான சூழல் உருவாக்கப்பட்டது என்பதில் சந்தேகம் ஏதுமில்லை.[2]

டெல்லி காவல்துறையும் புலனாய்வு அமைப்பும் காரேவுக்கு எதிராகச் சேகரித்திருந்த தடயங்களை முழுமையாக அணுகிப் பார்க்கும் வாய்ப்பு ஆணையத்திற்குக் கிடைத்ததா? உள்ளுக்குள் பாதுகாக்கப்படும் விசாரணை ஆவணங்களின் அறிக்கைகள் வேறொரு கதையைக் கூறுகின்றன: காந்தி கொலையில் காரேவுக்குப் பங்கு இருப்பதைத் தொடர்புப்படுத்தும் வலுவான ஆதாரங்களை அவை தருகின்றன.

காந்தி கொலையை, அது நடந்ததற்கு இரண்டு மணி நேரத்திற்கு முன்பே ஓம் பாபா சாமியார் எனும் கோபி கிருஷ்ண வியாஸ் அறிவித்தார். தோல்வியடைந்த கொலை முயற்சிக்கு முன்னதாக ஹிந்து மகாசபா பவனில் சந்தித்ததாக மதன்லால் குறிப்பிட்ட நபர்தான் அவர். ஜனவரி 19 அன்று இரவு ஹிந்து மகாசபா பவன் வாசலில் போலீஸ் கார் ஒன்று ஓம் பாபாவை இறக்கிவிட்டது; மதன்லாலும் அவரும் அங்கு அறை எண் மூன்றில் ஒன்றாக

தங்கி இருந்தனர். ஜனவரி 13ஆம் தேதி காந்தியின் பிரார்த்தனைக் கூட்டத்தில் தொந்தரவு செய்ததற்காக அவர் சிறையில் வைக்கப்பட்டார். காந்தி அன்றைய தினம் குரானிலிருந்து சில வரிகளைச் சொல்லத்தொடங்கியதும், ஓம் பாபா வேத மந்திரங்களை உச்சரிக்கத் தொடங்கினான். போலீஸ் காவலில் இருக்கையில் ஓம் பாபா உண்ணாவிரதம் இருந்தான். அதனால், அவன் சிறையிலிருந்து விடுவிக்கப்பட்டான்.

அறை எண்.3. இங்கிருந்துதான் காந்தி கொலை சதித்திட்டத்துடன் சம்பந்தமுடைய நபர்களுக்கும் ஆல்வார் சமஸ்தானத்திற்கும் தொடர்பு தொடங்குகிறது.

டிஎஸ்பி ஜஸ்வந்த் சிங், மார்ச் 7 அன்று புலனாய்வு அமைப்பின் இயக்குநருக்கும், இன்ஸ்பெக்டர் ஜெனரல் டி.டபிள்யூ. மெஹ்ராவுக்கும் ரகசியக் குறிப்பு ஒன்றை அனுப்பினார்:

> டெல்லி ஹிந்து மகாசபா பவன் ஊழியரான ராம் சிங்கை இன்று கண்டுபிடித்தோம். ஹிந்து மகாசபா பவனின் அறை எண் மூன்றில் நான்கு அல்லது ஐந்து ஆண்கள் (ஒரு ஹிந்து பஞ்சாபியும் நான்கு மராத்தியர்களும்) தங்கியிருந்ததாக அவன் கூறுகிறான். அவர்களை 20.1.1948 அன்று தான் பார்த்ததாகவும் அவர்களுடன் பேசியதாகவும் கூறுகிறான். காலை சுமார் 8 மணிக்கு அவர்கள் அந்த இடத்தை விட்டுப் புறப்பட்டனர். மீண்டும் 12.00 மணிக்குத் திரும்பி வந்தனர்; அதன்பின் சற்று நேரம் கழித்து கார் ஒன்றில் ஏறிச்சென்றனர். இரவு எட்டு மணிக்கு அவர்களில் ஒருவன் திரும்பி வந்ததாகவும் அவன் கூறினான். ஹிந்து மகாசபை உறுப்பினர் இந்தர் பிரகாஷ் என்பவரிடம் கொடுக்கச் சொல்லி ஹிந்தியில் அவனது பூனா முகவரியை எழுதியிருந்த சீட்டு ஒன்றையும் கொடுத்தான். பவனில் அவன் (இந்தர்) இல்லை என்பதால் சீட்டை இந்தர் பிரகாஷிடம் ஒப்படைக்க முடியவில்லையாம்...[3] (மூலத்தில் உள்ளபடி).

சிங் தனது வழக்கு நாட்குறிப்பில் பதிவு செய்திருந்த பகுதி இது. அவரது ரகசியக் குறிப்பு மேலும் தொடர்கிறது:

> குண்டுவெடிப்புக்கு 2/3 நாட்களுக்கு முன் ஹிந்து மகாசபா பவனில் ஒரு ரகசியக் கூட்டம் நடந்தது என்று ராம் சிங்

மேலும் கூறினான். ஷாம் லால் வர்மா, பேராசிரியர் ராம் சிங் (முன்பு குறிப்பிட்ட ராம் சிங் இல்லை), திருமதி மற்றும் திரு டாக்டர் கேரே ஆகியோர் கூட்டத்தில் இருந்தனர். கூட்டத்தின் நடவடிக்கைகள் குறித்து அவனால் எதையும் கூற முடியவில்லை. அறை எண் மூன்றில் தங்கியிருந்த ஆண்கள் அனைவரையும் தன்னால் அடையாளம் காணமுடியும் என்று ராம் சிங் கூறுகிறான். ராம் சிங் தன்னை ஒரு முன்னாள் *I.N.A* உறுப்பினர் என்று சொல்லிக் கொள்கிறான். சிட்டகாங்கில் 1943 ல் ஒற்றன் என்ற குற்றச்சாட்டின் பேரில் கைது செய்யப்பட்ட அவனுக்கு மரணத் தண்டனை விதிக்கப்பட்டது; அதன்பின் மேல்முறையீட்டின் பேரில் விடுவிக்கப்பட்டுள்ளான்.[4] (மூலத்தில் உள்ளபடி)

துப்புத் தகவலை, தொடர்ந்து விசாரிக்க மேலதிகாரிகளின் வழிகாட்டுதலுக்காக சிங் காத்திருந்திருக்கலாம். ஆனால், வழக்கு அதற்குமேல் விசாரிக்கப்படவில்லை என்பதை வழக்கின் நாட்குறிப்பு சுட்டுகிறது.

***

திரும்பவும் அறை எண் மூன்றிற்கு வருவோம். ஓம் பாபா அங்கு தங்கியிருந்தபோது டெல்லியிலிருந்து வெளிவரும் ‘சிங் நாட்’ என்ற ஹிந்தி நாளிதழின் ஆசிரியர் ஷியாம் லால் வர்மாவைச் சந்தித்தான். தோல்வியடைந்த கொலை முயற்சிக்கு முன்பாக நடந்த ரகசியக் கூட்டத்தில் இந்த நபரும் கலந்துகொண்டதாக ஹிந்து மகாசபை பணியாள் ராம் சிங் குறிப்பிட்டான்.

ஷியாம் லாலும் ஓம் பாபாவும் 28-01-1948 அன்று ரயிலில் ஆல்வாருக்குப் பயணம் செய்தனர். இருவரும் கிரிதர் சர்மாவின் வீட்டில் தங்கினர். கொலை நடந்த அன்று ‘அவர் (ஷியாம் லால்) ஆல்வார் மகாராஜாவைப் பார்க்க விரும்பினார். அந்த நாள் எனக்கு நினைவிருக்கிறது’ என்று ஓம் பாபா கூறினான்.[5]

இது போதாது எனில், ஹர் லாலின் தேதியிடப்படாத விசாரணை அறிக்கை, ராம் சிங் குறிப்பிட்ட அனைவரையும் ‘ஆல்வார் சதியுடன்’ தொடர்புப்படுத்துகிறது.

ஹர் லால், பழைய டெல்லியில் ஒரு சால்வை வியாபாரி; போலீஸ் உளவுத்துறை அமைப்பின் பகுதியாக அவன் இருந்தான்; அவன் டெல்லி காவல்துறைக்கு அளித்த வாக்குமூலத்தில், அவனது

தொழில் கூட்டாளி ராம் கோபாலுக்கும் ஹர் லாலின் மகனுக்கும் இந்தக் கொலை பற்றி முன்னரே தெரியும் என்று கூறியிருந்தான். அறிக்கையை முழுமையாக படித்தால், ஹர் லால் தன்னை இதிலிருந்து விடுவித்துக் கொண்டதுடன், தனது மகனுக்குச் சந்தேகத்தின் பலனைப் பெறவும் முயன்றான் என்பது தெரியவரும். அவனது வாக்குமூலம் பின்வருமாறு: 'மகாத்மாஜி கொலை செய்யப்படுவதற்கு சில நாட்களுக்கு முன்பு மகாத்மாஜியை கொலை செய்ய டாக்டர் காரே ஏற்பாடு செய்து வருவதாக ஓம் பிரகாஷிடம் ராம் கோபால் கூறினான். மகாத்மாஜி சுடப்பட்ட செய்தி விரைவில் அவருக்குத் தெரியவரும் என்று கூறியதைக் கேட்டேன்.'[6] *(மூலத்தில் உள்ளபடி)*

இங்கு குறிப்பிடப்படும் ராம் கோபால் ஆரிய சமாஜத்தின் தலைவரும் ஹிந்து மகாசபையின் செயற்குழு உறுப்பினரும் ஆவார். பேராசிரியர் ராம் சிங்குடன் அவர் மிகவும் நெருக்கமாக இருந்தார்.

இந்தத் தடயங்கள் எதுவும் தீவிரமாகப் பின்தொடரப்படவில்லை என்பதை விசாரணைகள் தொடர்பான வழக்கு நாட்குறிப்புகள் வெளிப்படுத்துகின்றன. காந்தி கொலையில் சாத்தியமான தொடர்புகள் குறித்து உளவுத்துறையின் துணை இயக்குநர் எம்.எம்.எல். ஹூஜா டெல்லி நபர்களை விசாரித்து வந்தார்; உளவுத்துறை இயக்குநருக்கு அவர் அனுப்பிய 23-02-1948 தேதியிட்ட குறிப்பில், நாதுராம் சுக்லா, 'நாதுராம் கோட்சே என்று கூறப்படும் நபராக இருக்குமோ' என்ற சந்தேகம் இருக்கிறது' என்று குறிப்பிட்டிருப்பது மிகவும் வியப்பிற்குரியது.

விசாரணைக் குழு ஆல்வாரில் ஆரம்பக் கட்ட விசாரணையை பிப்ரவரி 7ஆம் தேதியே தொடங்கியது. கொலைக்கு முன்னதாக ஆல்வாரில் இருந்ததாக வதந்தி பரவியிருந்த நாதுராம் சுக்லா ஒரு ஹிந்தி பத்திரிகையாளர் என்று அது இறுதி செய்தது. பின்னாளில் புலனாய்வு அமைப்பின் இயக்குநரான ஹூஜா, ஜீவன் லால் கபூர் ஆணையம் வழக்கை மறுவிசாரணை செய்துகொண்டிருந்தபோது தற்செயலாகப் பதவியிலிருந்தார்.

வழக்கில் உள்ள முரண்பாடுகளைப் பார்ப்போம்.

கபூர் கமிஷன் முன் ஆஜரானபோது, காரே, 'வைஸ்ராய் கவுன்சில் உறுப்பினராக நாதுராம் கோட்சே பூனா வந்தபோதுதான்

எனக்குக் கோட்சேவை கொஞ்சம் தெரியும். அப்போது கோட்சே என்னைப் பார்க்க வந்திருந்தான்' என்று அவர் கூறியதாகக் குறிப்பிடப்பட்டுள்ளது.[7]

இங்கு வலியுறுத்த வேண்டிய சொல் 'கொஞ்சம்' என்பது. கோட்சே, காரேக்கு அவ்வளவு நெருக்கமாக தெரிந்தவர் அல்ல; ஒரு நிகழ்வில்தான் அவனைச் சந்தித்திருக்கிறார் என்பதுபோல் தான் அந்த அறிக்கை ஒலிக்கிறது. காரேவை மேற்கோள் காட்டும் கமிஷன் அதன் அறிக்கையில், 'அவருக்கு (காரே) கோட்சே ராஷ்டிரியத் தளத்தின் தலைவர் என்பது தெரியாது; ஆனால், அவன் 'அக்ரானி' பத்திரிகையின் ஆசிரியர் என்பது தெரியும்' என்று தொடர்ந்து குறிப்பிடுகிறது.[8]

சில நேரங்களில் ஓர் எளிய பொய், ஏராளமான விஷயத்தை வெளிப்படுத்தக்கூடும்.

> ஆரம்ப விசாரணை அறிக்கை ஒன்றில் கோட்சே இவ்வாறு கூறியதாகப் பதிவாகியுள்ளது: 'நான் ஆல்வாருக்கு ஒருபோதும் சென்றதில்லை. நான் ஆல்வாருக்குச் சென்றதாக பத்திரிகைகளில் செய்திகளைப் பார்த்தேன். ஆனால், இது தவறு. ஆல்வாரின் ஹிந்து சபா ஊழியர் எவருடனும் எனக்குப் பழக்கமில்லை'[9] (மூலத்தில் உள்ளபடி).

இதன்மூலம் அவன் காரேவையும் அல்லது ஆல்வார் சமஸ்தானத்தின் மூத்த செயல்பாட்டாளர்கள் அனைவரையும் இந்தக் கொலைச் சதியிலிருந்து விலக்கி வைத்துவிட்டான். ஆனால், பின்வரும் அவனது கூற்று காரே எடுத்திருந்த பொதுவான நிலைப்பாட்டிலிருந்து முரண்பட்டது:

> ஆனால் எனக்கு ஆல்வாரின் பிரதான அமைச்சர் டாக்டர் காராயைத் (காரே) தெரியும். இறுதியாக டாக்டர் காராயை (காரே) ஓர் ஆண்டிற்கு முன்பு பூனாவில் சந்தித்தேன். இதற்கு முன் டாக்டர் காராயை (காரே) பலமுறை சந்தித்திருக்கிறேன். டாக்டர் காராய் (காரே) ஹிந்து சபைத் தலைவர் என்பதால் எனக்குத் தெரியும்.[10] (மூலத்தில் உள்ளபடி)

கோட்சேவுக்கும் காரேவுக்கும் இடையிலான பரிச்சயம் நிச்சயம் 'கொஞ்சம்' என்பதை விட அதிகம் என்பது தெளிவு. நிச்சயமாக காரே மறைக்க விரும்பிய உறவு அது. ஆனால், காரேவும் கோட்சேவும் அளித்த வாக்குமூலங்களிலிருந்த முரண்பாடுகளின்

அடிப்படையில் அவர்கள் இருவரையும் அந்த நேரத்தில் விசாரணை அதிகாரிகள் ஏன் எதிர்கொள்ளவில்லை என்பது புதிராக இருக்கிறது.

காரே, கோட்சேவைப் பற்றி மட்டும் பொய் சொல்லவில்லை. குற்றம் சாட்டப்பட்ட மற்றொரு நபர் தத்தாத்ரேயா பார்ச்சூரேவுடனும் இதற்கு முன் எவ்விதத் தொடர்பும் இல்லை என்றும் கூறினான். காரேவை மேற்கோள் காட்டி கபூர் கமிஷன் தனது அறிக்கையில் இவ்வாறு கூறுகிறது:

> '1952க்கு முன் பார்ச்சூரேவை அவன் சந்திக்கவில்லை; பாராளுமன்றத் தேர்தலுக்காக அவன் குவாலியர் சென்றபோதுதான் அவரை (பார்ச்சூரேவை) சந்தித்தான். அவருக்கு (காரே) ஆப்தேவையும் கொஞ்சம் தெரியும்.'

டாக்டர் பார்ச்சூரேவின் மகன் நீலகண்ட தத்தாத்ரேயா பார்ச்சூரே, 15-02-1948 அன்று போலீசில் வாக்குமூலம் ஒன்றை அளித்தார்: 'கடந்த தசரா திருவிழா முடிந்த பின் விஜயலஷ்மி உற்சவங்களுக்குத் தலைமை தாங்குவதற்கு டாக்டர் என்.பி.காரே வந்திருந்தார். மேலும் கூட்டம் ஒன்றில் உரையாற்றிய அவர் ஹிந்து ராஷ்டிர சங்கம் ஒருங்கிணைக்கப்பட வேண்டிய அவசியத்தை வலியுறுத்தியும் பேசினார்.'[11] (மூலத்தில் உள்ளபடி)

1947 ஆம் ஆண்டில் தசரா அக்டோபர் 24ம் தேதி, பார்ச்சூரே பம்பாய்க்குச் சென்று சாவர்க்கரையும் கார்க்கரேவையும் சந்திப்பதற்கு சில வாரங்களுக்கு முன் வந்தது.

காவல்துறை விசாரணைக்குழு பதிவு செய்திருந்த, தேதியில்லாத, கையொப்பமில்லாத வாக்குமூலம், அப்போது அவர்களிடம் இருந்த உள்வுத் தடயத்தின் எந்த அம்சத்தையும் தொடவில்லை. அதன் உள்ளடக்கத்தைப் பார்க்கையில், அந்த இரண்டு பக்க அறிக்கை வெறும் சம்பிரதாயம் போல் தோன்றுகிறது.

விசாரணை அதிகாரியின் பதிவு:

> புது டெல்லி 11, கேனன் லேனில் நான் இன்று காலை டாக்டர் காரேவுடன் உரையாடினேன்... அவர் கூறியது. எந்த ஹிந்து ராஷ்டிரியத் தளம் (மூலத்தில் உள்ளபடி) குறித்தும் தனக்கு எதுவும் தெரியாது, ஆல்வாரிலோ அல்லது வேறு எந்த இடத்திலோ அது இருந்ததா இல்லையா என்பதும்

தெரியாது... ஆல்வார் சமஸ்தானத்தில் சுவரொட்டி விநியோகித்ததாகக் கூறப்படும் ஏதேனும் சாது அல்லது சந்நியாசி பற்றியும் எதுவும் தனக்கு தெரியாது என்றார். இருப்பினும், 04.02.1948 அன்று ஆல்வாரில் அந்த இடத்திற்கு அவர் சென்றபோது, டெல்லியிலிருந்து ஆல்வாருக்கு வந்திருந்த சில காவல்துறை அதிகாரிகள் மகாத்மா காந்திக்கு எதிரான ஹிந்தி சுவரொட்டிகளைக் கைப்பற்றியதைக் கேள்விப்பட்டதாகக் கூறினார்.[12]

தொடக்கத்திலிருந்தே, ஆல்வார் சமஸ்தான அதிகாரிகள் தற்காப்பு நிலையில் தான் இருந்தனர். டெல்லி காவல்துறை இன்ஸ்பெக்டர் பாலமுகுந்த் பிப்ரவரி 2ஆம் தேதி ஆல்வாருக்கு விஜயம் செய்தார்; சம்பவம் நிஜத்தில் நிகழ்வதற்கு முன்பாகவே காந்தியின் கொலையை ஓம் பாபா அறிவித்தது தொடர்பாக விசாரித்தார்; உயரதிகாரிகளுக்கு அவர் அனுப்பிய அறிக்கையில் ஆல்வார் போலீஸ் இன்ஸ்பெக்டர் ஜெனரலுடன் நடத்திய உரையாடலின் போது அவர் கூறியதைக் குறிப்பிட்டிருந்தார்:

வழக்கு விசாரணை மேற்கொண்டிருக்கும் டெல்லி காவல்துறைக்கு அனைத்து வகையான உதவிகளையும் செய்வதில் மாநில காவல்துறை மிகவும் மகிழ்ச்சியடைகிறது; ஆனால், சம்பவம் நடந்த இடத்தில் இருந்ததாகக் கூறப்படும் நபர்களுக்கு அதாவது ஆல்வார் சமஸ்தானத்தைச் சேர்ந்த நபர்களுக்கு எதிரான அனைத்துக் குற்றச்சாட்டுகளையும் விசாரிக்க வேண்டும் என்று புலனாய்வு அதிகாரியிடம் கேட்டுக்கொள்ளப்படும். இந்த மாநிலத்தைச் சேர்ந்த அக்கறை கொண்ட நபர்கள், விசாரணை அதிகாரியையோ பிற உயர் அதிகாரிகளையோ தவறான தகவல்களைக் கொடுத்து தவறாக வழிநடத்த மாட்டார்கள் என்று கருதுகிறோம்.[13] *(மூலத்தில் உள்ளபடி)*

நாதுராம் சுக்லாதான் உண்மையில் நாதுராம் கோட்சேவா என்பது குறித்து விவாதிக்கையில் கபூர் கமிஷன் முன்வைக்கும் பின்வரும் அவதானிப்பு உள்ளார்ந்த சார்புநிலையை வெளிப்படுத்துகிறது:

'உள்ளூர் காவல்துறை நம்பகத்தன்மையற்றது; காவல் துறை இன்ஸ்பெக்டர் ஜெனரலும் ஒரு "உறுதியான ராஜபுத்திரன்" என்ற நிதர்சன உண்மையால் கெடுவாய்ப்பாக விசாரணை தடைப்பட்டுப் போனது.'[14]

டெல்லி மற்றும் ஆல்வார் காவல்துறையினர் காரேவிடம் மென்மையாக நடந்து கொண்டனர் என்பது தெளிவு.

***

1947ஆம் ஆண்டு ஆகஸ்ட் மாதத்தில்தான் காந்தியை கொலை செய்யத் திட்டமிட்ட பல்வேறு நபர்கள் ஒன்று கூடினர்.

டெல்லியில் அகில இந்திய ஹிந்து தேசிய முன்னணியை ஆகஸ்ட் 1947 இல் என்.பி.காரே தொடங்கினார். அதன் தலைவராக சாவர்க்கர் இருந்தார். சில சமஸ்தானங்களின் மன்னர்கள் உட்பட முக்கியத் தலைவர்களின் சந்திப்பாக அது இருந்தது. கபூர் கமிஷன் அறிக்கையின்படி, ஆல்வாரில் அப்போது ஏற்பட்டிருந்த பிரச்சனையால் காரே கூட்டத்தில் கலந்துகொள்ளவில்லை. ஆல்வார் மகாராஜாவும் கூட்டத்திற்கு வரவில்லை. எனினும், இதன் பொருள் கொலைக்கு முன்னதாக சாவர்க்கரை சந்திக்கும் வாய்ப்பு காரேக்கு வாய்க்கவில்லை என்பதல்ல; நவம்பர் 1947ல் பம்பாயில் அவர்கள் சந்தித்தனர்.

ஆல்வார் நிகழ்வுகள் ஒரு கேள்வியை எழுப்புகின்றன: காந்தி கொல்லப்படுவதைச் சமஸ்தானங்கள் ஏன் விரும்பின?

சுதந்திரத்திற்கு நெருக்கமான ஆண்டுகளில் காந்தி வெளிப்படுத்திய கருத்துக்களில் இதற்கான பதில் பொதிந்துள்ளது. முதல் தடயம், 1945 ஆம் ஆண்டு டிசம்பர் ஒன்றாம் தேதி கல்கத்தாவிற்கு ரயிலில் செல்லும்போது காந்தி ஸ்ரீமன் நாராயணுக்கு எழுதிய கடிதத்தில் உள்ளது: 'எனது (இந்தியா) குறித்த கருத்தாக்கத்தில் பாகிஸ்தானும் இளவரசர்களும் இடம் பெறுவார்களா என்பது பரிசீலிக்க வேண்டிய ஒன்றுதான். வன்முறையற்ற வழியில் அதைச் சாதிக்க முடிந்தால்தான் காந்தியத் திட்டம் வெற்றியானது என்று சொல்லமுடியும் என்பதை நினைவில் கொள்ளுங்கள்.'[15]

ஸ்ரீமன் நாராயண், வார்தாவில் இருந்த காந்தியின் சேவாகிராம் ஆசிரமத்தின் காந்தியப் பொருளாதார நிபுணர், பேராசிரியர். காந்தியுடன் அவர் பல விஷயங்களில், குறிப்பாக காந்தியப் பொருளாதாரம் குறித்து நீண்டகாலம் கடிதத் தொடர்பு வைத்திருந்தார். காந்தியப் பொருளாதாரம் பற்றி அவர் எழுதிய புத்தகத்தின் மூலப்பிரதியையும் மகாத்மா காந்திக்கு அனுப்பி, அவரது கருத்துகளைக் கேட்டிருந்தார்.

சமஸ்தானங்கள் குறித்தும், மன்னர்கள் குறித்தும் காந்தியின் நிலைப்பாடு அவரது பிற்காலக் கடிதங்களில் தெளிவாக வெளிப்படுகிறது. 1942ஆம் ஆண்டு இந்தியாவிற்கு கிரிப்ஸ் தூதுக்குழு வந்தது; அதற்குத் தலைமை தாங்கிய சர் ஸ்டாஃபோர்ட் கிரிப்ஸுக்கு காந்தி 12-04-1946 அன்று கடிதம் எழுதினார். விடுதலைக்கு முன் (இந்த விஷயத்தில்) அவரது எழுத்துக்களை அவதானிக்க முடிகிற ஒருவருக்கு அவரது நிலைப்பாடு கடினமாகிக் கொண்டிருந்தது என்பதை அறிந்து கொள்ள இக்கடிதம் மேலும் ஒரு படி நெருக்கமானதாக அமையும்.

அன்புள்ள சர் ஸ்டாஃபோர்ட்,

நேற்றிரவு இந்திய சமஸ்தானங்கள் குறித்து உங்களிடம் பேசவேண்டும் என்று விரும்பினேன். ஆனால், மறந்து போனேன். சமஸ்தானங்களின் மக்கள் சமிதியின் தலைவராக பண்டிட் நேரு இருக்கிறார்; காஷ்மீரின் ஷேக் அப்துல்லா அதன் துணைத் தலைவராக உள்ளார். கடந்த புதன்கிழமை சமிதியின் செயற்குழு உறுப்பினர்களைச் சந்தித்தேன். அமைச்சரவை தூதுக்குழு (கேபினட் டெலிகேஷன்) அவர்களைப் புறக்கணித்துவிட்டதாக என்னிடம் புகார் கூறினர். அதேநேரம் சமஸ்தானத்தின் மன்னர்கள், உரியதைக் காட்டிலும் அதிகம் கவனத்திற்கு உரியவர்களாக இருந்தனர் என்று கூறினர். ஒருவேளை இது ஒரு நல்ல கொள்கையாக இருக்கலாம். மோசமான கொள்கையாக, தார்மீக ரீதியாக சரியானது என்று ஆதரிக்க முடியாத ஒன்றாகவும் இருக்கலாம். இந்தியா முழுமைக்கும் விடுதலை என்ற அந்த இறுதி முடிவு முற்றிலும் நன்றாக இருக்கும்; அப்படித்தான் இருக்கவேண்டும். அப்போது, சமஸ்தானத்தின் மக்களைப் புறக்கணிப்பதன் மூலம் அவர்களுக்கு எரிச்சலூட்டுவது மோசமானது. அனைத்திற்கும் மேலாக, மக்கள்தான் எல்லாமும்; இவர்கள் மன்னர்கள் என்பது தவிர்த்து வேறு ஒன்றுமில்லை. அவர்களது செயற்கையான அந்தஸ்திற்கு, அவர்கள் இந்திய அரசாங்கத்திற்குக் கடன்பட்டவர்கள். ஆனால், அவர்களது இருப்பு அந்தந்த மாநிலங்களில் வசிக்கும் மக்களைப் பொறுத்தது. விரும்பினால், உங்களுக்குச் சமநிலையில் உள்ளவர்களுடன் இதை நீங்கள் பகிர்ந்துகொள்ளலாம்; பகிர்ந்து கொள்ளாமலும்

இருக்கலாம். நேற்றிரவின் நமது உரையாடலைப் போல் இதுவும் முற்றிலும் அதிகாரப்பூர்வமற்ற ஒன்று.

தங்கள் உண்மையுள்ள,
எம்.கே.காந்தி[16]

பிரிட்டிஷாரிடம் இருந்து அதிகாரத்தை இந்தியத் தலைவர்களுக்கு மாற்றுவது பற்றி விவாதிப்பதற்கு கிரிப்ஸ் உள்ளிட்ட அமைச்சரவைத் தூதுக் குழு மூன்று வாரங்களுக்கு முன்பு, *24-03-1946* அன்று டெல்லிக்கு வந்திருந்த நிலையில், அரசியல் செயலுத்திகள் வகுப்பதில் நிபுணரான காந்தி சர் ஸ்டாஃபோர்டுக்கு எழுதிய கடிதம் தற்செயல் நிகழ்வு அல்ல.

சுதந்திரம் விரைவில் கிடைக்க இருந்த சூழலில், காலனியத்திற்குப் பிந்தைய ஆட்சி நிர்வாகத்தின் மீது காந்தியின் கவனம் குவிந்திருந்தது. இந்த நேரத்தில்தான் காந்தி தர்மகர்த்தா முறை போன்ற ஒன்று குறித்துச் சிந்தித்துக் கொண்டிருந்தார்; இது மேற்தட்டு மனிதர்களின், குறிப்பாக சமஸ்தானங்கள் பிரதிநிதித்துவப்படுத்தும் ஹிந்து மேற்தட்டு மனிதர்களின் பொருளாதார நலன்களுக்கு முற்றிலும் நேரெதிராக இருந்தது.

இந்தக் கடிதங்களுக்கு முன்னதாகவே *02-09-1945* அன்று இரண்டாம் உலகப் போர் முடிவடைந்த ஒரு வாரத்திற்குப் பின் *09-09-1945* அன்று தி ஹிந்து நாளிதழில் அவரைப் பற்றி வெளியான கட்டுரை ஒன்றில் 'தர்மகர்த்தா முறை' பற்றிய தனது கருத்துக்களை காந்தி பகிர்ந்துகொண்டிருந்தார். யுத்தம் பிரிட்டிஷ் சாம்ராஜ்யத்தின் முதுகெலும்பை உடைத்திருந்தது. ஆட்சி அதிகாரத்தைப் பிரிட்டிஷ் அரசாங்கம் இந்தியாவிடம் ஒப்படைக்க முனைந்ததில் இரகசியம் ஏதுமில்லை.

சங் அமைப்பு விதிகளில் தர்மகர்த்தா முறை குறித்து எதுவும் கூறப்படவில்லை; ஆனால், அதைப் பற்றிய கேள்விக்கு, தர்மகர்த்தா முறை கோட்பாட்டை அவர் வலியுறுத்துகிறார் என்பதாலும், அவரது பெயருடன் நிரந்தரமாகத் தொடர்புப்படுத்திப் பேசப்படுகிறது என்பதாலும், அதைச் சர்ச்சைக்குரிய விஷயமாக்குவது சட்டப்பூர்வமானது என்று காந்தி சுட்டிக்காட்டினார். வர்க்கப் போராட்டத்தை வலியுறுத்த விரும்பவில்லை என்றார் அவர். உரிமையாளர்களே, தர்மகர்த்தாக்களாக மாறவேண்டும். தர்மகர்த்தாக்களாக மாறுவதை

வலியுறுத்தினாலும், தொடர்ந்து உரிமையாளர்களாக இருக்க வேண்டும் என்பதையும் அவர்கள் தேர்வு செய்யலாம். அப்போது அதை நாம் எதிர்க்கவும், அவர்களுக்கு எதிராகப் போராடவும் வேண்டும். அப்போது சத்தியாக்கிரகம் நமது ஆயுதமாக இருக்கும். வர்க்கமற்ற சமுதாயம் ஒன்று உருவாக வேண்டும் விரும்பினாலும் அதற்காக ஓர் உள்நாட்டுப் போரில் நாம் ஈடுபடக்கூடாது. அதன் உருவாக்கத்திற்கு, அது வன்முறையற்ற போராட்ட முறையைச் சார்ந்திருக்க வேண்டும்.[17]

இந்தியப் பண்பாட்டின் பாதுகாவலர்கள் சமஸ்தானங்களே என்று ஹிந்து மேற்தட்டினர், குறிப்பாக ஹிந்து மகாசபையினர் கருதினர். இந்தக் காந்தியக் கண்ணோட்டம் மகாசபையின் கருத்துக்கு மாறானது. நாராயணுக்கு அவர் எழுதிய கடிதத்தில் வெளிப்படையாக தனது எண்ணத்தைக் கூறியிருந்தார். செயலுத்தி சார்ந்து, இந்தியாவின் எதிர்காலம் தொடர்பான விஷயங்களில் சமஸ்தானங்களை முன்னிறுத்துவது என்ற சாவர்க்கரின் முயற்சியால் ஹிந்து மகாசபை வழிநடத்தப்பட்டது.

1937 தேர்தலில் ஹிந்து மகாசபையின் தோல்விக்குப் பின்னும், ஹிந்து இராணுவமயமாக்கல் திட்டத்தின்மீது கவனம் அதிகரிக்கத் தொடங்கியதும், யுத்தத் தந்திர அடிப்படையில் ஹிந்து வலதுசாரிகளின் கூட்டாளிகளாக சமஸ்தானங்கள் மாறின. சாவர்க்கரின் தலைமையில் மகாசபை ஏப்ரல் 1944ல் மூன்று பெரிய மாநாடுகளை ஏற்பாடு செய்தது; இந்தியா என்கிற கருத்தாக்கத்தை உருவாக்குவதில் சமஸ்தானங்களின் பங்கு குறித்து அவற்றில் பேசப்பட்டன.

டாக்டர் பாலகிருஷ்ண ஷிவ்ராம் மூஞ்ஜே சாவர்க்கரின் நெருங்கிய உதவியாளர். மகாசபையின் முக்கியத் தலைவர். ஹிந்துக்களை இராணுவமயமாக்கும் முயற்சிகளை வழிநடத்தியவர். மேற்கூறிய மூன்று மாநாடுகளில் ஒன்று 1944ஆம் ஆண்டு ஏப்ரல் மாதம் பரோடாவில் நடந்தது; அந்த ஹிந்து சபைக் கூட்டத்தில் ஆற்றிய தனது தலைமை உரையில், மகாசபையின் தொலைப் பார்வையை சாவர்க்கர் முன்வைத்தார்.

சமஸ்தானங்களை ஆளும் ஒரு மன்னர், கடந்த கால ஹிந்து ராஜ்ஜியத்தின் பிரதிநிதியாக இருக்கிறார். அதனால் அனைத்து கண்ணியமான மரபுகளையும் தன்னுள் கொண்டிருக்கிறார்.

> கடந்த 500 ஆண்டுகளாக அல்லது அதற்கும் மேலாக இவற்றையெல்லாம் எதிர்த்துக் கொண்டிருக்கும் அந்நிய எதிரிகளுக்கு எதிராக ஹிந்து ராஜ்ஜியத்தைப் பராமரித்துப் பேணிப் பாதுகாக்க சிரமப்படுகிறார், போராடுகிறார். எனவே, ஹிந்துப் பெருமிதத்தின் உருவகங்களாகவும், கடந்தகால அரசியல் உலகில் பெற்ற ஹிந்துக்களின் சாதனைகளாகவும் எதிர்காலத்தின் நம்பிக்கையாகவும் இந்த ஹிந்து மன்னர்களை மதிக்கவேண்டும், நேசிக்கவேண்டும் என்று அனைத்து ஹிந்துக்களுக்கும் மகாசபை அறைகூவல் விடுக்கிறது.[18]

சமஸ்தானம் என்பது ஒரு தனி அலகு இல்லை. ஆட்சி செய்யும் உரிமையை மரபுரிமைப் படி சுவீகரித்துக் கொண்டவர்கள் இளவரசர் அல்லது மகாராஜா. அந்த வாரிசுகளைக் காட்டிலும் அதிகம் செல்வாக்கு மிக்க காரே போன்ற அதிகாரிகளை உள்ளடக்கிய சமஸ்தான அதிகாரவர்க்கமும் இருந்தது. இந்த சமஸ்தான அதிகார வர்க்கம் காலனியத்திற்கு பிந்தைய கட்டமைப்பிலும் தொடர்ந்து அதிகாரத்தைத் தக்கவைத்துக் கொள்ளவேண்டும் என்பதில் ஆர்வமாக இருந்தது என்பதை காந்தி மிகச்சரியாக அறிந்து கொண்டார்.

ஹரிஜன் 04-08-1946 இதழில் எழுதிய கட்டுரையில், காந்தி மன்னர்களுக்கு வேண்டுகோள் விடுத்தார்; ஆனால், அவரது இலக்கு சமஸ்தானங்களின் அதிகாரவர்க்கம்தான்.

> பிரிட்டிஷ் அமைப்பிலிருந்த மோசமான விஷயங்களை எடுத்துக்கொள்வதில் மட்டுமே மன்னர்கள் முன்னிலை வகித்தனர். நடைமுறையில், அவர்களது கடிவாளம் அமைச்சர்களின் கைகளில் இருப்பதை அனுமதிக்கிறார்கள். அவர்களது நிர்வாகத் திறமை, பேசச் சக்தியற்ற, ஆதரவற்ற குடிமக்களிடமிருந்து பணம் பறிப்பதில் மட்டுமே இருக்கிறது. அவர்களது பாரம்பரியம் மற்றும் பயிற்சியின் அடிப்படையில் (மூலத்தில் உள்ளபடி) நீங்கள் அவர்களுக்கு அனுமதி அளித்திருக்கும் வேலையையும் செய்வதற்கு அவர்களுக்குத் தகுதியில்லை.[19]

ஹிந்து-முஸ்லிம் மோதலும், பிரிவினை அரசியலும் நிலவிய பெருங்குழப்பமான சூழலில், காந்திக்கும் சமஸ்தானங்களுக்கும் இடையில் யுத்தம் ஒன்று நடந்து கொண்டிருந்ததை எவரும்

கவனிக்கவில்லை. ஹிந்துத்துவக் கோட்பாட்டாளர்கள் சமஸ்தானங்களை தம் பக்கம் ஈர்க்க முயற்சி செய்து கொண்டிருந்தனர்: சிலர் சாவர்க்கரின் தலைமையிலும் சிலர் மூஞ்ஜேவின் தலைமையிலும் இதைச் செய்தனர். 1937க்கும் 1947க்கும் இடைப்பட்ட பத்தாண்டுக் காலத்தில், சாவர்க்கர்-மூஞ்ஜே ஆகியோரின் போர்க்குணமிக்க ஹிந்து தேசியவாதமும் சமஸ்தானங்களும் மிகுந்த நல்லுறவுடன் இருந்தன.

சாவர்க்கர் 19-07-1944 அன்று ஜெய்ப்பூர் மகாராஜாவுக்கு கடிதம் ஒன்று எழுதினார்:

> ஹிந்து மகாசபை அமைப்பு வெளிப்படையான உறுதியுடன் ஹிந்து சமஸ்தானங்களுக்கு ஆதரவாகச் செயல்படும் கொள்கையைத் தழுவி நிற்பதற்கு முற்றிலும் எனது வழிகாட்டுதலே காரணம் என்பதை மேன்மைக்குரிய நீங்கள் கவனித்திருக்கலாம் அல்லது ஏனைய மன்னர்கள் உங்களிடம் தனிப்பட்ட முறையில் இதைக் கூறியிருக்கமுடியும். காங்கிரஸ்காரர்கள், கம்யூனிஸ்ட்டுகள், முஸ்லிம்கள் மற்றும் இவர்களைப் போன்ற உள்நாட்டிலும் வெளிநாட்டிலும் இருக்கும் பிரிவினர்களிடமிருந்து சமஸ்தானங்களின் கௌரவத்தையும், ஸ்திரத்தன்மையையும், அதிகாரத்தையும் பாதுகாக்கவும் அது உறுதியேற்றுள்ளது. ஹிந்து சமஸ்தானங்களை வேரோடு பிடுங்கி எறிவதே தம் நோக்கம் என்று வெளிப்படையாக அறிவித்தவர்கள் இவர்கள். சமஸ்தானங்களுக்குத் தொந்தரவு தரும் அனைத்து முயற்சிகளையும் ஊக்குவிப்பவர்கள். குடிமக்களுக்கும் அவற்றிற்கும் இடையிலான உறவைச் சீர்குலைக்க முயல்கிறார்கள். ஹிந்துக்கள் என்ற முறையில் சமஸ்தானங்களைப் பாதுகாப்பது தம் அடிப்படைக் கொள்கை என்ற நிலைப்பாட்டை ஹிந்து சமஸ்தானங்களில் இயங்கும் ஹிந்து சபைகள் மட்டுமே எடுத்துள்ளன. ஹிந்து சமஸ்தானங்களே ஹிந்துக்களின் அதிகார மையங்கள் என்று ஹிந்து மகாசபை அறிவித்துள்ளது. பல்வேறு மாநிலங்களில் நான் மேற்கொண்ட சுற்றுப்பயணங்களால் இந்தக் கொள்கை நடைமுறைக்கு வந்துள்ளது. ஹிந்து சமஸ்தானம் ஒவ்வொன்றிலும் ஹிந்து சங்கதன் உறுப்பினர்களைக் கொண்ட அமைப்புகளை உருவாக்குவதில் வெற்றி கிடைத்துள்ளது. சமஸ்தானங்கள் மீதும் மன்னர்கள்

மீதும் அவர்களுக்கு இருக்கும் விசுவாசம் கேள்விக்கு அப்பாற்பட்டது.[20]

இந்தக் கடிதத்தின் சாரம், காந்தியை சமஸ்தானங்களின் பரம எதிரியாக மிகச் சரியாக சித்தரிக்கிறது. சுதந்திரம் நெருங்குகையில் இந்த மோதல் அதிகரித்தது. சுதந்திர இந்தியாவில் சமஸ்தானங்களின் பங்கு பற்றி காந்தியும் சமஸ்தானங்களும் வேறுபட்ட கருத்துகளைக் கொண்டிருந்தனர்.

ஹரிஜனில் 26-11-1946 தேதியிட்ட கட்டுரையில், காந்தி மிக வெளிப்படையாக எழுதியிருந்தார்:

> சுதந்திரத்தை மக்கள் மட்டுமே விரும்புகிறார்கள், அதற்காகப் போராடுகிறார்கள். மக்களின் சுதந்திரத்தை ஒடுக்க உருவாக்கப்பட்டவை அல்ல என்று அவர்கள் கூறிக்கொண்டாலும், வெளிநாட்டுச் சக்தியால் நீடித்திருக்கும் அந்த மன்னர்கள் விடுதலைக்காகப் போராடவில்லை. அவர்களது ஆட்சிமைக்கு உண்மையாக இருந்தால், மக்கள் விரும்பும் இறையாண்மையுடன் தங்களை இணைத்துக்கொள்ளும் வகையில், உயர்நிலை அதிகாரத்தின் ஜனரஞ்சகமான பயன்பாட்டை மன்னர்கள் வரவேற்க வேண்டும்.[21]

> காந்தியின் இந்த நிலைப்பாட்டிலிருந்து ஆல்வார் மகாராஜாவின் நிலைப்பாடு மாறுபடுகிறது: 'இன்றைய ஆட்சியாளர்களின் முன்னோர்கள்தான் இந்தியாவை முஸ்லிம் ஆதிக்கத்திலிருந்து காப்பாற்றியவர்கள். அத்தகைய பணி நம் முன்னால் இன்னமும் உள்ளது. ஹிந்து மன்னர்கள் அவர்களுக்குரிய நியாயமான முறையில் செயல்படவும், ஹிந்துத் தேசத்தை அழிவிலிருந்து காப்பாற்றவும் நாங்கள் அழைக்கிறோம்.'[22]

ஹிந்து மகாசபையின் ஊதுகுழலான 'Hindu Outlook' 11-03-1947 தேதியிட்ட இதழில் ஒரு முக்கிய கட்டுரையாக இது வெளிவந்தது.

அதன்பின் ஒரு மாதத்திற்குள், 04-04-1947 அன்று காந்தி மவுண்ட்பேட்டன் பிரபுவை நேரில் சந்தித்துப் பேசுகிறார். முஸ்லிம் லீகிற்கு எதிராகப் போராடும் சமஸ்தான அரசுகள் குறித்த பிரிட்டிஷ் செயலுத்தி குறித்துப் பேசினார்.

'உயர் ரகசியம்' என்று குறிப்பிடப்பட்டிருந்த அந்தக் கூட்டத்தின் குறிப்புகள்: திரு.காந்தி மன்னர்கள் குறித்துப் பேசினார். அந்த மன்னர்களை உண்மையில் ஆங்கிலேயர்கள்தான் உருவாக்கினர். அவர்களில் பெரும்பாலோர் சிறிய பிரதேசங்களின் தலைவர்களாக இருந்தவர்கள்; இப்போது வகிக்கும் பதவிக்கு படிப்படியாக அவர்கள் உருவாக்கப்பட்டனர். பிரிட்டிஷார் எதிர்நோக்கும் உயர்நிலை அதிகார அமைப்பிற்கு அவர்கள் வலுவான கூட்டாளிகளாக மாறக்கூடும் என்று பிரிட்டிஷார் உணர்ந்ததே இதற்குக் காரணம் என்றார் அவர்.

உண்மையில், ஏகாதிபத்தியப் பார்வையில், மன்னர்களையும் முஸ்லிம் லீகையும் ஆதரிப்பதில் ஆங்கிலேயர்கள் மிகச் சரியாகவே செயல்பட்டனர். ஏனெனில், இந்த இருவருக்கும் இடையில், காய்களைச் சரியாக நகர்த்தினால் இந்தியாவை விட்டு வெளியேறுவது இயலாத ஒன்று என்று நாம் கூறியிருக்க முடியும் என்ற கருத்தை அவர் கொண்டிருந்தார்.[23]

இந்த நேரத்தில், சமஸ்தானங்கள் குறித்த காந்தியின் நிலைப்பாடு அபிப்பிராயம் என்பதிலிருந்து கொள்கையாகப் பரிணமித்திருந்தது. சமஸ்தானங்களின் நோக்கங்கள் என்ன என்பதை யூகிக்க முடியுமென போதுமான உறுதியுடன் இருந்தார். காந்தியிடம் தார்மீக வலிமை இருந்தது. மிகவும் முக்கியமாக, 1947இல் இந்தியாவிற்குச் சுதந்திரம் கிடைக்க இருந்த நிலையில், சொல்வதற்கு அவரிடம் வெற்றி இருந்தது. வெறுப்பையும் அச்சத்தையும் விதைக்கும்/ பரப்பும் ஹிந்துத்துவ ஆதரவாளர்களுக்கு எதிராக, அவர் பெரிதும் விரும்பிய அன்பும் அகிம்சையும் என்ற மொழியைப் பயன்படுத்தி அவர் பேசிய அரசியலுக்கு வெற்றி பெறுவதற்கான சிறந்த வாய்ப்பு இருந்தது. யதார்த்தத்தில் பெரும்பாலான இந்தியர்கள் சுதந்திரம் என்பதை ஓர் ஆட்சியாளரிடமிருந்து மற்றொருவருக்கு அதிகாரத்தை மாற்றித்தருவதெனக் கருதினர்.

ஆனால், காந்தி பேசத் தொடங்கிய விஷயம் ஓர் அந்நிய சக்தியிடமிருந்து கிடைக்கவிருந்த கருத்தியல் ரீதியான சுதந்திரத்தைக் காட்டிலும் வாழ்க்கைக்கு அதிக அர்த்தத்தைத் தரக்கூடியது. வாய்ப்புகளை அளித்தல் மற்றும் அதிகமான சமத்துவம் நிறைந்த, நியாயமான சமுதாயத்தை உருவாக்குவதன் மூலம் மக்களின் வாழ்க்கையை மேம்படுத்துவது. காந்தி, இதுகுறித்துப் பேசியபோது,

மக்கள் திரட்சி அவருக்குச் சாதகமாக எதிர்வினையாற்றியது. அரசியல் செய்தியைச் சரியாகச் சொல்வதில் தனது ஆற்றலை ஏற்கனவே நவகாளியில் வெளிப்படுத்தியிருந்தார். (மூஞ்ஜே, தனது இயலாமையை வெளிப்படுத்தி சர்தார் பட்டேலுக்கு எழுதிய கடிதம் அடுத்த அத்தியாயத்தில் விவாதிக்கப்படுகிறது).

காந்திக்கு இருந்த செய்தி சொல்லும் ஆற்றலுக்கு எதிராக சமஸ்தானங்களும் ஹிந்துத்துவச் சக்திகளும் இருந்தன. 'Hindu Outlook' இதழில் ஆல்வார் மகாராஜாவின் தலையங்கம் வெளியாவதற்கு முன்பாகவே சமஸ்தானங்களுக்கு இருந்த சட்டபூர்வத் தன்மையை காந்தி திட்டமிட்டுக் குறைத்துக்கொண்டிருந்தார்.

சர். எம். டெர்லிங் என்பாருக்கு 08-04-1947 அன்று அளித்த நேர்காணலில் சுதேசச் சமஸ்தானங்களின் முயற்சிகள் குறித்து காந்தி இந்தியர்களை எச்சரித்தார். ஆங்கிலேயர்கள் வெளியேறியபின், பெரியதொரு, முக்கியமான பாத்திரம் வகிப்பதற்கு முனைந்திருக்கும் அவர்களது திட்டத்தால் ஏற்படக் கூடிய ஆபத்தை விவரித்தார்:

> 'இந்திய மக்கள் விழித்துக் கொள்ளவில்லை என்றால் இந்தியா மன்னர்களின் யுத்தக்களமாக மாறக்கூடும்; அவர்கள் தமக்குள் சண்டையிட்டுக் கொள்வார்கள். பெரிய சமஸ்தானங்கள் சிறிய சமஸ்தானங்களை விழுங்கி, இறையாண்மையைத் தம் வசம் பெறுவதற்கு முயற்சிக்கும்.'

மூஞ்ஜே எழுதிய பல கடிதங்களை கூர்ந்து படித்திருந்தால், இந்த விஷயத்தில் காந்தியுடன் ஒருமித்தக் கருத்தை எட்டுவதற்கு ஹிந்துத்துவத் தலைமைக்கு அது உதவியிருக்கக் கூடும். அவரது கனவான ஹிந்துக்களை இராணுவமயமாக்கும் திட்டத்திற்கு அடித்தளமாக ஹிந்து இராணுவப் பள்ளி ஒன்றை அமைப்பதற்குச் சமஸ்தானங்கள் நிதியளிக்கும் என்று மூஞ்ஜே எதிர்நோக்கியிருந்தார். இதன் அடிப்படையில்தான் அவர் சமஸ்தானங்களுக்கு எழுதிய பல கடிதங்களில், பிரிட்டிஷ் ராஜ்ஜியத்திடமிருந்து அவருக்குக் கிடைத்துக் கொண்டிருந்த ஆதரவைச் சுட்டிக்காட்டியிருந்தார். எடுத்துக்காட்டாக, 24-07-1936 அன்று சைலானா மற்றும் அலிராஜ்பூர் மகாராஜா சாஹிப் பகதூருக்கு எழுதிய கடிதத்தில் இவ்வாறு அவர் எழுதியிருந்தார்:

மாண்புமிகு மன்னர் அவர்களுக்கு. புதிய வைஸ்ராய் லின்லித்கோ பிரபு அவர்கள் தனது வாழ்த்தையும் நல்லெண்ணத்தையும் வெளிப்படுத்தும் அருமையான கடிதத்துடன் ரூ.250/- நன்கொடையாக அளித்துள்ளார் என்பது அறிந்து நிச்சயமாக நீங்கள் மகிழ்ச்சி அடைவீர்கள் என்பதை அறிவேன். புதிய கமாண்டர் இன் சீஃப், சர் ராபர்ட் கேசல்ஸ் (Sir Robert Cassels) அவர்களும் எனது முயற்சியை வாழ்த்தி, அதைப் பாராட்டும் அடையாளமாக ரூ. 100/- எனக்கு அனுப்பியுள்ளார்.[24] (மூலத்தில் உள்ளபடி)

மற்ற சமஸ்தானங்களிடமிருந்து அவர் பெற்ற நன்கொடை விவரங்களையும் அவர் அளித்திருந்தார்.

பிரிட்டிஷ் ராஜ் இந்தத் திட்டத்தை மோசமாகப் பார்க்கவில்லை என்பதையும், ஏனைய சமஸ்தானங்களும் இதற்கு ஆதரவளிக்கின்றன என்பதையும் சரியாகத் தெரிவிக்க முடியாமல் போனால் மெய்யான ஆதரவு கிடைக்காமல் போய்விடுமோ என்று அவருக்கிருந்த ஐயங்களைக் காட்டிக்கொடுப்பதாகவே மூஞ்ஜேவின் கடிதங்களின் தொனியும் வாசகமும் இருந்தன. மற்றவர்கள் பங்கேற்கவில்லை என்ற காரணத்தைக் குறிப்பிட்டு பிகானீர் மற்றும் திருவாங்கூர் போன்ற வளமான சமஸ்தானங்கள் அதிக ஆர்வம் காட்டாமல் இருந்த பல சந்தர்ப்பங்கள் இருந்தன. பிகானீர் மகாராஜா சாஹிப் பகதூருக்கு மூஞ்ஜே எழுதிய விரக்தியான கடிதத்தில் இதை மிக நெருக்கமாக நம்மால் பார்க்க முடிகிறது:

மேன்மை தாங்கிய நீங்கள், மேன்மை தாங்கிய திருவிதாங்கூர் மகாராஜாவுக்குக் கடிதம் கொடுத்ததில் மகிழ்ச்சியடைந்தீர்கள். மகாராஜா அவர்கள் (இத்திட்டத்தை) முதலில் மிகவும் அனுதாபத்துடனும் பாராட்டியும் பேசினார். நான் ஏற்பாடு செய்துவரும் இராணுவப் பள்ளியின் திட்டம் குறித்து மேன்மை தாங்கிய நீங்கள் ஏற்கனவே மிகவும் உயர்வாக பேசியிருப்பதாக மகிழ்ச்சியுடன் குறிப்பிட்டார். மகாராஜா கேட்ட அடுத்தக் கேள்வி: மேன்மை தாங்கிய பிகானீர் அரசர் எவ்வளவு அளித்துள்ளார்? அதற்கு என்னால் நேரிடையாகப் பதில் சொல்ல முடியவில்லை. அதனால், மகாராஜா உற்சாகம் இழந்ததுபோல் தோன்றியது. அந்த இடத்தைவிட்டுப் புறப்பட்டுவிட்டார். இந்த

> விவகாரத்திற்குத் தன்னால் என்ன செய்ய முடியும் என்பதைப் பரிசீலனை செய்வதாகக் கூறிச் சென்றார். (மூலத்தில் உள்ளபடி)

> ஒரு மாதத்திற்கு முன்பும், இதுபோன்ற ஓர் அனுபவம், இதேபோன்ற சூழ்நிலையில் எனக்குக் கிடைத்தது. தேவாஸின் மேன்மை தாங்கிய இளைய மகாராஜா, மால்வாவின் குறுநில இளவரசர்களுக்கு என்னை அறிமுகம் செய்து வைத்தார்; ஆனால் மேன்மை தாங்கிய தேவாஸ் மகாராஜா பங்களிப்பு ஏதும் செய்யவில்லை என்பதை அறிந்ததும் நான் பேசிய விஷயத்தில் அவர்கள் அதிகம் அக்கறை காட்டவில்லை; இந்த விஷயத்தில் மேற்கொண்டு என்னால் எதுவும் செய்ய இயலவில்லை. (மூலத்தில் உள்ளபடி)

1934-37க்கு இடைப்பட்ட காலத்தில் மூஞ்ஜே எழுதிய கடிதங்கள், ஹிந்துத்துவ இராணுவமயமாக்கல் திட்டத்தின் மைய நோக்கத்திற்குச் சமஸ்தானங்கள் ஆதரவு அளிக்காதது குறித்த அவரது விரக்தியைப் பிரதிபலித்தன. 1937 தேர்தல்களில் அவர்களது மோசமான செயல்பாட்டால் ஹிந்துத்துவத் தலைமையின் அரசியல் சட்டப்பூர்வத்தன்மைக் குறைந்துவிட்டது. எனினும், மிகவும் தேவையான ஆதரவைச் சமஸ்தானங்கள் வழங்கின. காங்கிரஸ் அமைப்புக்கு வெளியில் மிகப்பெரிய அரசியல் அமைப்பாக அவர்கள் தம்மை ஒன்றிணைத்துக் கொள்ள முடியும் என்ற எண்ணத்தில், ஹிந்துக்களின் நோக்கத்தை பிரதிநிதித்துவம் செய்வதற்காகச் சமஸ்தானங்களுக்கு அது சேவை புரிந்தது. இதற்கிடையில், சமஸ்தானங்களின் அதிகாரங்கள் மக்களிடம் மாறவிருந்த சூழலில், காந்தியச் செல்வாக்கின் உதவியில் ஜனநாயக அமைப்பொன்றை உருவாக்குவது நோக்கி காங்கிரஸ் முன்னகர்ந்தது.

காந்தி, டெர்லிங்குக்கு அளித்த அதே நேர்காணலில், சுதேசச் சமஸ்தானங்களுக்கு அவர்கள் கேட்காமலேயே சில அறிவுரைகளை வழங்கினார்: நிகழக்கூடிய விளைவுகள் குறித்து மறைவான தொனி அதில் இருந்தது.

> மன்னர்கள் அச்சம் கொள்ளத் தேவையில்லை என்று அவர்களுக்கு கூறவிரும்புகிறேன். ஏனென்றால், காங்கிரஸ் எப்போதும் அவர்களுடன் உரையாடுவதற்கு ஆதரவாகவே உள்ளது. காங்கிரஸ் வன்முறையற்ற கொள்கையைக்

கடைப்பிடித்து வருகிறது. மக்களின் விருப்பப்படி அவர்களது பிரதிநிதிகளுக்கு மன்னர்கள் அதிகாரத்தைப் பகிர்ந்தளிக்க வேண்டும். அப்போது காங்கிரஸ் அவர்களை மரியாதையுடன் நடத்தும். சமஸ்தான முறையை ஒழிப்பதை நாங்கள் விரும்பவில்லை. அனைத்திற்கும் மேலாக, அவர்களும் இந்தியாவின் குடிமக்கள், இல்லையா? மன்னர்கள் தம்மைச் சீர்திருத்திக்கொள்ள வேண்டும்; அவர்களது குடிமக்களுக்குப் பணிசெய்பவர்கள் ஆக மாறவேண்டும். அதற்கு உதவ காங்கிரஸ் அவர்கள் பக்கம் நிற்கும். வழிமுறைகளைச் சரிசெய்து கொள்ளாவிட்டால், தம் அழிவை அவர்களே வரவேற்கிறார்கள் என்பதே பொருள்.[25]

சுயராஜ்யம் அல்லது சுய-ஆட்சி குறித்த காந்தியின் செய்தி அதிக அளவிற்கு தர்மகர்த்தா முறையுடன் இணைக்கப்பட்டிருந்தது.

பின்னாளில் ஜெய்ப்பூர் ராஜ்ஜியத்தின் பிரதான அமைச்சராகவும் அதன்பின் ராஜஸ்தானின் (ஆல்வார் மாகாணம் உள்ளடங்கிய) முதலாவது முதல்வராகவும் பணியாற்றிய ஹிராலால் சாஸ்திரிக்கு காந்தி எழுதிய 20-10-1947 தேதியிட்ட கடிதத்தில் செயலில் இறங்கும்படி அழைப்பு விடுத்தார்: 'பொதுமக்கள் தயாராக இருந்தால், மன்னர்கள் காலத்தின் அறிகுறிகளை எதிர்கொள்ள வேண்டியிருக்கும். இந்த விஷயத்தில் மன்னர்கள் எவரும் அவமதிக்கப்பட கூடாது. சாமர்த்தியமாகவும், அன்புடனும், இணங்க வைப்பதன் மூலம்தான் பணியை முடிக்கவேண்டும்.'

காந்தி, சாஸ்திரிக்கு 11-11-1947 அன்று எழுதியது:

சுதந்திர இந்தியாவில், தேசம் முழுமையும் மக்களுக்கே சொந்தம். அதில் ஒரு சிறிய பகுதியும் மன்னர்களின் தனிப்பட்ட சொத்து அல்ல. மக்களுக்கான தர்மகர்த்தாக்களாக அவர்கள் மாறுவதன் மூலமே தம் உரிமையை அவர்கள் தக்கவைத்துக் கொள்ள முடியும். ஆகவே, அவர்களது செயல் ஒவ்வொன்றையும் மக்கள் ஆதரிக்கிறார்கள் என்பதற்கு அவர்கள் சான்று அளிக்கவேண்டும். தாம் மக்களின் அறங்காவலர்கள்; அவர்களின் பிரதிநிதிகள் என்பதை மன்னர்கள் இன்னும் உணரவில்லை என்பது உண்மைதான். அத்துடன், விழிப்புடன் இருக்கும் சில சமஸ்தானங்களின் குடிமக்கள் தவிர்த்து, சமஸ்தானங்களின்

உண்மையான ஆட்சியாளர்கள் தாங்கள் தான் என்பதை ஏனையோர் இன்னமும் உணரவில்லை என்பதும் உண்மை. ஆனால், நான் முன்வைத்திருக்கும் கொள்கையின் மதிப்பை அது குறைத்துவிடவில்லை.[26]

ஏறக்குறைய ஓர் இறுதி எச்சரிக்கையுடன் அக்கடிதம் முடிந்தது. 'மன்னர்களாகவே தாம் இருக்கவேண்டும் என்று அவர்கள் விரும்பினால், அவர்கள் தமது மக்களின் ஊழியர்களாக இருந்தால் மட்டுமே அது முடியும். அவர்கள் ஆட்சி புரிய விரும்பினால், மக்களது நலனுக்கான தர்மகர்த்தாக்களாக இருந்தால் மட்டுமே அவ்வாறு செய்ய முடியும்.'

இந்தச் சூழலில்தான் காரே காந்திக்கு 'பிராமணச் சாபம்' அளித்தார்.

அகில இந்தியக் காங்கிரஸ் கமிட்டி 15-11-1947 அன்று நிறைவேற்றிய சமஸ்தானங்களுக்கு எதிரான தீர்மானம் மோதலை வீதிக்குக் கொண்டு வந்தது:

பல சமஸ்தானங்களில், சுதந்திரத்தின் விளைவாக மக்கள் அமைப்புகளின் அதிகாரமும் செல்வாக்கும் உயர்வதற்குப் பதிலாக ஒடுக்கப்பட்டு வருகின்றன; செயல்பட முடியாமல் தடுக்கப்படுகின்றன. அத்துடன், பஞ்சாபிலும், ராஜபுதனம் மற்றும் மத்திய இந்தியாவின் சில பகுதிகளிலும், தென்னிந்திய மாநிலங்களிலும் இருக்கும் மன்னர்கள் தேசபக்தியற்ற அணுகுமுறையை வெளிப்படுத்துகின்றனர்; சிந்திக்கும் திறனற்றவர்கள் என்பதைப் பரிதாபகரமாக வெளிப்படுத்தி சங்கடம் உண்டாக்குகின்றனர். மனிதாபிமானமற்ற முறையில் முஸ்லிம் மற்றும் ஹிந்து மக்களின் அழிவிற்கு உறுதுணையாக இருந்துள்ளனர். இந்த விஷயங்களைக் கருத்தில் கொண்டு சமஸ்தானங்கள் தொடர்பான தனது கொள்கையைக் காங்கிரஸ் தெளிவான மொழியில் உறுதியாக எடுத்துரைக்க வேண்டியது அவசியமாகிறது. பிரிட்டிஷார் உயர்நிலை அதிகாரம் (British Paramountcy) பெறுவதோ அல்லது இல்லாமல் போவதாலோ ஏற்படக்கூடிய சட்டப்பூர்வமான தாக்கங்கள் எதுவாக இருந்தாலும், இந்திய விடுதலையின் தார்மீக விளைவு, சந்தேகத்திற்கு இடமின்றி மக்களது அதிகாரத்தை நிறுவுவதும் அங்கீகரித்தலுமே ஆகும். மக்களின் இயல்பான விழைவுகளுக்கு விரோதமான

மன்னர்களின், நிலப்பிரபுக்களின் அல்லது ஏனையவர்களின் அக்கறைகளிலிருந்து அது வேறுபட்டதாகும்.

மக்கள் அதிகாரத்தை என்ன விலை கொடுத்தும் உயர்த்திப் பிடிக்க காங்கிரஸ் உறுதி ஏற்றுள்ளது. எனவே, இது குறித்த அக்கறையுள்ளவர்கள் அனைவரும், குறிப்பாக மன்னர்களும், மக்களின் குரலே உச்சபட்ச சட்டம் என்பதற்கு ஆதரவாக இருக்கிறோம் என்பதை வெளிப்படுத்தும் வரை, காங்கிரஸ் அவர்களுக்கு ஆதரவாக இருக்காது என்பதை அறிந்துகொள்ள வேண்டும். ஜனநாயக நாட்டில் மக்களின் விருப்பத்திற்கு எதிராக தன்னை நிலைநிறுத்திக் கொள்ள விரும்பும் தனிநபர் எவரும், அவர் எவ்வளவு சக்தி வாய்ந்தவராக இருந்தாலும் நீடிக்க முடியாது. எனவே, காலம் சுட்டிக்காட்டும் அறிகுறிகளை அவதானித்து மன்னர்கள் மக்களுடன் ஒத்துழைப்பார்கள் என்று அகில இந்தியக் காங்கிரஸ் கமிட்டி நம்புகிறது. இதற்கு நேர்மாறான மனநிலையில் செயல்பட்டவர்கள், அவர்கள் தாம் நடந்துவந்த பாதையைத் திரும்பிப் பார்க்கவேண்டும்; ஜனநாயகமற்ற நடத்தைகளை மாற்றிக்கொள்ள வேண்டும்; மக்களது விருப்பங்களை வெளிப்படுத்தும் ஜனநாயக அமைப்புகளின் மூலம் செயல்பட வேண்டும் என்று கூறுகிறது. சமஸ்தானங்களின் மக்கள் சார்பாக செயல்பட முயன்று வரும் அகில இந்தியச் சமஸ்தான மக்கள் சமிதியுடன் (The All India States Peoples' Conference) இணைவதன் மூலமும், ஆலோசனை பெறுவதன் மூலமும் இதைச் சிறப்பாகச் செய்ய முடியும்.[27]

இந்தத் தீர்மானம் காந்தியின் சிந்தனைப் போக்கைப் பிரதிபலிக்கிறது. காங்கிரஸ் தலைமையின் மீதும் அரசாங்கத்தின் மீதும் காந்திக்கு இருக்கும் செல்வாக்கு குறித்து எவர் மனத்திலும் எந்தச் சந்தேகமும் இல்லை.

காந்தி, அவர் படுகொலை செய்யப்படுவதற்கு சில வாரங்களுக்கு முன்பாக 06-01-1948 அன்று நடந்த பிரார்த்தனைக் கூட்டத்தில் கடிதம் ஒன்றைப் படித்தார்:

மகாராஷ்டிராவின் அவுந்த் என்ற சிறிய சமஸ்தானத்தின் மகாராஜாவிடமிருந்து எனக்கு ஒரு கடிதம் வந்தது. இந்தியாவில் பிரிட்டிஷ் ஆட்சி வலுவாக இருந்தபோதும்,

> அவர் ஆட்சி அதிகாரத்தைச் சமஸ்தானத்து மக்களிடம் ஒப்படைத்தவர். அவரும் அவரது மகனும் மக்களுக்குச் சேவை செய்யவேண்டும் என்று நினைத்தனர். ஓர் அரசியலமைப்பை அவர்கள் உருவாக்கினார்கள்; ஆட்சி செய்வதற்கு அமைப்பு ஒன்றைத் தேர்ந்தெடுத்து நிர்வாகப் பொறுப்பை அதனிடம் ஒப்படைத்தனர். எதைச் செய்தாலும் மற்ற ஆட்சியாளர்களுடன் சேர்ந்துதான் செய்யவேண்டும், சுயமாகச் செயல்படக் கூடாது என்பது ஏனைய ஆட்சியாளர்களின் கருத்து என்று மகாராஜா மேலும் கூறுகிறார். தனது சமஸ்தானத்தை இந்தியாவுடன் இணைக்க கிட்டதட்ட அவர் முடிவு செய்துவிட்டார். ஆனால், இன்னமும் அவர் ராஜாவாக மக்களின் சேவகனாக மட்டுமே தொடர்கிறார். மக்கள் அவருக்கு என்ன கொடுக்க விழைகிறார்களோ அதை அவர் ஏற்றுக்கொள்வார். மன்னர்களுக்கு நிபந்தனை ஏதுமின்றி ஓய்வூதியம் அளிக்கப்பட வேண்டும் என்று சர்தார் சாகேப் கருதுகிறார்.[28]

அவரை அவதானித்துக் கொண்டிருந்த எவருக்கும், அது ஒரு தெளிவான செய்தி. ஒரு கௌரவமான தீர்வு. நுட்பமான அச்சுறுத்தலையும் ஒரு சலுகையையும் அது கோடிட்டுக் காட்டியது.

சுதேசச் சமஸ்தானங்களும், உண்மையில் அவற்றின் ஆட்சி அதிகாரத்தைத் தம் கையில் வைத்திருந்த அதிகார வர்க்கமும் கடந்த ஐந்நூறு ஆண்டுக்கால இந்திய வரலாற்றில் அதிகாரத்திற்கு இந்தளவுக்கு அருகில் இருந்ததில்லை. பிரிட்டிஷ் ஆட்சிக் காலம் முழுவதும் பல சமஸ்தானங்கள் பிரிட்டிஷ் ராஜ்ஜியத்தைத் தொந்தரவு செய்யாமல் கவனமாகவே இருந்தன. 1857ஆம் ஆண்டு எழுச்சியில் சில கௌரவமான விதிவிலக்குகள் இருந்தன. ஆனால், நிச்சயமாக காந்தியின் வருகைக்குப் பிறகோ, சுதந்திரத்திற்கான வெகுஜன இயக்கத்தின் போதோ அப்படி நடைபெறவில்லை. பிரிட்டிஷார்கள் வெளியேறியவுடன் சமஸ்தானங்களும் ஹிந்துத்துவத் தலைமையும் முஸ்லிம் ஆக்கிரமிப்பாளர்களின் இரண்டாவது வருகைக்குத் தயாராகிக்கொண்டிருந்தன. ஹிந்து பண்பாட்டை அந்நியர்களின் தாக்குதலிலிருந்து (முஸ்லிம் எனப் படிக்கவும்) பாதுகாக்க வேண்டிய சுமை அவர்கள் தோள்களில் இருப்பதாக அவர்கள் கருதினர், எனவே பிரிட்டிஷ் ஆட்சி

முடிவுக்கு வந்ததும், அதிகாரத்தைக் கைப்பற்ற தயாராக இருக்க வேண்டும் என்பதில் அதிகக் கவலையுடன் இருந்தனர்.

காந்தி கொலையை விசாரித்த குழுவினர் தேடிய உள்நோக்கம் இங்கேதான் இருந்தது: பிரிட்டிஷார் வெளியேறுவதால் வெற்றிடம் உண்டாகும்; அந்த நேரத்தில் அதிகாரத்தைக் கைப்பற்றுவதற்கு ஐம்பது ஆண்டுகளுக்கும் மேலாக உருவாக்கிக் கொண்டிருந்த பெரும் திட்டம், காந்தி கொடுத்த மரண அடியால் குலைந்து போனதற்குப் பழிவாங்குவது என்பதே அது. அவர்கள் மீது மிகவும் கரிசனத்துடன் இருந்த பிரிட்டிஷாரையும் மீறி, சமஸ்தானங்களின் சட்டப்பூர்வத் தன்மையை முடிவுக்கு கொண்டுவருவதற்கு காந்தி ஏதோ ஒன்றைச் செய்தார்.

3
ஹிந்துக்களை இராணுவமயமாக்கல்

டாக்டர் பாலகிருஷ்ண ஷிவ்ராம் மூஞ்ஜேவுக்கு இரண்டு பாத்திரங்களை வகித்த சிறப்பு உண்டு. இந்தியாவில் தீவிரவாத ஹிந்து அடையாளத்தை வடிவமைத்த இரண்டு தலைவர்களுடன், ஒருவருக்கு வழிகாட்டியாகவும் மற்றொருவரிடம் சீடனாகவும் இருந்தவர் அவர். ஹிந்துத்துவத்தின் தந்தை எனச் சொல்லப்படும் வி.டி.சாவர்க்கரின் சீடராகவும் நம்பிக்கைக்குரியவராகவும் இருந்தார். ஆர்.எஸ்.எஸ். அமைப்பைத் தோற்றுவித்த கே.பி. ஹெட்கேவாருக்கு வழிகாட்டியாக இருந்தார்.

கேரளாவின் மலபார் பகுதியில் உருவான முஸ்லிம் விவசாயிகளின் வன்முறை மிக்க எழுச்சியை 1921ஆம் ஆண்டின் மாப்ளா கிளர்ச்சி என்று அனைவரும் குறிப்பிடுகின்றனர். நீண்ட கால விளைவுகளை இது ஏற்படுத்தியது. பிரிட்டிஷ் ராஜ்ஜியத்தின் ஆதரவைப் பெற்றிருந்த ஹிந்து நிலப்பிரபுக்களுக்கு எதிராக முஸ்லிம் குத்தகைதாரர்களும் விவசாயிகளும் கிளர்ச்சி செய்தனர்.

ஹெட்கேவாரும் மூஞ்ஜேவும் வளர்ந்து வரும் ஹிந்துத் தலைவர்களாக முத்திரை பதித்துக் கொண்டிருந்த நேரம் அது. இருவரும் நாக்பூர் மாநகரத்தின் முக்கிய குடிமக்கள், மாப்ளா கிளர்ச்சியைத் தொடர்ந்து அந்நகரில் மூஞ்ஜே தலைமையில் கமிஷன் ஒன்று அமைக்கப்பட்டது. அதன் அறிக்கை 1923இல் இறுதி செய்யப்பட்டது; கிளர்ச்சியின் போது கட்டாய மதமாற்ற நிகழ்வுகள் இருந்தன என்றது அது. முஸ்லிம்களுடன் ஒப்பிடுகையில், எவ்வகையான மோதலுக்கும் தம்மைத் தயார்ப்படுத்திக் கொள்ளாமல் மோசமான நிலையில் ஹிந்துக்கள் இருக்கிறார்கள் என்ற ஹிந்துத்துவ ஆதரவாளர்களின் அச்சத்தை அறிக்கை உறுதிப்படுத்தியது. இருதரப்பாருக்கும் இடையில் மோதல் தவிர்க்க இயலாதது. இதற்குத் தீர்வு, போர்க்குண

மிக்க அமைப்பாக ஹிந்துக்களை ஒருங்கிணைப்பதே என்று அவர்கள் கருதினர். இவ்வாறாக, ஹிந்துக்களை அணிதிரட்டவும் இராணுவமயமாக்கவும் மாப்ளா கிளர்ச்சி அடித்தளம் அமைத்தது.

இந்த அணிதிரட்டும் பணிக்கு மிகப் பொருத்தமான நபராக மருத்துவர் மூஞ்ஜே கருதப்பட்டார். மருத்துவத் தொழில் புரிந்துகொண்டிருந்த அவர் தென்னாப்பிரிக்காவில் போயர் யுத்தத்தில் பணியாற்றியவர். 1930 களின் தொடக்கத்தில் அவர் ஐரோப்பாவிற்குப் பயணம் மேற்கொண்டார்; ஹிந்துக்களை இராணுவமயமாக்க வேண்டும் என்ற உறுதி கொண்டிருந்த அவருக்கு உண்மையான ஊக்கம் கிடைத்தது. 1930 மற்றும் 1932க்கும் இடையில் நடந்த வட்ட மேசை மாநாடுகளில் கலந்துகொள்ளச் செல்வதாகக் கூறிக்கொண்டு, மூஞ்ஜே லண்டன் பயணத்தைப் பயன்படுத்தி ஐரோப்பாவிலிருந்த இராணுவப் பள்ளிகளைப் பார்வையிட்டார்.

திரும்பியதும், ஹிந்து இராணுவப் பள்ளி ஒன்றை அமைக்கும் யோசனையை மூஞ்ஜே முன்வைத்தார். 1934ஆம் ஆண்டு தொடங்கி, ஹிந்து மகாசபையின் ஆதரவுடனும் பாதுகாப்புடனும் அத்தகு பள்ளியைத் தோற்றுவிக்க தேவையான மூலாதாரங்களைத் திரட்டும் நோக்கில் முக்கியமான ஹிந்து தொழிலதிபர்களையும், மன்னர்களையும், மகாராஜாக்களையும் சென்று பார்த்தார்.

நாக்பூர் கோட்டத்தின் செயற்பொறியாளருக்கு 11-04-1934 அன்று மூஞ்ஜே அளித்த விண்ணப்பம் பள்ளியின் நோக்கத்தை தெளிவாக விளக்கியது. அந்த நான்கு பக்கக் குறிப்பு, வாசலில் நிற்கும் கற்பனை எதிரியால் ஏற்படப்போகும் அச்சத்தைக் கூறியது. உள்ளும் வெளியிலும் இருக்கும் சாத்தியமான ஆக்கிரமிப்பாளர்களிடம் இருந்து தாய்நாட்டைக் காக்கத் தேவையான ஒன்றுபட்ட தற்காப்பிற்குத் தடையாக இருக்கும் பிளவுபட்டு நிற்கும் ஹிந்து சாதி அமைப்புமுறை காரணமாக ஏற்பட்ட விரக்தியையும் வெளிப்படுத்தியது.

இந்தச் சிந்தனையின் மையமாகத்தான் 'ஹிந்துக்களின் இராணுவப் புத்துயிர்ப்பு' இருந்தது. சாதியத் தடைகள் தகர்த்து, ஒவ்வொரு மாகாணத்திலும் இது போன்ற ஒரு பள்ளியை நிறுவுவது; உச்சமாக, அகில இந்திய ராணுவக் கல்லூரியை நிறுவுவது; இந்தப் பள்ளிகளில் நியமனம் செய்வதற்குத் தேவையான ஆசிரியர்களுக்கு இக்கல்லூரியில் பயிற்சி அளிப்பது.

மாப்ளா கிளர்ச்சி நடந்த பகுதிகளுக்கு மூஞ்ஜே நேரடியாகச் சென்றார். அவருக்குக் கிடைத்த நேரடி அனுபவம், ஹிந்துக்களுக்கும் முஸ்லிம்களுக்கும் இடையில் பல நூற்றாண்டுகளாகத் தொடரும் மோதல்களையும், மிகப் பழமையான ஆபத்து மையங்களையும் மீண்டும் கண்டறிய உதவியது. அந்த அனுபவத்தின் வெளிச்சத்தில், ஹிந்துக்களிடம் நிலவும் பலவீனம்தான், எதிர்காலத்தில் ஹிந்துக்களுக்கு மிகப்பெரிய அச்சுறுத்தலாக இருக்கும் என்பதை மூஞ்ஜே அடையாளம் கண்டார்.

ஆவணத்தின் அடிப்படையில்:

> கடந்த நான்கைந்து ஆண்டுகளில் நடந்திருக்கும் ஹிந்து-முஸ்லிம் மோதல்களை நேரில் பார்த்தவர்களும், அவற்றின் விளைவுகளைக் கவனமாக ஆய்வு செய்த பலரும், முஸ்லிம்களைக் காட்டிலும் ஹிந்துக்கள் எண்ணிக்கையில் அதிகமாக வசிக்கும் இடங்களிலும் தங்களைத் தற்காத்துக் கொள்ளும் நிலையில் இல்லை என்று கூறுகின்றனர். நேர்மையுடன் உணர்கின்றனர். அவர்களுக்குப் போதிய பாதுகாப்பை வழங்குவதற்குக் காவல்துறையும் சில நேரங்களில் துணைப்படையும், அல்லது பிரிட்டிஷ் வீரர்களும் வரவழைக்க வேண்டியுள்ளது. உள்நாட்டில் நடக்கும் இனம் சார்ந்த பிரச்சனைகளிலேயே இன்னமும் இந்த நிலைதான் நீடிக்கிறது; எனில், அந்நிய ஊடுருவலிலிருந்து தேசத்தைப் பாதுகாக்கும் பொறுப்பிற்குப் பெரும்பான்மைச் சமூகமான ஹிந்துக்கள் தகுதியானவர்கள் என்று எப்படிக் கருதமுடியும் என்று அவர்கள் வாதிடுகின்றனர். இந்தியாவிற்கு டொமினியன் அந்தஸ்து வழங்க, அது ஏற்றதாக இருக்கிறதா இல்லையா என்பதற்கான முதல் சோதனை இது என அவர்கள் கூறுகின்றனர். எனவே, ஹிந்துக்களின் பலவீன நிலைதான் சுயராஜ்ஜியத்தின் பாதையில் மிகப் பெரும் தடையாக இருக்கிறது என்று அவர்கள் கருதுகின்றனர்.[1]

காந்தியின் வன்முறையின்மைக் கொள்கையை விமர்சிக்க, இந்த ஆவணம் இந்திய அரசாங்கத்தின் வெளியுறவுச் செயலர் சர் டெனிஸ் பிரேயை மேற்கோள் காட்டியது. முஸ்லிம்களுக்கு எதிராக ஹிந்துக்களுக்கு இருக்கும் போர்த் தகுதி குறித்து ஒருதலைச்சார்பற்ற ஒப்பீட்டை அளிப்பதற்கு இரண்டு பிரதேசங்களில் டெனிஸ் பிரேவின் அனுபவங்களுக்கு மூஞ்ஜே

அதிக முக்கியத்துவம் கொடுக்கிறார்: ஹிந்துஸ்தானின் ஹிந்துக்கள் ஒருபுறமும் ஆப்கானிஸ்தான் மற்றும் எல்லைப்புற மாகாணத்தின் ஆப்கானியர்களும் பதானியர்களும் மறுபுறமும். செம்ஸ்ஃபோர்ட் கிளப்பில் 23-12-1929 அன்று பிரேக்கு அளிக்கப்பட்ட வழியனுப்பு விழாவில் அவர் ஆற்றிய உரையை மேற்கோள் காட்டுகிறார்:

> வெளியுறவு அலுவலகத்தில் நீண்ட காலம் பணி புரிந்ததன் காரணமாக பெற்ற நடைமுறை அனுபவம் எனக்குள் ஆழமாகப் பதிந்துள்ளது: இந்தியர்களின் குறிக்கோளான முழுமையான சுதந்திரம் என்ற சிந்தனை, சந்தேகத்திற்கு இடமின்றி, தர்க்கரீதியாக, சரியான கோட்பாடே. ஆகையால் மேலோட்டமாகப் பார்க்கையில் என்னைப் போன்ற மனிதனுக்கும் மிகவும் வசீகரமாகத்தான் அது இருக்கிறது. ஒன்றாகப் படுத்துறங்கும் ஆட்டுக் குட்டியும் சிங்கமும் கதைதான் இங்கும். ஆட்டுக்குட்டியை விழுங்காமல் சிங்கம் இருக்க வேண்டும். கெல்லாக் உடன்படிக்கை (Kellogg pact) போல் அமைதிப் பேச்சைத் தவிர்த்து வேறெதெற்கும் அது வாயைத் திறக்காத வரையிலும் முழுமையான சுதந்திரம் இந்தியாவிற்கு ஒரு பொய்த்தோற்றமே, ஏமாற்றம் தரும் கவர்ச்சியான விஷயமே; எனவே, இங்கிலாந்தைப் போன்று பெருந்தன்மை மிக்க, சாகசம் நிறைந்த இளைஞர்கள் தேவைப்படும் நிலையில்தான் இந்தியா இருக்கிறது.[22]

இராணுவப் பள்ளி திறக்கும் யோசனை நிச்சயம் பிரிட்டிஷாருக்கு பெரும் ஈர்ப்பை ஏற்படுத்தியது. மூஞ்ஜே போலவே, போயர் யுத்தத்தில் பிரிட்டிஷ் இந்திய இராணுவத்தில் பணியாற்றியவர் பீல்ட் மார்ஷல் பிலிப் வால்ஹவுஸ் சேட்வோட்; இந்திய இராணுவத்தை 'இந்தியமயமாக்கும்' யோசனையைப் பரிவுடன் அணுகியவர் அவர்; 17-11-1935 தேதியிட்ட கடிதம் ஒன்றில் அவர் இவ்வாறு எழுதுகிறார்:

> மத்திய மாகாணத்தில் நாக்பூருக்கு அருகில் பொதுப் பள்ளி ஒன்றைத் தொடங்கும் உங்களது முயற்சிகளை ஆதரிப்பதில் எனக்கு மிகுந்த மகிழ்ச்சி. ஓர் இராணுவ அதிகாரியின் பார்வையில், ராணுவத்திற்குத் தொடர்ச்சியாக இளைஞர்களின் தேவை இருக்கிறது. இந்தியாவில் அதிகமாக பொதுப்பள்ளிகள் தொடங்காவிட்டால் இராணுவத்திற்கு அவசியமான இளைஞர்கள் கிடைக்கமாட்டார்கள்

என்பதில் உறுதியாக இருக்கிறேன்; தனிப்பட்ட முறையில் ஒரு விஷயத்தின் மீது உங்களுக்கு இருக்கும் ஆர்வம் தான், நாடு முழுவதும் பின்பற்றப்படக்கூடிய முன்மாதிரியாக அமையும் என்று நம்புகிறேன்.

இத்துடன் ரூ.100க்கான நன்கொடையை இணைப்பதில் மகிழ்ச்சி அடைகிறேன்.[3]

அதே நாளில், அவருக்கு அடுத்து பதவியேற்கப் போகும் சர் ராபர்ட் கேசல்ஸுக்கு மூஞ்ஜே குறித்து தனிக் கடிதத்தில் பரிந்துரைப்பதாகவும் உறுதியளித்தார்: 'உங்களது வேண்டுகோள்களை எனது தனிப்பட்ட இராணுவச் செயலரிடம் விட்டுச் செல்கிறேன். புதிய தலைமைத் தளபதி ஜெனரல் சர் ராபர்ட் கேசல்ஸிடம் அவற்றை அவர் அளிப்பார். அவரால் முடிந்த உதவி அனைத்தையும் உங்களுக்கு அவர் செய்வார் என்று உறுதியாக நம்புகிறேன்.'

இந்தக் கடிதங்களைத் தொடர்ந்து 15-11-1935 அன்று காலை 11.30 மணிக்கு இருவரும் நேரில் சந்தித்துப் பேசினார்கள்.

ஜெனரல் கேசல்ஸ் மற்றும் வைஸ்ராய் லார்ட் லின்லித்கோ இருவரும் ரூ.250 நன்கொடையாக அளித்தனர்; அந்த யோசனையை ஆதரித்தனர் என்பதும் உறுதி. இராணுவத்தின் மருத்துவப் பிரிவில் அவர் அதிகாரியாகப் பணியாற்றி வந்தார். அது தவிர்த்து, ராணுவத்தை 'இந்தியமயமாக்கும்' நோக்கத்துடன் இந்திய அதிகாரிகளின் நியமனத்தை அதிகரிக்க மூஞ்ஜே வேண்டுகோள்கள் அளித்து வந்தார். 1926ம் ஆண்டில், ஸ்கீன் கமிட்டி மூஞ்ஜேவின் கோரிக்கையை அங்கீகரித்தது. 1952க்குள் இந்திய ராணுவத்தில் இந்தியர்கள் 50 சதவிகிதம் இருப்பார்கள் என்றும் உறுதியளித்தது.

நவம்பர் 1930 முதல் ஜனவரி 1931 வரை நடந்த முதல் வட்ட மேசை மாநாட்டில் கலந்து கொள்வதற்காக லண்டன் சென்ற மூஞ்ஜே இத்தாலியின் இராணுவப் பள்ளிகளுக்குச் சென்று பார்த்தார். அங்கு இயங்கிய பலில்லா மற்றும் அவன்கார்டிஸ்ட் (Balilla and Avanguardist) அமைப்புகள் உரிய வயதை அடைந்திராத சிறுவர்களுக்கு இராணுவப் பயிற்சி அளித்து வந்தன; அவர்களுக்குப் பாசிசச் சிந்தனைகளைப் போதிக்கவும் பொறுப்பாக இருந்தன.

158

ஹிந்துக்களின் உள்ளார்ந்த போர்க்குணத்திற்கு மீண்டும் உயிர்கொடுப்பது அவசரத் தேவை என்பதை மூஞ்ஜே உணர்ந்தார். அவரைப் பொறுத்தவரை, வன்முறையற்ற நிலையைப் பல நூற்றாண்டுகளாக ஹிந்துக்கள் பின்பற்றி வந்தனர்; ஜாதி அடிப்படையில் வீரர்களை நிறுத்தும் வழக்கமும் இருந்தது. ஹிந்துக்களிடம் அரசியல் விழிப்புணர்வு இல்லாத காரணத்தாலும் அந்தக் குணம் சமரசத்திற்கு ஆட்பட்டுவிட்டது. இதை நிவர்த்தி செய்வதற்கான ஒரே வழி, அவர்களிடம் அவசர உணர்வை ஏற்படுத்துவதும், அவர்களது பலவீனங்கள் குறித்து சுய-விமர்சனப் புரிதலை உண்டாக்குவதும் ஆகும். ஹிந்துக்களை ஒன்றிணைக்க ஏறத்தாழ ஒரே வழி, ஒரு பொது எதிரியை அடையாளம் காண்பதும், அவனால் வரப்போகும் அச்சுறுத்தலை அங்கீகரிப்பதும் இருந்தது.

ஹிந்து மகாசபை சார்பாக இராணுவப் பள்ளியை அமைப்பதற்கு அவர் சமர்ப்பித்திருந்த பொதுத் திட்டத்தில் இந்த 'ஹிந்துக்களின் நெருக்கடி' குறித்து மூஞ்ஜே விரிவாக குறிப்பிட்டிருந்தார்:

இந்தக் கண்ணோட்டத்தில் ஹிந்துக்களின் இன்றைய நிலையைப் பார்க்கையில், சிறுவர்களின் உடல் வளர்ச்சி மிகவும் தாழ்ந்த நிலையில்தான் இருக்கிறது என்பதை மறுக்க முடியாது. இயல்பாக இருக்கவேண்டிய உணர்வெழுச்சி, யதார்த்தத்தில் அவர்களில் பெரும்பாலோருக்கு இல்லை. எனவே, அவர்களது உள்ளார்ந்த போர்க்குண உணர்வை உயிர்ப்பிக்க வேண்டும்; உடல்ரீதியாகவும், மனரீதியாகவும் தம்மைத் தற்காத்துக் கொள்ளும் தகுதியுள்ளவர்களாக அவர்களை ஆக்குவதில் கவனம் செலுத்தவேண்டும். மக்கட்தொகையில் அதிகப் பெரும்பான்மையாக ஹிந்துக்களே உள்ளனர்; ஆனால், அவர்கள் சாதி அடிப்படையில் இயங்குகின்றனர்; அவர்களுக்கு சிறப்புக் கவனத்துடனும் விழிப்புடனும் பயிற்சியளிக்க வேண்டும். இராணுவத்தினரின் எண்ணிக்கைக்கு ஏற்ப அவர்களது பங்கைப் பெறத் தகுதி பெற்றவர்கள் ஆக்கவேண்டும். சமூகம்-மதம் சார்ந்து பார்க்கையில் இந்த விஷயத்தில் முஸ்லிம்கள் ஒப்பீட்டளவில் சாதகமான சூழலில் பொருந்தி இருக்கின்றனர். ஜாதி அமைப்பு எனும் தடையால் அவர்கள் பாதிப்புறவில்லை என்பது அனைவரும் அறிந்ததே.

ஆனால், நல்ல உடல் திறன் கொண்ட ஒவ்வொரு இளம் முகமதுவும் ஓர் அரசியல் சிப்பாய்; ஆதலால், சிறிய பயிற்சி அவனுக்குப் போதுமானது. சராசரி ஹிந்துவைக் காட்டிலும் திறமையாகச் சண்டைபோட அவனைத் தகுதியுள்ளவன் ஆக்கிவிட முடியும். ஆனால், ஹிந்துக்களுக்கு அப்படியல்ல. போரிடும் கடமை ஒரு சாதியினருக்கு மட்டுமே பொறுப்பு என்று கூறும் சாதி அமைப்பு அங்கு வேரூன்றியிருக்கிறது: க்ஷத்திரியச் சாதியினர் மட்டுமே போரிடப் பயிற்றுவிக்கப்பட்டிருக் கிறார்கள்; அதேசமயம் பிராமணர்களும், வைசியர்களும் சூத்திரர்களும் போரிடத் தேவையற்றவர்களாகக் கருதப்படுகிறார்கள். இவர்கள் ஹிந்து மக்கள்தொகையில் மூன்று பங்கிற்கும் அதிகமானவர்கள்; நூற்றாண்டுகளாக நீடிக்கும் பாரம்பரியத்தின்படி போர்த் தொழிலிலிருந்து விலகியிருக்கிறார்கள். அவர்களுக்குள் மறைந்திருக்கும் தற்காப்புத் திறன், விதிவிலக்கான சந்தர்ப்பங்களில் சமமான நேர்த்தியுடன் வெளிப்பட்டாலும், பொதுவில் இன்னமும் தீவிரமாக எழுச்சியுறவில்லை.

எனவே, இத்தகைய நிலையில் ஓர் அவசரச் சூழலில் தாய்நாட்டின் பாதுகாப்பு என்று வரும்போது, அவர்களது மக்கட்தொகைக்கு ஏற்ப முஸ்லிம்கள் அனுப்பும் அதே விகிதத்தில் ஹிந்துக்களால் வீரர்களை அளிக்க முடியவில்லை. அத்துடன், இதைப் பரந்துபட்ட கண்ணோட்டத்திலும் பேசமுடியும்: தேசத்தின் மிகப் பெரிய மற்றும் மிகவும் செல்வாக்கு மிக்க சமூகமாக இங்கு ஹிந்துக்கள் இருக்கிறார்கள்; ஆனால், அவர்கள் போரிடத் தகுதியற்றவர்கள் என்று கூறும்போது, சுயராஜ்ஜியம் கேட்டுப் போராடும் அந்த இயக்கம் வலிமையான அடித்தளத்துடன் இருக்கிறது என்று கூறவியலாது. எனவே, ஹிந்துக்களின் விஷயத்தில், அவர்களின் மனத்தில் போர் உணர்வை விதைக்கவும், அவர்களது உடல் திறனை அறிவியல் உத்திகளின் மூலமாக மேம்படுத்தவும் சிறப்பு முயற்சி தேவைப்படுகிறது. அவசரக் காலங்களில் இந்தியாவை ஆங்கிலேயர்களால் மட்டும் காக்கமுடியாது; பயிற்சி பெற்ற இந்தியர்களின் ஒத்துழைப்பு அவர்களுக்குத் தேவை என்ற தருணம் உருவாகிவிட்டது. ஆகவே, ஹிந்து மகாசபையின்

முன்னிற்கும் கேள்வி, ஹிந்துக்களிடம் உட்கிடக்கையாக இருக்கும் போர்க்குணத்தை எவ்வாறு தீவிரமாக எழுச்சியுறச்செய்வது என்பதே. அத்துடன் தற்போதைய அரசியல் சூழ்நிலையில் எப்போது வேண்டுமானாலும் அது நிகழலாம் என்ற நிலையில் இந்தியாவைப் பாதுகாக்கும் முழுப் பொறுப்பையும் ஏற்று, சுமக்கும் வகையில் தகுதியுள்ளவர்களாக ஹிந்துக்களை ஆக்கவேண்டும் என்ற இலக்குடன் அவர்களுக்கு தகுந்த பயிற்சியை எப்படி ஏற்பாடு செய்வது என்பதும் முக்கியமானது.[4] (மூலத்தில் உள்ளபடி)

ஹிந்துக்கள் எதைக் காக்க வேண்டும்?

தாய்நாட்டைக் காக்க வேண்டிய அவசியத்தை ஹிந்துத்துவச் சித்தாந்தவாதிகள் உணர்ந்துகொண்டனர். நாசிக்கில் ஹிந்து இராணுவப் பள்ளி தொடங்கப்பட்டது. போன்சாலா இராணுவப் பள்ளி என்று அழைக்கப்படுகிறது. இந்தத் திட்டத்திற்கு போன்சாலா அரச குடும்பத்தினர் தொடக்கத்தில் நன்கொடை அளித்தனர்; அதனால் அந்தப் பெயர். ஹிந்து இராணுவமயமாக்கல் திட்டத்தையும் அதன் நோக்கத்தையும் விளக்கும் மிகப் பொருத்தமான உருவகமாக பள்ளியின் கட்டிடக்கலை இருந்தது.

பள்ளி வளாகம் எண்கோண வடிவில் எட்டு வாயில்களுடன் இருந்தது; அதன் மையத்தில் ஒரு கோயில் உள்ளது. 'இந்த வாயில்களுக்குப் பலவிதப் பெயர்கள். இந்தப் பெயர்களைத் தேர்ந்தெடுத்த பின்னணியில், நம் முன்னோர்களின் பல நூற்றாண்டு காலப் பழமையான வரலாற்றை கான்க்ரீட் வடிவத்தில் வெளிக்கொணரும் சிந்தனை இருந்தது; அவற்றை நம் சிறுவர்-சிறுமிகளின் களங்கமற்ற, உணர்வுமிக்க, ஆக்கப்பூர்வமான, எதையும் எதிர்கொள்ளும் பண்படாத மனத்தில் பதிய வைப்பது அதன் பின்னிருக்கும் சித்தாந்தம்' என்று மூஞ்ஜே அந்தப் பொதுத்திட்டத்தின் முன்னுரையில் கூறியிருந்தார்.[5]

அந்தப் பள்ளி வளாகம் ஒருவேளை தாய்நாட்டைக் குறிப்பிடும் முதல் சின்னமாக இருக்கக்கூடும்; இது ராஜா பரதனுடைய குழந்தைகளின் பூமி, அதாவது ஹிந்துக்களின் பூமி என்ற அடிப்படையில் பரதவர்ஷம் அல்லது ஹிந்துஸ்தான் என்ற குறியீடு அளிக்கப்பட்டது.

'வரலாற்று உண்மையிலிருந்து ஒன்று தெளிவாகக் கூடும். ஹிந்துஸ்தான் என்ற இந்தப் பரந்த நிலப்பரப்பின் சிறு வடிவமாக பள்ளி அமைந்திருந்த இடம் கருதப்படுவதால், அந்தத் தகுதியின் அடிப்படையில் இந்த இடத்திற்கு 'ராம்-பூமி' என்று பெயரிடப்பட்டது.[6]

பள்ளியின் வாயில்கள் இந்தியாவின் எல்லைகளைக் குறிக்கும் வகையில் அமைக்கப்பட்டன; எந்தத் திசையில் அவை விரிவடையக்கூடும் என்பதையும், ஆரம்பக் கால முஸ்லிம் படையெடுப்பாளர்கள் எந்தத் திசையில் நுழைந்தார்கள் என்பதையும் அவை குறிக்கின்றன. ஹிந்துஸ்தானத்தின் நலனிற்காக, அந்த மாணவர்கள் தற்காத்து, பாதுகாக்க வேண்டிய நிலப்பரப்பை அவர்களுக்குத் தினமும் அவை நினைவூட்டக்கூடும்.

வடக்கு வாயில் ஹிந்துகுஷ் கேட் என்று அழைக்கப்பட்டது. ஒருகாலத்தில் ஹிந்து குஷ் மலைகள் என்று அழைக்கப்பட்ட காபூல் மற்றும் காந்தஹார் மலைகளுக்கு அப்பால் பரவியிருந்த இந்தியாவின் ஆதி எல்லையை இந்தப் பெயர் குறிப்பிடுகிறது. அப்போதைய சர்வதேச எல்லையான ஆப்கானிஸ்தானுக்கும் பாகிஸ்தானுக்கும் இடையிலான துராந்த் எல்லைக் கோடு, இரண்டாவது ஆங்கிலோ-ஆப்கானியப் போரின் விளைவாக 1893ம் ஆண்டில் தான் தோன்றியது என்பதை இது நினைவூட்டியது.

வடமேற்கு வாயில் கஜினி முகமதின் படையெடுப்புகளைத் துயரத்துடன் நினைவூட்டுகிறது. அதற்கு ஆப்கானிஸ்தான் கேட் என்று பெயரிடப்பட்டது. குஜராத்தில் உள்ள சோம்நாத் கோயிலை கஜினி சூறையாடியது ஹிந்து வீரத்தின் மீதான கறையாகவே இன்னமும் கருதப்படுகிறது. அத்துடன் மகாராஷ்டிரர்களுக்கு இது பெருமைக்குரிய விஷயமாக இருந்தது. ஏனெனில், ஔரங்கசீப்பிற்கு எதிராக பானிபட் யுத்தத்தில் முஸ்லிம் ஆட்சியை முடிவுக்குக் கொண்டுவந்தது மராட்டியர்கள்தான்.

மேற்குப் பகுதியின் பாரசீக வளைகுடா கேட், இந்தியா மீது அரேபியர்கள் முதன்முதலில் படையெடுத்த திசையைக் குறிப்பிடுகிறது.

பர்மா-ஜப்பான் கேட் என்றழைக்கப்படும் கிழக்கு வாயில், பர்மா (இப்போது மியான்மர்), சீனா மற்றும் ஜப்பானில் ஹிந்துப் பண்பாடும் மதமும் கிழக்கு நோக்கிப் பரவியதன் அடையாளம்.

நேபாள் கேட் என்று அழைக்கப்படும் வடகிழக்கு வாயில் கடைசி ஹிந்து சாம்ராஜ்யத்தைக் கொண்டாடுவதாக அமைந்தது.

தெற்குக் கேட், கன்னியாகுமரி வாயில் என்று இந்தியாவின் தெற்கு எல்லையின் பெயரால் அழைக்கப்பட்டது. ஏடன்-அரேபியா கேட் என்று அழைக்கப்படும் தென்மேற்கு வாயில், ஐரோப்பியர்கள் கடல் வழியாக இந்தியா மீது படையெடுத்த இடத்தைக் குறிக்கிறது. தென்கிழக்கின் ஜகந்நாத பூரி கேட், அந்த இறைவனும் கோவில் வளாகமும் குறிப்பிடும் சாதியற்ற மானுடத்தைக் கொண்டாடுகிறது. முகலாயர்கள், குறிப்பாக ஔரங்கசீப் நடத்திய பதினெட்டு தாக்குதல்களை, தோல்வியுற்ற போதிலும், எதிர்த்து நின்ற ஹிந்துக்களின் துணிவையும் வீரத்தையும் கொண்டாடியது.

இந்த வாயில்கள் ஒவ்வொன்றின் பக்கவாட்டிலும் அமைந்திருந்த கட்டிடங்கள், பல்வேறு இடங்களில் ஹிந்துஸ்தானின் ஒருமைப்பாட்டை பாதுகாத்து நின்ற எட்டு மாவீரர்களுக்கும், வீரப் பெண்மணிகளுக்கும் அர்ப்பணிக்கப்பட்டன. இளம் மாணவர்களுக்கு எழுச்சியூட்டும் வகையில் அவை அமைக்கப்பட்டன. ராமனின் தண்டம் அல்லது செங்கோலைத் தாங்கி நிற்பவர்கள் என்ற பொருளில் இவை ராமதண்டீஸ் என்று அழைக்கப்பட்டன.

சமயச் சடங்குமுறைகளுக்கான வாய்ப்பையும் இராணுவ மயமாக்கல் வழங்குகிறது. அவை மனிதத் திரள்களின் நினைவுகளையும் நோக்கத்தையும் பிணைக்கின்றன. பிரிந்து கிடக்கும் சமூகத்தை ஒன்றிணைக்க அது ஒரு வழி. ஹிந்துத்துவப் படையணிக்கு இது அடையாளம் போன்றது. எதிர்ப்பிற்கும் சுயச் சார்பிற்கும் அடையாளமாக காந்தி திறனுடன் பயன்படுத்திய சர்க்காவை ஓரளவு ஒத்திருப்பது. இராணுவமயமாக்கல் திட்டம் குறியீடுகளையும் சடங்குகளையும் இணைத்து, மேலும் சக்திவாய்ந்ததாக அவற்றை மாற்றியது. நினைவுகளுடனும், குறியீடுகளுடனும் மற்றும் மக்களின் வரலாற்று உணர்வுகளுடனும் உயர்ந்த கொள்கைகள் இணையும்போது மனித மனம் அவற்றுடன் வலுவான இணைப்பை உண்டாக்கிக் கொள்ளும். மனிதத் திரளின் கற்பனைக்கு விரும்பும் வடிவம் அளிக்க முடியும். இங்கு ஹிந்துக்களின் இராணுவமயமாக்கல் எட்டுத் திசைகளும் வரையறுக்கும் இந்தியா என்ற கருத்தாக்கத்துடனும் சுய கௌரவத்தை இணைக்கிறது. தோழமையைக் கட்டமைத்த

சடங்குமுறைகளுடன் பிணைத்தது. பயிற்சி பெறும் மாணவர்களின் வாழ்க்கைக்கு ஒரு நோக்கத்தை அளித்தது; பரந்து விரிந்த ஹிந்துச் சமூகத்திற்குள் ஏற்கனவே நிலவும் பாரபட்சங்களையும் பிரிவினைகளையும் உடைத்தது.

சிக்னோர் முசோலினி எப்போதும் எதையும் மறக்க மாட்டார் என்று கூறுகிறார்கள். அதுபோல், அவர்களுக்கான வரலாற்றிற்கு அவர்கள் ஆற்றவேண்டிய கடமைகளை இளைஞர்கள் ஒருபோதும் மறக்கக்கூடாது என்று நாங்கள் விரும்புகிறோம். இந்த நோக்கமே இதுபோன்ற ஓர் அமைப்பிற்கான கருத்தை உருவாக்கத் தூண்டுதலாக இருந்தது' என்று பள்ளி வளாகக் கட்டிடக்கலையின் அடிப்படைத் தத்துவத்தை அதன் செய்தி மடலிலிருந்து மூஞ்ஜே விளக்கினார்.[7]

ஹிந்துக்களை இராணுவமயமாக்கல் திட்டமும் அதே முதுமொழியைப் பின்பற்றியது: உங்கள் கடந்தகாலத்தை ஒருபோதும் மறந்துவிடாதீர்கள்; உங்கள் தற்காப்பை எப்போதும் விலக்கிக் கொள்ளாதீர்கள். வரவிருக்கும் உடனடி அச்சுறுத்தல்களிலிருந்து உங்கள் தேசத்தைப் பாதுகாக்க எப்போதும் தயாராக இருங்கள்.

இணையாக, வரலாற்றுப் பாடத்திலிருந்தும் நாம் கற்றுக்கொள்ள வேண்டும். வெளிநாட்டு எதிரிகளின் படைகளால் இமயமலையின் மேற்கு மற்றும் வடமேற்கு வாயில்கள் இனி ஒருபோதும் எந்நேரத்திலும் மீறப்படக்கூடாது.

சிக்னோர் முசோலினி பிரசங்கம் செய்தபடி, எதிர்காலத்தில் அவர்கள் அவ்வாறு மீறும் முயற்சி ஒவ்வொன்றையும் முறியடிப்பதற்கான வழிமுறைகளை நாம் வளர்த்துக் கொள்ள வேண்டும்; அவை மேலும் வலுப்பெற வேண்டும்; அதன் காரணமாக ஒருபுறம் இங்கிலாந்து தேசமும், மறுபுறம் ஆப்கானிஸ்தானும் நம்மோடு நட்பாக இருக்கக்கூடும். அறிவியலையும் ஐரோப்பாவின் போர்க் கலையையும் நாம் கற்க வேண்டும்; ஏற்றுக்கொள்ள வேண்டும். இராணுவக் கொள்கை மற்றும் இராஜதந்திரம் குறித்த ஐரோப்பியர்களின் மனநிலையை வளர்த்துக்கொள்ள வேண்டும். இதுபோன்ற அத்துமீறல்களிலிருந்து அதுமட்டுமே நமக்குப் பாதுகாப்பை உறுதி செய்யும்.[8]

மூஞ்ஜே 1934ல் தயாரித்த இந்த அடிப்படை ஆவணம், ஹிந்து மகாசபைக்கு இராணுவமயமாக்கல் ஏன் தேவைப்படுகிறது என்பதை சுருக்கமாக விவரிக்கிறது: 'இவ்வாறு ஒட்டுமொத்த விஷயமும் ஹிந்து மகாசபைக்காக எளிமையாக்கப்பட்டது. சுயராஜ்ஜியத்தை அடைவதற்கும், அடைந்தபின் அதைப் பராமரிப்பதற்கும் ஹிந்துக்கள் ஆட்டுக்குட்டிகள் அல்ல, அப்படி இருக்கவும் கூடாது என்பதை ஹிந்து மகாசபை கவனத்தில் கொள்ள வேண்டும்; எனவே, அவர்கள் புலிகளாக மாற்றப்பட வேண்டும்.'[9]

பிரிட்டிஷார்கள் 1947இல் வெளியேறியவுடன் இந்தியாவை முஸ்லிம்கள் கைப்பற்றக்கூடிய உடனடி அச்சுறுத்தலிலிருந்து அதைப் பாதுகாக்க வேண்டிய நேரம் வரக்கூடும். ஆனால், ஹிந்து மகாசபை நீண்டகாலமாக எதிர்பார்த்து காத்திருந்த இந்தத் தீர்ப்பு நாளுக்கு மிகப்பெரிய ஒற்றை அச்சுறுத்தலாக அந்த வயது முதிர்ந்த பக்கிரி மகாத்மா காந்தி இருந்தார். ஹிந்துக்கள் முஸ்லிம்களின் கைகளில் இனப்படுகொலை செய்யப்படும் நிலைக்கு காந்தியின் அகிம்சைக் கோட்பாடு இட்டுச் செல்லும் என்று சாவர்க்கர் உட்பட ஹிந்து மகாசபைத் தலைவர்கள் அனைவரும் எப்போதும் கூறி வந்தனர். அந்தக் கொள்கையை அவர்கள் ஏற்கவில்லை.[10]

ஹிந்து மறுமலர்ச்சி என்ற அவர்களது லட்சியத் திட்டத்தை நாசப்படுத்த காந்திக்கு இருந்த திறமை அசலானது. 1946 ம் ஆண்டு வங்காளத்தில் கலவரத்தால் மிக மோசமாகப் பாதிக்கப்பட்டிருந்த நவகாளியில் தனது வலிமையை அவர் காட்டினார். அங்கு அவர் நடத்திய சாகும்வரை உண்ணாவிரதம் வன்முறையை நிறுத்தியது. ஆனால், அந்த மாபெரும் வன்முறை ஹிந்து தரப்பினருக்குப் பெருமளவு இழப்பை ஏற்படுத்தியது; அதற்கு ஹிந்துக்கள் முழுமையாக பழிவாங்கவில்லை.

அப்போதைய உள்துறை அமைச்சரும் தீவிரக் காந்தியவாதியுமான சர்தார் வல்லபாய் பட்டேலுக்கு மூஞ்ஜே 06-01-1947 அன்று கடிதம் ஒன்று எழுதினார். முஸ்லிம் படையெடுப்பாளர்களிடமிருந்து தாய்நாட்டையும் பெண்களையும் பாதுகாக்க முயலும் வலிமையற்ற ஹிந்துக்களின் பாதையில் குறுக்கிடும், அமைதி ஏற்படுத்த முயலும் காந்தி குறித்து ஹிந்து மகாசபைக்கு இருந்த மிக மோசமான அச்சத்தை அது வெளிப்படுத்தியது. பீகாரில் கலவரம் செய்தார்கள்

என்று 1,400 ஹிந்துக்கள் கைது செய்யப்பட்ட சூழலில் இந்தக் கடிதம் எழுதப்பட்டிருந்தது.

> பீகாரில் நான் இருந்தபோது, 'மனிதக்குலத்திற்கு நீங்கள் ஓர் அவமானம்' என்று அவர்கள் மீது மகாத்மா காந்தி சுமத்திய குற்றச்சாட்டால் அவர்களுக்கு உண்டான வலியை அந்த மக்கள் எப்படி உணர்ந்தார்கள் என்பதை நேரிடையாகப் பார்த்தேன். அவர்கள் மன உளைச்சலுக்கு ஆளாகினர்; ஏமாற்றம் அடைந்தனர். பீகாரில் உண்மையில் தாக்குதல் நடத்துபவர்கள் முஸல்மான்கள் தான்; வலியச் சென்று தாக்குதல் நடத்துபவர்கள் உண்மையில் தாங்கள் இல்லை என்பதை ஹிந்துக்கள் இதயத்தில் உணர்ந்து இருந்தனர். அரசாங்கத்தின் கௌரவ விருந்தினர்கள் போல் முஸ்லிம்கள் உபசரிக்கப்பட்டனர். நடத்தப்பட்டனர். இத்தகு பாகுபாடு ஹிந்துக்கள் மத்தியில் பெரும் மனச்சோர்வை ஏற்படுத்தியது. இந்த மனச்சோர்வு காங்கிரஸ் அரசுக்கு, அதாவது, ஹிந்து அரசுக்கு, நீண்ட கால நோக்கில் பலன் தருமா?
>
> ... ஹிந்து-முஸ்லிம் பிரச்சனை ஒரு போரின்றித் தீர்க்கமுடியாத ஒன்று என்பது இப்போது உறுதியாகிவிட்டது. திரு. சர்ச்சிலுக்கு வாய்ப்பு கீழ் நிலையில்தான் இருக்கிறது. இங்கிலாந்தில் அடுத்த பொதுத் தேர்தல் வரும் வரையில் திரு.ஜின்னா தனது கோரிக்கையை விட்டுக் கொடுக்க மாட்டார்.
>
> ...இதைப் போன்ற சூழ்நிலையில், ஹிந்துக்களுக்கும் முஸ்லிம்களுக்கும் இடையிலான குருதி சிந்தும் போர் என்ற ஒரு நிஜமான சோதனைத் தருணம் வருகிறபோது, ஹிந்து மக்கள் திரள் இவ்வாறு மனச்சோர்வுக்கு ஆட்பட்டால் ஹிந்துக்கள் அழிந்துபோவார்கள் என்று கருதுகிறேன்.
>
> ... ஆனால், அனைத்திற்கும் மேலாக பழிவாங்குவது என்பது ஒரு குற்றமா? ...பழிவாங்குவது மனித இயல்பு; தார்மீக அடிப்படையில் அது குற்றம் இல்லை.[11]

ஆகஸ்ட் 15, 1947 மற்றும் சிரில் ராட்க்ளிஃப் வரைந்த எல்லைக் கோட்டின் அடிப்படையிலும், இந்தியப் பிரிவினைக்கு முன்னதாகவும் நடைபெறவிருந்த அகில இந்திய ஹிந்து மகாசபை

செயற்குழுவில் பகிரங்கமாக விவாதிக்க முடியாத ஒரு நிஜமான கேள்வியாக, காந்தியை எப்படி நிறுத்துவது என்பது இருந்தது.

பகுதி ஒன்று, அத்தியாயம் ஒன்றில், காந்திக் கொலையின் முக்கிய சதிகாரர்கள் ஆகஸ்ட் 1947இல் புது டெல்லியில் கூடியதற்கான ஆதாரங்கள் கொடுக்கப்பட்டுள்ளன. மூன்று ஆண்டு இடைவெளிக்குப் பின் அகில இந்திய ஹிந்து மகாசபையின் செயற்குழுக் கூட்டத்தில் சாவர்க்கர் கலந்து கொண்டார்.

கூட்டத்தின் தொடக்க நாளான 09-08-1947 அன்று நடந்த மகாசபை கூட்டத்தின் நிகழ்வுக் குறிப்புகளில் 'செயற்குழுவில் நடந்த விவாதங்களில் வீர் சாவர்க்கர் முன்னிலை வகித்தார்' என்று பதிவாகியுள்ளது.[12]

அந்தக் கூட்டத்தில் மகாசபையின் ஏனைய மூத்த தலைவர்களுடன் மூஞ்ஜேவும் கலந்துகொண்டிருந்தார்.

ஆனால், அந்தக் கூட்டத்தில் வரலாற்று முக்கியத்துவம் வாய்ந்த இரண்டு விஷயங்கள் குறித்து ஒரு கசப்பான விவாதம் நடந்தது. முதலாவது, இந்தியா பெற்றிருக்கும் விடுதலையை கொண்டாடுவதற்கான ஒரு நிகழ்வாக ஹிந்து மகாசபை கருதவில்லை; மாறாக, பாகிஸ்தானும் உருவாகியிருப்பதால், அது சோகமான ஒரு தருணமே.

> ஆகஸ்ட் 15 அன்று காங்கிரஸ் ஏற்பாடு செய்து கொண்டிருந்த கொண்டாட்டங்களில் ஹிந்து மகாசபை உறுப்பினர்கள் யாரும் கலந்துகொள்ள கூடாது என்று செயற்குழு கருதியது. இந்திய எல்லைக்குள் பாகிஸ்தான் என்றழைக்கப்படும் 2வது சுதந்திர நாடும் அன்று உருவாக இருக்கிறது; எனவே அந்த நாள், கொண்டாடப்பட வேண்டியதற்குப் பதிலாக துக்கம் அனுஷ்டிக்க வேண்டிய, ஆத்ம விசாரத்திற்கான தினம்.[13]
> (மூலத்தில் உள்ளபடி)

இரண்டாவது: சுதந்திர இந்தியாவின் புதிய கொடியை மகாசபை ஏற்றுக்கொள்ளாதது. ஒரு காலத்தில் சத்ரபதி சிவாஜி வைத்திருந்த ஹிந்துத் தேசியத்தின் அடையாளமான காவி நிறக் கொடியையே அது விரும்பியது.

அத்தகைய ஒரு கூட்டம் உருவாக்கிய கொடியைத் தேசியக் கொடியாக ஏற்க முடியாது என்றாலும், அரசின் அந்தக்

கொடிக்கோ அல்லது வேறு எந்தக் கட்சிக் கொடிக்கோ அவமரியாதை ஏதும் செய்யக்கூடாது என்று செயற்குழு கருதியது. ஆகஸ்ட் 15ஆம் தேதி பொதுக் கூட்டங்கள் நடத்துவது என்று செயற்குழு முடிவு செய்தது; காவி நிறக் கொடியை ஏற்றவும், இந்தியாவை ஒன்றிணைப்பதற்கான உறுதிப்பாட்டை வெளிப்படுத்தும் வகையில் பொதுக் கூட்டங்களில் முறையாக உறுதிமொழி எடுத்துக் கொள்வது என்றும் முடிவு செய்தது.[14]

இந்தியா பெற்ற சுதந்திரம் ஓர் அறைகுறைத் திட்டம் என்று ஹிந்து மகாசபைக் கருதியது. மகாசபை கூறும் இந்தியா என்கிற கருத்தாக்கத்திற்கு மிகத் தீவிரமான அரசியல் எதிரியாக, அந்த வயது முதிர்ந்த பக்கிரி, மகாத்மா காந்தியைத் தவிர வேறு யாரும் இல்லை.

பகுதி 3
பக்கிரி

1
கற்பனை எதிரிகள்

இந்தியாவின் மத்திய அரசாங்கம் 12-12-2019 அன்று குடியுரிமை (திருத்தம்) சட்டம் 2019 இயற்றியது. 1955ஆம் ஆண்டின் அசல் சட்டத்தில் பின்வரும் பிரிவு சேர்க்கப்பட்டது:

> ஹிந்து, சீக்கிய, பௌத்த, ஜைன, பார்சி அல்லது கிறிஸ்தவ சமூகத்தைச் சேர்ந்த ஆப்கானிஸ்தான், வங்காளதேசம் அல்லது பாகிஸ்தானிலிருந்து வந்த எந்தவொரு நபரும், டிசம்பர் 31, 2014 அன்று அல்லது அதற்குமுன் இந்தியாவுக்குள் நுழைந்து, பாஸ்போர்ட் (இந்தியாவுக்குள் நுழைதல்) சட்டம், 1920இன் பிரிவு 3 இன் உட்பிரிவு (2) இன் ஷரத்து (c) இன் கீழ் அல்லது வெளிநாட்டினர் சட்டம், 1946 ன் விதிகளைப் பிரயோகித்ததன் மூலமோ அல்லது அதன் கீழ் உருவாக்கப்பட்ட ஏதோ ஒரு விதி அல்லது ஆணையின்படி மத்திய அரசால் விலக்கு பெற்றவர்கள் இந்தச் சட்டத்தின் நோக்கங்களின்படி சட்டவிரோதமாக குடியேறியவராகக் கருதப்பட மாட்டார்.[1]

அஸ்ஸாமில் 2015 ஆம் ஆண்டு தொடங்கி ஆகஸ்ட் 2019இல் முடிவடைந்த தேசியக் குடிமக்கள் பதிவேட்டைப் புதுப்பிக்கும் செயல்பாடு பல வழிகளில் குடியுரிமை (திருத்தம்) சட்டத்திற்கு முன்னோடியாக இருந்தது. வங்கதேசத்திலிருந்து (மற்றும் மியான்மர்) இந்தியாவுக்குள் 'சட்டவிரோதமாக உட்புகும் முஸ்லிம்கள்' தாம் இதற்கு இலக்கு. இந்தப் புதுப்பித்தலுக்குப் பின் பத்தொன்பது லட்சம் இந்தியர்கள் 'நாடற்றவர்கள்' என அறிவிக்கப்பட்டனர்; 1.08 லட்சம் சந்தேகத்திற்குரிய வாக்காளர்களுக்கு (D-voters- doubtful voters) 2021 ஆண்டு அஸ்ஸாம் தேர்தலில் வாக்களிக்கத் தடை விதிக்கப்பட்டது. தேசியக் குடிமக்கள் பதிவேடு பட்டியல் வெளியானவுடன், 2019 டிசம்பரில் குடியுரிமை (திருத்தம்)

சட்டம் நிறைவேற்றப்பட்டது. திருத்தப்பட்ட குடியுரிமைச் சட்டத்தில் முஸ்லிம் சமூகத்தினர் விடுபட்டது ஒரு திட்டமிட்ட நடவடிக்கை. நாட்டின் பல பகுதிகளில் வன்முறையற்ற சிவில் உரிமைப் போராட்டங்கள் வெடித்தன. ஆனால், அரசாங்கம் எதிர்ப்பாளர்களை விரைந்து அடக்கத் தொடங்கியது. குடியுரிமை பற்றிய கேள்வி 'யார் அஸ்ஸாமியன்' என்பதிலிருந்து, 'இந்தியன், யார்?' என்ற கேள்வியாக மாறியது.

உண்மையில், 'யார் இந்தியன்' என்பது குறித்த இந்த விசாரங்கள் புதியன அல்ல; சாவர்க்கர் இது குறித்த உணர்வை தன் எழுத்துக்களில் பலமுறை விசிறி விட்டிருக்கிறார்; அவரது ஹிந்துத்துவக் கருத்துடன் அதை இணைத்தார். சாவர்க்கர் 'Essentials of Hindutva' என்ற பிரபலமான புத்தகத்தில், சற்று செறிவான ஆனால், பொருந்தா கற்பனையுடன் ஹிந்துஸ்தானின் உண்மையான 'மகன்' யார் என்பதற்கு ஒரு வரையறையைத் தருகிறார். ஒரு நல்ல வழக்கறிஞரைப் போல், ஒரு ஹிந்துவாக இருப்பதற்குத் தேவையான தகுதிகளின் பட்டியலைச் சாவர்க்கர் அளிக்கிறார்; இந்தத் தாய்நாட்டின் மீது அல்லது மாத்ருபூமி மீது யார் உரிமை கோர முடியும் என்பதையும் வரையறுக்கிறார். இவற்றில் முதலாவது புவியியல் சார்ந்தது: பிறப்பால் அல்லது அவரது முன்னோர்களின் பிறப்பால் ஒரு ஹிந்து குடிமகன் ஆகிறான். அவன், அவன் மூலமாகவோ அல்லது தந்தையின் மூதாதைகளின் வழியாகவோ இந்தத் தாய்நாட்டிற்கு உரிமை கோருகிறான். அந்த அடிப்படையில் இது அவனது தந்தை நாடாக அல்லது பித்ருபூமியாக மாறுகிறது.

இரண்டாவது நிபந்தனை: ஒரு உண்மையான ஹிந்து, ஹிந்துப் பெற்றோருக்குப் பிறந்தவனாக இருக்கவேண்டும்; அவனது நரம்புகளில் சிந்துவின் 'சன்ஸ்கிருதி' பாயவேண்டும். இந்த மண்ணில் பிறந்தவன் ஹிந்து தர்மத்தின் சந்ததியே. புத்தர், ஜைனர், அல்லது 'தற்காலத்தின் சைதன்யர், சக்ரதர், பசவர், நானக், தயானந்தர் அல்லது ராஜா ராம்மோகன்' ஆகியோரது வேதம் மற்றும் வேதம் அல்லாத அனைத்துச் சாயல்களையும் கொண்டவன். அவன் ஹிந்துக்களுடைய பண்பாட்டின், தத்துவத்தின் மிகச் சரியான உருவகமாக இருக்கவேண்டும். அதாவது ஹிந்துஸ்தான் அவனது மாத்ரு பூமி, பித்ரு பூமி மட்டுமல்ல; அவனது புண்ணியபூமி அல்லது புனிதப் பூமி. சிந்து பிரதேசம் தொடங்கி சிந்து (சம்ஸ்கிருதத்தில் கடல்) வரை

பரந்து விரிந்து கிடக்கும் நிலப்பரப்பை-பாரதப் பூமியை-தனது பிறப்பிடமாகவோ மாத்ருபூமியாகவோ, தனது முன்னோர்களின் பூமியாகவோ, பித்ருபூமியாகவோ, புனிதப் பூமியாகவோ அல்லது புண்ணிய பூமியாகவோ பார்க்கிறவனே உண்மையான ஹிந்து.[2]

தேசம் குறித்தும் அதன் குடிமக்கள் பற்றியும் சாவர்க்கர் முன்வைக்கும் கருத்து கடந்த காலத்திலிருந்து தெரிந்தெடுக்கப்பட்ட நினைவுகளாகும். நிலத்தில் வசிப்பவர்கள் அனைவரும் அதன் குடிமக்கள் கிடையாது. அவரது பாரதப் பூமி, 'நமது நம்பிக்கையை தோற்றுவித்தவர்களின்', அவர்களது அகக்கண் முன் வேதம் வெளிப்பட்ட ரிஷிகளின் பூமி; அதாவது - வேதகால ரிஷிகள் முதல் தயானந்தர் வரை, ஜீனர் முதல் மகாவீரர் வரை, புத்தர் முதல் நாகசேனா வரை, நானக் முதல் கோவிந்த் வரை, பண்டா முதல் பசவர் வரை, சக்ரதர் முதல் சைதன்யர் வரை, ராமதாஸ் முதல் ராம்மோகன் வரையிலான ரிஷிகளின் தேசம் இது. ஆச்சாரியர்களும், இறைமனிதர்களும் பிறந்து வாழ்ந்த பூமி என்கிறார் அவர்.

> இங்கே பகீரதன் ஆட்சி செய்கிறான்; இங்குதான் குருக்ஷேத்திரம் இருக்கிறது. இங்குதான் வனவாசம் சென்ற ராமச்சந்திரன் காட்டில் ஓரிடத்தில் தங்கினான்; அங்குதான் ஜானகி தங்க மானைப் பார்த்தாள்; அதைக் கொல்ல வேண்டும் என்று தனது காதலனிடம் அன்புடன் அழுத்தமாகக் கூறினாள். அந்தத் தெய்வீக மாடு மேய்ப்பவன் இங்குதான் புல்லாங்குழலை இசைத்து, கோகுலத்திலிருந்த அனைவரின் இதயத்தையும் மயக்கமெனும் தூக்கத்தில் ஆழ்த்தினான்; ஒன்றிசைந்து நடனமாடச் செய்தான். இங்குதான் போதி விருட்சம் இருந்தது, இங்கு தான், இந்த மான் பூங்காவில் தான் மகாவீரர் நிர்வாணம் அடைந்தார். இங்குதான் நானக் அமர்ந்து ஆரத்தி பாட, அவரைச் சுற்றி திரளாக வழிபடுவோர் நின்றிருந்தனர்...
>
> இங்குதான் ராஜா கோபிசந்த், யோகி கோபிசந்தாக சங்கல்பம் எடுத்துக் கொண்டு, கையில் திருவோட்டுடன் பிச்சை கேட்டு சகோதரியின் வீட்டுக் கதவைத் தட்டினான்! இங்குதான் பண்டா பகதூர் மகன் (அஜய்சிங்) அவனது தந்தையின் கண் முன்னே வெட்டிக் கொல்லப்பட்டான். ஹிந்துவாக இறந்த குற்றத்திற்காக, அவனது மகனுடைய

குருதி கொப்பளிக்கும் இதயம் தந்தையின் வாயில் திணிக்கப்பட்டது! இங்கு ஒவ்வொரு கல்லும் ஒரு தியாகத்தின் கதை சொல்லும்! அம்மா, உன் மண்ணின் ஒவ்வொரு அங்குலமும் தியாக பூமியாக இருந்திருக்கிறது! எனவே, ஒவ்வொரு ஹிந்துவுக்கும், சந்தால் முதல் சாது வரையிலும் இந்தப் பாரதப் பூமி, இந்தச் சிந்துஸ்தான் ஒரே நேரத்தில் பித்ருபூமியாகவும் புண்ணிய பூமியாகவும்- தந்தை நாடாகவும் புனித நாடாகவும் இருக்கிறது.[3]

அந்தமான் செல்லுலார் சிறையிலிருந்த விநாயக் தாமோதர் சாவர்க்கரின் பத்தாண்டு சிறைவாசம் மே 1921ல் முடிவுக்கு வந்தது. அங்கிருந்து எஸ்.எஸ்.மகாராஜா கப்பலில் அனுப்பப்பட்ட சாவர்க்கர் சகோதரர்கள் விநாயக்கும் பாபாராவும் கல்கத்தாவில் இறக்கப்பட்டனர்; பின்னர் ரத்னகிரியில் இருந்த மாவட்ட சிறைக்கு மாற்றப்பட்டனர். கிலாஃபத் போராட்டம், ஒத்துழையாமை இயக்கம், மாப்ளா கிளர்ச்சி ஆகியவற்றை அவதானித்துக் கொண்டிருந்த சாவர்க்கர் 1922ஆம் ஆண்டில் அவரது மகத்தான படைப்பான 'Essentials of Hindutva' என்ற நூலைத் தொகுத்தார். இது ஹிந்து அடையாளத்தை உருவாக்கும் அறிவுசார்ந்த படைப்பு என்றார் அவர். ஹிந்துத்துவ சித்தாந்தக் கட்டமைப்பின் மையமாக இந்தப் படைப்பு அமைந்தது. இந்த நூல் வெளியான இருபதாண்டுகளுக்குப் பின், அதாவது 1946ல் அகில இந்திய ஹிந்து மகாசபையில் யார் உறுப்பினராக சேரமுடியும் என்ற 'ஹிந்து' வரையறையை, அந்த ஹிந்து யார் என்பதை மகாசபை கோடிட்டுக் காட்டியது; யார் ஹிந்து என்ற சாவர்க்கரின் கருத்தாக்கத்துடன் இது நெருக்கமாக ஒத்திருந்தது.

> சிந்துப் பிரதேசம் முதல் கடல்கள் வரையிலும் (இமயம் முதல் கடல்கள் வரை) பரவியிருக்கும் இந்தப் பரதவர்ஷத்தை சொல்லிலும் செயலிலும் தனது தந்தை நாடாக (அல்லது தாயகமாக) மட்டுமின்றி பண்பாட்டு ரீதியாகவும், தேசம் என்ற அளவிலும் தனது ஒரே புனிதப் பூமியாக நிரந்தரமாகக் கருதுபவனே அல்லது ஏற்றுக்கொள்பவனே ஹிந்து; அத்துடன் இந்தத் தேசத்திற்கு வெளியிலிருக்கும் எந்த நிலப்பரப்பின் மீதும், நிர்ப்பந்தத்தாலன்றி (எவ்விதமான) விசுவாசமும் வைத்திருக்காத ஒருவனே ஹிந்து. (இந்தச் சொல் எந்த மதத்தையுமோ அல்லது மதம் சார்ந்த மக்களையோ குறிக்கவில்லை).

> ... தன்னை 'ஹிந்து' என்று சொல்லிக்கொள்ளாத ஒருவன், (மேலே குறிப்பிடும் அர்த்தத்தில்) ஹிந்து அல்ல அல்லது அவன் ஹிந்து அல்லாதவன். ஆகவே, இந்த அடிப்படையில் அவன் ஹிந்து மகாசபையில் உறுப்பினராக முடியாது.
>
> (பண்பாட்டு ரீதியாக என்பது இங்கு, ஒழுக்கமுறைமை மற்றும் அறநெறிகளின் தரத்தை குறிக்கிறது; தேசம் என்ற அளவில் என்பது அந்த பிரதேசம் சார்ந்த, பிரதேசத்தின் மீதான பற்றைக் குறிக்கிறது. ... நிரந்தரமாக என்பது, தாற்காலிகமான அல்லது மறைவான பயன்பாட்டிற்கு ஏற்றவாறு கருதிக்கொள்வதை குறிக்காது).
>
> ... (இந்த வரையறை)... எந்தச் சமூகத்தையும் விலக்கிவைக்கவில்லை; அதனால் ஹிந்து மகாசபை ஓர் இனம் சார்ந்த அமைப்பு என்ற நிலையைப் பெறவில்லை; ஆனால், உறுப்பினராவதற்கு ஒரு சுய-அறிவிப்பு, தன்னைப் பற்றி அறிவித்துக் கொள்ளல் அவசியம் என்பதைக் குறிப்பிடுகிறது. (மூலத்தில் உள்ளபடி)[4]

ஒரு பதிவேடு மற்றும் ஒரு சட்டம் (CAA-NRC) என்ற வடிவில் இது போன்ற விவரிப்பு இன்றைக்கு உள்நுழைந்துள்ளது. இனம் சார்ந்ததல்ல என்று அது சொல்லிக் கொள்கிறது. ஆனால், அவர்கள் கூறும் மூடப்பட்ட வரையறையின் தகுதிகள் பெற்றிராதவர்களை அது செயலளவில் விலக்கிவிடுகிறது.

சாவர்க்கர் முன்வைக்கும் தேசம் குறித்த கருத்து ஹிந்து மதச் சிந்தனையால் சூழப்பட்டதாக இருக்கிறது; அவரது வரையறையில், இந்த நிலத்தின் அசல் குடிமக்கள் அடிப்படையில் ஹிந்துக்கள். (பௌத்தர்கள், ஜைனர்கள் மற்றும் சீக்கியர்களை உள்ளடக்கியது). இந்தக் கருத்துக்கள், இறையாட்சி அரசு ஒன்றை வளர்த்தெடுப்பதற்கான விதைகள்; ஒரு குடியரசுக்கானது அல்ல.

ஜவஹர்லால் நேரு, '*The Discovery of India*' என்ற தனது நூலில் தேசம் குறித்து வேறுபட்ட கருத்தை எழுதியுள்ளார்:

> ...நாம் அனைவரும், நமது பூர்வீக நிலம் குறித்து மாறுபட்ட சித்திரங்களை வைத்திருக்கிறோம். இரண்டு நபர்கள் ஒரே மாதிரியாக சிந்திப்பதில்லை. இந்தியாவைப் பற்றிச் சிந்திக்கையில், பல விஷயங்கள் குறித்து நான் சிந்திக்கிறேன்: எண்ணற்ற கிராமங்களையும், விரிந்து

> பரந்த வயல்வெளிகளையும், பார்த்த நகரங்களையும் மாநகரங்களையும், காய்ந்து வறண்டுபோன நிலத்தில் வாழ்க்கையைப் பொழிந்து, அந்தப் பிரதேசத்தைத் திடீரென்று பளபளக்கும், பசுமையான, அழகான நிலப்பரப்பாக மாற்றும் மழைக்காலத்தின் மாயத்தையும், பெரும் நதிகளையும் வழிந்தோடும் நீரையும், கைபர் கணவாயையும் அதைச் சுற்றியிருக்கும் கடுங்குளிர் பிரதேசத்தையும், இந்தியாவின் தென் முனையையும், இந்தத் தேசத்தின் மக்களைத் தனித்தனியாகவும் திரளாகவும், எல்லாவற்றிற்கும் மேலாக இமயத்தையும் நினைத்து பார்க்கிறேன்... நாம் நமக்கு விருப்பமான சித்திரங்களை உருவாக்கிப் பாதுகாத்து வைத்திருக்கிறோம்.[5]

இந்த விவாதம், இந்தியா பற்றிய எந்தக் கருத்தாக்கம் மிகச்சரியானது என்பது குறித்து அல்ல. மாறாக, இந்த நிலத்தை உயிரோட்டமுடன் வைத்திருக்கும், செழுமைப்படுத்தும் வேறுபாடுகளை சாவர்க்கரின் கருத்து அனுமதிக்கவில்லை என்பதே நமது வாதம். இந்தத் தேசத்திற்குச் சொந்தமானது என்று சொல்லப்படும் விஷயங்களை ஒற்றைக் கருத்தால், அதற்குள் பொதிந்து, விவரிக்க முடியாது. மாறாக சாவர்க்கர் முன்வைக்கும் தேசம், இந்த நிலப்பரப்பில் ஆதிக்கம் செலுத்துவதாகக் கூறும் ஒரு மதத்தால் சூழப்பட்ட, மாறாத, நிலையான ஓர் அமைப்பு.

சாவர்க்கர் முன் வைக்கும் தேசம் எனும் கருத்தில், அதற்கு உண்மையான உரிமைகோரிகள் யார் என்ற சிந்தனையில் குடிமக்கள் (திருத்தம்) சட்டம் அல்லது குடிமக்கள் பதிவேட்டின் வேர்கள் ஊன்றியிருக்கின்றன; இது நம்புவதற்குக் கடினமான கருத்தல்ல. சாவர்க்கர் இதைத் தெளிவுபடுத்துகிறார்:

> அதன் காரணமாகவே, தேசத்தின் முகமதிய அல்லது கிறிஸ்தவ மக்களில் சிலர், முன்னதாக ஹிந்து அல்லாத வேறொரு மதத்திற்கு வலுக்கட்டாயமாக மாற்றப்பட்டு, அதன்பின் ஏனைய ஹிந்து மக்களுடன் இணைந்து, பொதுவான தாய்நாட்டையும், மற்றும் மொழி, சட்டம், பழக்கவழக்கங்கள், நாட்டுப்புறக் கதைகள், வரலாறு போன்ற பொதுவான பண்பாட்டுச் செல்வத்தின் பெரும்பகுதியை ஸ்வீகரித்துக் கொண்டிருந்தாலும் அவர்கள் ஹிந்துக்கள் அல்ல. ஹிந்துக்களாக அவர்களை அங்கீகரிக்கவும்

> முடியாது. ஹிந்துக்களைப் போல், அவர்களுக்கு இது தந்தை நாடு என்றாலும் அவர்களுக்கு இது புனிதப் பூமி அல்ல. அவர்களின் புனிதப் பூமி வெகு தொலைவில், அரேபியா அல்லது பாலஸ்தீனத்தில் உள்ளது. அவர்களது புராணங்களும் கருத்துகளும் இந்த மண்ணில் பிறந்தவை அல்ல; இறைமனிதர்களும் சாகச நாயகர்களும் இங்கு பிறந்தவர்கள் அல்ல... அவர்களது நேசம் பிளவுண்டிருப்பது. நாங்கள் கண்டிக்கவும் இல்லை, புலம்பவும் இல்லை. நிதர்சனமான உண்மைகளை மிக எளிமையாக அப்படியே சொல்லுகிறோம்.[6]

ஒரு பொதுவான தேசம் (ராஷ்டிரம்), ஒரு பொதுவான இனம் (ஜாதி), ஒரு பொதுவான நாகரிகம் (சன்ஸ்கிருதி) ஆகியன ஹிந்துத்துவத்திற்கு அடிப்படையானவை. இன்றைய இந்தியாவில் 'ஒரே தேசம், ஒரே பண்பாடு' என்பதாக அது இப்போது மொழிபெயர்க்கப்பட்டிருக்கிறது. சாவர்க்கர் உருவாக்கியிருக்கும் 'பயன்பாட்டிற்கு எளிதான' வரையறை இவ்வாறு சொல்கிறது: சிந்துஸ்தான் தந்தை நாடாகவும் புனிதப் பூமியாகவும் யாருக்கு இருக்கிறதோ அவனே ஒரு ஹிந்து (*ஆ சிந்து சிந்து பர்யந்தா யஸ்ய பாரத பூமிகா பித்ருபூ புண்ய பூஷ்சைவ ஸ வை ஹிந்துரிதி ஸ்ம்ருதஹ் - சிந்து நதியில் தொடங்கி கடல் வரை எந்த பாரத பூமி இருக்கிறதோ எது தந்தையர் பூமியும் புண்ணிய பூமியும் ஆகுமோ அதுவே ஹிந்து எனப்படுகிறது*). ஹிந்துத்துவம், ஹிந்துவாக இருப்பதை இந்தியாவின் குடிமகனாக இருப்பதுடன் சமன் செய்கிறது. அவ்வாறு செய்வதன் வழியாக, இந்த நாட்டின் முஸ்லிம்களையும் கிறிஸ்தவர்களையும் நாடற்ற 'சட்டவிரோத அந்நியர்கள்' என்று குறிப்பிட்டு கண்டனம் செய்கிறது.

ஹிந்துத்துவம் மற்றும் யார்/எது ஹிந்து என்பது தவிர்த்து, சாவர்க்கரின் எழுத்துக்களில் காணப்படும் மற்றவையனைத்தும் அகிம்சையை அல்லது வன்முறையற்ற நிலையைக் கடைப்பிடிப்பதை நிரந்தர வெறுப்புடன் பேசுகின்றன. மகாசபையினரும், ஹிந்துத்துவ சித்தாந்தவாதிகளும், புரட்சியாளர்களும் மகாத்மா காந்தியின் அகிம்சை நெறியைத் தொடர்ந்து கடுமையாக வெறுத்தனர். அதில் இரகசியம் ஏதுமில்லை. அது நடைமுறைக்கு உதவாதது; ஹிந்துக்களின் வீரத்தைப் பலவீனமடையச் செய்யும் என்று கருதினர். வரலாறும் இதற்குச் சாட்சியாக இருந்தது.

வரலாறு குறித்த சாவர்க்கரின் பார்வையில், வன்முறை மற்றும் வன்முறையற்ற நிலையுடன் ஹிந்துக்களின் உறவைப் புரிந்துகொள்வதற்கு பௌத்தத்தின் எழுச்சியும் வீழ்ச்சியும் மையமாக இருக்கிறது. உலகம் முழுவதும் சென்ற பௌத்தர்கள் அவர்களது மதத்தைப் பற்றியும், அவர்கள் வசித்த நிலம் குறித்தும் செய்திகளைப் பரப்பினர். அகில உலக அளவில் இந்தியா குறித்த விவரங்கள் திடீரென்று உயிர்பெற்றன. முன்னெப்போதும் நடைபெறாத வகையில், வெளிநாட்டினர் நம் கதவைத் தட்டத் தொடங்கினர் என்று சாவர்க்கர் எழுதுகிறார், யாத்ரீகர்கள், அறிஞர்கள், ஆசிரியர்கள், பயணிகள், மகான்கள் மற்றும் ரிஷிகள் இந்தத் தேசத்திற்குள் குவியத் தொடங்கினர்; பாரதம், சிந்து அல்லது ஹிந்து என்று அறியப்பட்டது.

புத்த மதம் இந்தியாவிற்கு உலகத் தொடர்பை ஏற்படுத்தித் தந்தது. இந்தியாவில் பௌத்தம் வீழ்ச்சியடைந்ததும், உலகம் சிந்துவின் நிலப்பரப்பிற்கு மேலும் நெருக்கமாக வந்தது. அங்கு வசித்தவர்க்குப் பேரழிவு தரும் தாக்கங்களுடன் வந்தது என்று அவர் எழுதுகிறார். 'பௌத்தத்தின் பரவலால் ஏற்பட்ட அரசியல் விளைவுகள், நமது தேசத்தின் வீரியத்திற்கும் தேசிய அளவில் நமது இனத்தின் இருப்புக்கும் பெரும் பேரழிவை ஏற்படுத்துவதாக இருந்தன.'[7] பௌத்தம் அகிம்சையைக் கடைப்பிடித்தது இந்தியாவை மிகவும் பலவீனமாக்கியது; போர் வெறி கொண்ட ஹூனர்கள் போன்ற பழங்குடியினருக்கு எளிதான இரையாக்கியது. பௌத்தர்கள் கீதங்களையும், முழக்கங்களையும் பயன்படுத்தி அகிம்சையைக் கடைப்பிடிப்பதை உயர்த்திப் பிடித்தனர்; ஆனால், படையெடுத்து வந்தவர்களின் காட்டுமிராண்டித்தனமான வன்முறையை எதிர்கொண்ட ஹிந்துக்களால் அதை ஜீரணிக்க முடியவில்லை. 'இந்தக் கசப்பையும் அரசியல் அடிமைத்தனத்தையும் மற்ற ஹிந்துக்களால் சாந்தமான மனநிலையுடன் உள்வாங்கிக் கொள்ள முடியவில்லை.'

பௌத்தம், நம்மை உலக வரைபடத்தில் கொண்டு சேர்த்தது; அதுவும் அஹிம்சை கோட்பாட்டிற்காக அது நடந்தது. ஆனால், பௌத்தப் பிக்குகள் போன்றோரின் சாதனைகளைக் காட்டிலும் பெரும் சாதனைகளை ஹிந்து தேசம் பெற்றுள்ளது என்று சாவர்க்கர் வாதிட்டார். 'எம் இனத்தின் அரசியல் வீரியமும் ஆண்மை நிறைந்த மாண்புகளும்' பௌத்தத்தின் எழுச்சியுடன் தொடங்கி அதன் வீழ்ச்சியுடன் முடிவுறவில்லை என்று கூறினார்.

சொல்லிக்கொள்வதற்குப் பௌத்தத்திடம் வெற்றிகள் உள்ளன; ஆனால் அவை, 'நீண்டநேரம் நிலைத்து நிற்காத களிமண் கால் போன்று, எளிதில் கூர்மைப்படுத்த முடியாத எஃகை போன்று, கடுமையான தாகத்தைத் தீர்க்க முடியாத சித்திரத்தில் காணப்படும் விண்ணுலகின் வற்றாத நீரோடை போன்று நிதர்சன உலகத்திலிருந்து வெகு தொலைவில் இருக்கும் நடைமுறை சாத்தியமற்றவை என்கிறார் சாவர்க்கர். அவரது 'Essentials of Hindutva' நூலில் இதை அவர் குறிப்பிடுகிறார். டெல்லி செங்கோட்டையில் நடந்த கொலை வழக்கு விசாரணையில் காந்தியின் அஹிம்சை மீதான நம்பிக்கையை விமர்சித்த நாதுராம் கோட்சே இதைத் திரும்பத் திரும்பக் கூறுகிறான்.

'எரிமலையின் பெருக்குபோல்' இந்தியாவின் மீது படையெடுத்த நாடோடிப் பழங்குடியினர் 'செழித்திருந்த அனைத்தையும் எரித்தனர்'. இந்தியர்கள், 'அவர்களைக் காட்டிலும் மொழி, மதம், தத்துவம், கருணை ஆகியவற்றிலும், மனிதனுக்கும் கடவுளுக்கும் உரியதான அனைத்து மென்மையான பண்புகளிலும் தாழ்வான மனிதர்களால், "நெருப்பு அல்லது வாள்!" என்ற இரு சொற்களால் மட்டுமே குணமான சுருக்கமாக விவரிக்க முடிகிற வலிமையில் மட்டுமே உயர்ந்தவர்களால்' தமது நிலங்கள் சூறையாடப்படுவதையும், அவர்களது கடவுளர்கள் உடைத்து மிதிக்கப்படுவதையும் பார்த்தனர். பௌத்த நடைமுறைகளால் இந்தப் புதிய, பயங்கரமான எதிரியை வெல்லமுடியாது என்பது ஹிந்துக்களுக்குத் தெளிவாகியது. அகிம்சைப் புறக்கணிக்கப்பட வேண்டும், யாகத் தீ மீண்டும் தூண்டிவிடப்பட வேண்டும். அந்நியர்களை விரட்டுவதற்கு வேதமெனும் இரும்புச் சுரங்கம் மீண்டும் திறக்கப்பட வேண்டும். பாதுகாப்பிற்கும் உயிர்வாழ்தலுக்குமான அரசியல் தேவையாக 'வேதங்களுக்குத் திரும்புவோம்' என்ற முழக்கம் இருப்பதாக சாவர்க்கர் கூறுகிறார்.[8]

சிந்துஸ்தானை ஆக்கிரமிக்க கஜினி முகமது சிந்து நதியைக் கடக்கும் வரையிலும் சிறிது காலத்திற்கு, ஹிந்துக்கள் பொய்யான பாதுகாப்பு உணர்வில் மூழ்கியிருந்தனர்.

இந்தத் தருணத்தில், முஸ்லிம் ஆக்கிரமிப்பாளரை எதிர்கொண்ட நிலையில் சாவர்க்கர் எழுதுகிறார்:

> ... சுயம் அல்லாத ஒன்றுடன் ஏற்படும் முரண் அளவுக்கு, ஒன்றினுடைய தன்னறிவு அதனுடன் முரண்படாது. ஒரு

பொது எதிரியைக் காட்டிலும் வேறொன்று மக்களை ஒரு தேசமாகவும், தேசங்களை ஒரு அரசாகவும் வலிமையாக ஒன்றிணைக்க முடியாது. வெறுப்பு பிரிக்கவும் செய்கிறது அதேநேரத்தில் ஒன்றுபடுத்தவும் செய்கிறது. பிரிக்கமுடியாத ஒற்றைத் தேசமாக சிந்துஸ்தான் ஒன்றிணைவதற்கு அந்த மகத்தான உருவ வழிபாட்டு எதிர்ப்பாளர்கள் சிந்து நதியைக் கடந்த அந்தப் பயங்கரமான நாளைக் காட்டிலும் தேசத்திற்குச் சிறந்த வாய்ப்பும், சக்தி வாய்ந்த தூண்டுதலும் வேறு எப்போதும் கிடைத்ததில்லை.⁹

இது ஹிந்துத்துவம் மற்றும் ஹிந்து ஆண்மையின் இதயத்தில் இருக்கிறது. அவை 'பிறரால்' வரையறுக்கப்படும் கருத்துக்களும் நிலைகளும் ஆகும்.

உணர்வுவயப்பட்ட, இணக்கமான உரைநடையில், ஆனால், அதற்கு எந்த ஆதாரமும் கொடுக்காமல் சாவர்க்கர் எழுதினார்: இந்தியா மீது ஓரிரு இனங்கள் அல்லது பழங்குடியினர் மட்டும் படையெடுக்கவில்லை என்கிறார்; ஆனால் அரேபியர்கள், பதான்கள், பாரசீகர்கள், பலூச்சிகள், துருக்கியர்கள், முகலாயர்கள் உள்ளிட்ட ஏறத்தாழ அனைத்து ஆசியாவும் படையெடுத்தது; அவர்களைத் தொடர்ந்து ஏறக்குறைய ஐரோப்பா முழுவதுமே படையெடுத்தது. சூறையாடல் செய்தது மட்டுமின்றி, மதம் (இங்கு இஸ்லாம்) பெருங்குழப்பத்தையும் பேரழிவையும் ஏற்படுத்தியது. சிந்துஸ்தானுக்குத் துயரத்தைக் கொண்டுவந்தது. குறிப்பாக, இந்தியாவை வியப்பிலாழ்த்திய படையெடுப்பு ஒன்றை கஜினி முகமது நடத்தினான். 'ஒவ்வொரு நாளும், ஒவ்வொரு பத்தாண்டுகளும், ஒவ்வொரு நூற்றாண்டிலும் என்பதுபோல் இந்தப் பயங்கரமான மோதல் தொடர்ந்தது' என்று சாவர்க்கர் எழுதுகிறார்.

முகலாயர்களின் இறுதி ஆட்சியாளன் அரியணையிலிருந்து தூக்கி எறியப்பட்டபோது இந்த மோதல் முடிவுக்கு வந்தது. வரலாற்றின் இந்த மறுவாசிப்பில், ஹிந்துத்துவ ஆதரவாளர்களின் எதிரியாக முஸ்லிம்கள் ஆங்கிலேயர்களை இடப்பெயர்ப்பு செய்தார்கள் என்பது தெளிவாகிறது. முஸ்லிம் எனும் 'பிறரை' எதிர்கொள்ளும்போது ஹிந்துக்கள், ஹிந்து உணர்வு என்பதை முழுமையானதாக தீவிரமாக உணர்ந்தனர். அத்துடன் 'வரலாற்றில்

நாம் அறிந்திராத அளவிற்கு விரிந்து பரந்த தேசமாக தம்மை இணைத்துக் கொண்டனர்.'

'பிறர்' என்பவரை எதிர்கொள்ள வேண்டிய நிலையில் ஒன்றிணையும் ஹிந்து-சுயம், ஹிந்து மதத்தின் அனைத்து நம்பிக்கைகளையும், சாதிகளையும் ஹிந்துயிசத்தின் பிரிவுகளையும் உள்ளடக்கியது. ஹிந்து என்ற இந்தச் சொற்குறிப்பில் உள்ளடங்கும், 'சீக்கியர்கள், சனாதனிகள், மராட்டியர்கள் மதராஸிகள்' ஆகியோர் 'அனைவரும் ஹிந்துக்களாக துன்பப்பட்டவர்கள், ஹிந்துக்களாக வெற்றி பெற்றவர்கள்' என்பதற்குள் அடங்குவர். (பாகிஸ்தானின்) அட்டாக் முதல் (இந்தியாவின்) கட்டாக் வரையிலும் ஹிந்து ஒற்றை மனிதனாக மாறியிருக்கிறான். 'ஹிந்துத்துவம் என்ற இந்த ஒரு சொல், நமது அரசியல் உடலின் ஊடாக முக்கியமான முதுகெலும்புபோல் ஓடுகிறது; காஷ்மீரத்துப் பிராமணர்களின் துயரங்களை எண்ணி மலபார் நாயர்களை அழ வைத்தது' என்று சாவர்க்கர் எழுதுகிறார்.[10]

சுருக்கமாகச் சொல்வதென்றால், ஹிந்துத்துவத்தின் கூறுகள் குறித்தும், இந்தியனாக இருப்பது குறித்தும் சாவர்க்கரின் தெளிவான வரையறை இது: இந்தத் தாய்நாட்டிற்கு விசுவாசமாக இருந்தால் மட்டுமே ஒருவன் தன்னை இந்தியக் குடிமகன் என்று சொல்லிக்கொள்ள முடியும்; அவனும் அவனது முன்னோர்களும் இங்கே பிறந்தவர்கள் என்பதால் - இதைத் தங்கள் தந்தை நாடாக ஆக்குகிறார்கள்; இது அவர்களது புனித பூமி என்று சொல்கிறார்கள். ஒரு ஹிந்து தனது பௌத்த முன்னோர்களைப் போல் அகிம்சையில் நம்பிக்கை கொண்டவனல்ல. இஸ்லாமியப் படையெடுப்பையும் (கற்பனையெனினும், எப்போதும் தவிர்க்க முடியாதது இது) எதிர்கொள்ளும் ஹிந்துத்துவம், அனைத்துப் பிரிவினைகளையும் கடந்து ஹிந்துக்களை ஒன்றிணைக்கும் முதுகுத் தண்டாக அவர்களது உடலெனும் அரசியலின் ஊடாகச் செல்கிறது.

பெர்லின் சுவர் இடிந்து சோவியத் யூனியனின் கலைப்பு நடந்து கொண்டிருந்த நேரத்தில், 1990 ஆம் ஆண்டில் ஸ்லவோஜ் ஜிஸெக் 'பெரு நிறுவனங்களின் தேசிய ஜனரஞ்சகவாதம் எழுச்சி பெற்ற நிலையில் சுதந்திர-ஜனநாயக போக்குகள் படிப்படியாக பின்வாங்குவது...' குறித்து கட்டுரை ஒன்றை எழுதினார்.

தேசிய அடையாளம், 'தேசம் எனும் பொருண்மை' நோக்கிய உறவால் நீடித்திருக்கும் வரையறையால் பெறப்படுவது என்று ஜிஸெக் கூறுகிறார்... இந்தப் 'பொருண்மை' நம்மால் மட்டுமே அணுகக்கூடிய ஏதோ ஒன்றாக நமக்குத் தோன்றுகிறது; அந்த ஏதோ ஒன்று 'அவர்களால்', அந்தப் பிறரால் உள்வாங்கிக் கொள்ள முடியாதது. இருந்தபோதிலும், 'அவர்களால்' தொடர்ந்து அது அச்சுறுத்தலுக்கு ஆட்பட்டது. நம் வாழ்க்கைக்கு முழுமையையும் சுறுசுறுப்பையும் அளிப்பதாக அது தோன்றுகிறது. ஆனால் அதை நாம் முடிவு செய்வதற்கான ஒரே வழியாக வெற்றுச் சொல்லடுக்குகளின் பல்வேறு வடிவங்களை நாடிச் செல்வது இருக்கிறது...என்று ஜிஸெக் வாதிடுகிறார்.[11]

தேசம் குறித்த இந்தக் கருத்தை நாம் எவ்வாறு அங்கீகரிப்பது - அதன் இருப்பை 'நமது வாழ்க்கை முறை' என்று அழைக்கப்படும் மழுப்பலான விஷயத்தின் மூலம் நாம் சுட்டிக்காட்டுகிறோம். சாவர்க்கரின் கருத்தாக்கத்தில் ஹிந்துத்துவம், 'நமது வாழ்க்கை முறையை' கட்டமைத்தது; அதே நேரம் காந்தியச் சிந்தனை அகிம்யையும் ஒழுக்கத்தையும் முன்னிறுத்தியது.

2

ஹிந்துத்துவம் எனும் கருத்து

குடியுரிமை (திருத்தம்) சட்டம் பாராளுமன்றத்தில் நிறைவேற்றப்பட்ட இரு வாரங்களுக்குப் பின், *15-12-2019* அன்று அந்தச் சட்டத்திற்கு எதிராக போராட்டம் நடத்தியதற்காக டெல்லி ஜாமியா மில்லியா இஸ்லாமிய பல்கலைக்கழக மாணவர்கள் டெல்லி காவல்துறையினரால் தாக்கப்பட்டனர். கான்பூரின் இந்திய தொழில்நுட்பக் கழகம் உட்பட, இந்தியப் பல்கலைக்கழகங்களின் மாணவர்கள் அரசின் மீது கோபம் கொண்டு போராடினர். பாகிஸ்தான் கவிஞர் ஃபைஸ் அகமது ஃபைஸ் எழுதிய 'ஹம் தேகெங்கே' *(நாம் பார்த்துக் கொள்வோம்)* என்ற சர்வ தேச எதிர்ப்புக் கீதத்தைப் பாடினர். ஒரு மாதத்திற்குள் அந்த நிறுவனம் முறையான விசாரணை ஒன்றை நடத்தியது. அந்த உருது கவிதைக்கு எதிராக புகார் ஒன்று எழுப்பப்பட்டிருந்தது: ஃபைஸின் கீதம் ஹிந்துக்களுக்கு எதிரான உணர்வுகளைத் தூண்டியதாக அந்தப் புகார் கூறியது. குறிப்பாக, *'ஐப் அர்ஸ்-ஏ—குதா கே காயப் சே, ஸப் புத் உத்வாயே ஜாயேங்கே/ ஹம் அஹல்-ஏ—சாஃபா, மர்தூத் - இஹாராம் மஸ்நத் பே பித்தாயே ஜாயேங்கே/ ஸப் தாக் உச்சாளே ஜாயேங்கே, ஸப் தக்த் ஜிராயே ஜாயேங்கே'* என்ற வரிகள். கடவுள் இருக்குமிடத்திலிருந்து பொய்மையின் சின்னங்கள் அகற்றப்படும்போது / புனித ஸ்தலங்களில் அனுமதி மறுக்கப்பட்ட விசுவாசிகளாகிய நாம் / கிரீடங்கள் தூக்கி எறியப்படும்போது, சிம்மாசனங்கள் வீழ்த்தப்படும் போது/ உயர்ந்த பீடத்தில் அமர்வோம்).[1]

குறிப்பாக, ஏற்கனவே பதற்றம் அதிகரித்திருந்த சூழலில், புகாரும் அதைத் தொடர்ந்து நடந்த முறையான விசாரணையும் பொது வெளியில் பரபரப்பை ஏற்படுத்தின. இடது மற்றும் மிதவாத விமர்சகர்கள் ஃபைஸை ஒரு நாத்திகராகவும் இஸ்லாத்தின் வடிவுருக்களை கலைத்திறனுடன் விமர்சிக்கும் உரிமம் பெற்ற

கம்யூனிஸ்ட் என்றும், அவருக்கு ஆதரவாகப் பேசினர். இந்தக் கவிதை, அது எழுதப்பட்ட நேரத்தில் பாகிஸ்தானின் சர்வாதிகார அரசை மிகக்கடுமையாக விமர்சித்த, ஜனநாயகத்தை மீட்டெடுக்கவும், ஒடுக்கப்பட்டவர்களுக்கு அதிகாரத்தைத் திருப்பித் தரவும் விடுக்கப்பட்ட அறைகூவல் என்றும் பலர் பேசினர்.

இந்த விளக்கங்கள், அவை எவ்வளவு துல்லியமாக இருப்பினும், பாதிப்படைந்த, புகார் செய்த ஹிந்துக்களை திருப்திப்படுத்தவில்லை. ஃபைஸ் அகமது ஃபைஸ் ஒரு தீவிர கம்யூனிஸ்ட் என்பது இங்கு முக்கியமில்லை; வலதுசாரிகள் கூறிய விளக்கம் சொல்லுக்குச் சொல் என்பதாக, சூழலுக்குப் பொருத்தமற்றதாக இருந்தது என்பதும் இங்கு முக்கியமில்லை. எது முக்கியம் என்றால், 'ஹம் தேகெங்கே' என்ற சொற்றொடருக்கு 'மூர்த்தி பஞ்சன்' என்ற குறிப்பு இருந்ததுதான்; அதாவது சிலைகளை அழித்தல் – 'ஸப் புத் உத்வாயே ஜாயங்கே'; ஹிந்துக்களின் நீண்டகால வெறுப்புக்கும் அதிருப்திக்கும் இதுவே காரணமாக இருந்தது. எதேச்சாதிகாரத்திற்கும் ஒடுக்குமுறைக்கும் எதிராக அணிதிரள விடுக்கப்பட்ட கம்யூனிஸ்ட் கவிஞனின் அறைகூவல், ஹிந்து மதத்தின் மீதான நேரடித் தாக்குதலாகக் கருதப்பட்டது ஏன்?

துணைக்கண்ட வரலாறு குறித்த ஹிந்து தேசியவாதம் கூறும் விளக்கத்தைப் புரிந்துகொள்வதில் இதற்கான தடயங்கள் பொதிந்திருக்கலாம். ஒரு தேசம், ஒரு ஜாதி, ஒரு சன்ஸ்கிருதி (நாகரீகம்) என்ற சாவர்க்கரின் ஹிந்துத்துவத்துடன் ஒத்துப்போகும் ஹிந்துவாக இருப்பதற்குக் கடந்தகாலத்தால் பாதிக்கப்பட்ட ஹிந்துவாக இருக்கவேண்டும். இந்த ஹிந்து ஆற்றமுடியாத வடுக்களை சுமந்துகொண்டு இருக்கிறார்; எதிரி மீதான அவர்களது வெறுப்பு மாற்ற முடியாதது. பல்வேறு விதமான விசாரங்கள் அதற்கு எண்ணெய் ஊற்றுகின்றன. 'ஹம் தேகெங்கே' என்பதைச் சுற்றியிருக்கும் சர்ச்சைக்குத் திரும்புவதும், நிஜத்தில் அது எதைக் குறிக்கிறது என்பதை அறிந்து கொள்வதற்கும் நாம் ஏறக்குறைய ஆயிரம் ஆண்டுகள் பின்னோக்கிச் செல்ல வேண்டும்.

இன்றைய குஜராத்திலிருக்கும் சோம்நாத் கோவிலை 1026 ம் ஆண்டில் கஜினி முகமது தாக்கினான்; கோவில் சிலையை உடைத்தான். ஹிந்துக்களுக்கும் முஸ்லிம்களுக்கும் இடையில் விரோத உறவுகளைத் தூண்டினான். இன்றுவரை அது

தொடர்கிறது. பாரதிய ஜனதா கட்சியின் தலைவர் லால் கிருஷ்ண அத்வானி 25-09-1990 அன்று சோம்நாத்திலிருந்து ராம ஜென்மபூமி ரத யாத்திரையைத் தொடங்கினார்; அதைத் தொடர்ந்த சங்கிலி போன்ற நிகழ்வுகள் 1992இல் அயோத்தியில் பாபர் மசூதி இடிப்பிலும் அதன் விளைவான வகுப்புவாத வன்முறையிலும் முடிந்தன என்பதை நினைவில் கொள்ளுங்கள். கடந்தகாலத்தை மறுவாசிப்பிற்கு உட்படுத்தும் தேசியவாத ஹிந்துவிற்கு அதன் மையமாக கஜினியின் படையெடுப்பு போன்ற முஸ்லிம்களின் சிலை உடைப்புகள் இருக்கின்றன; அதில் சோம்நாத் கோவில் மிக முக்கிய குறியீடாக இருக்கிறது.

மாப்ளாக் கிளர்ச்சி பற்றிய சாவர்க்கரின் கற்பனை கலந்த விவரிப்பிற்கு எழுதிய அறிமுகத்தில் ஆரிய சமாஜத் தலைவரான சுவாமி சம்பூர்ணானந்த சரஸ்வதி சோம்நாத் நிகழ்வுகளை குறிப்பிட்டிருந்தார். 1921-22ல் நடந்த அந்தக் கிளர்ச்சி பல காரணங்களுக்காகக் குறிப்பிட வேண்டிய ஒன்று. முதலாவது, பிரிட்டிஷாரின் இடத்தில் சாவர்க்கரையும் ஹிந்து மகாசபையையும் தமது முதன்மை எதிரியாக முஸ்லிம்கள் வைத்துக்கொண்டனர். இரண்டாவது, கிலாஃபத் இயக்கத்திற்கும், மாப்ளா கிளர்ச்சிக்கும் பின்னர், முஸ்லிம்களைத் திருப்திப்படுத்தும் நபராக மகாத்மா காந்தியை ஹிந்து மகாசபையினர் அடையாளம் கண்டனர். சாவர்க்கர் எழுதிய 'மோப்லா, அர்தார்ட் முஜ்ஹே இஸ்ஸே க்யா?' (மாப்ளாவை நான் எப்படி பார்க்கிறேன்?) என்ற நூலுக்கு எழுதிய முன்னுரையில் அந்த ஆரிய சமாஜி, ஹிந்துயிஸத்தின் அழிவுக்குக் காரணம் அதன் இரண்டு முக்கிய அம்சங்களான - சாதியமும் சிலை வழிபாடும் என்கிறார்.

இஸ்லாமுடன் நடந்த பல போர்களுக்கு சிலை வழிபாடுதான் காரணம் என்று அவர் எழுதுகிறார். அவரது கூற்றில், கஜினி முகமது சோம்நாத் கோவிலை அதன் செல்வத்திற்காகக் கொள்ளையடித்தபோது, க்ஷத்திரியப் போர்வீரர்களும் பிராமணப் பூசாரிகளும் நல்ல நேரத்திற்காகக் காத்திருந்தனர். கஜினியின் படைகள் கோவிலைச் சூழ்ந்து கொண்டவுடன் அவர்கள் சரணடைந்தனர் அல்லது தப்பி ஓடிவிட்டனர். கோவில் சிலைக்கு ஈடாக படையெடுத்து வந்தவர்களிடம் மூன்று கோடி ரூபாய் பேரம் பேசப்பட்டது; ஆனால், அவர்கள் அதை ஏற்க மறுத்துவிட்டனர். கோவிலைப் பாதுகாத்தவர்களிடம் நாங்கள் உருவ வழிபாட்டிற்கு எதிரானவர்கள் என்று கூறி கஜினியும் அவரது படையும்

விக்கிரகத்தை உடைத்தனர். பதினெட்டு கோடி ரூபாய் மதிப்புள்ள அரிதான ரத்தினக் கற்களை எடுத்துக்கொண்டனர். அடுத்தடுத்து படையெடுத்து வந்த முஸ்லிம் படைகள், மீண்டும் மீண்டும் ஹிந்துக் கடவுள் சிலைகளை உடைத்தன; இஸ்லாத்திற்குமுன் ஹிந்துக்களை பலவீனர்களாக, சிறியவர்களாக, கோழைகளாக நிற்க வைத்தன என்று சம்பூர்ணானந்தர் எழுதுகிறார். உருவ வழிபாட்டை எதிர்த்த முஸ்லிம்கள், ஹிந்துக்களின் மன உறுதியையும் தார்மீக பலத்தையும் நூற்றாண்டுகளாக நசுக்கி வைத்திருந்தனர்.

நிச்சயமாக, இந்தக் கதை வரலாற்று சான்றுகள் எதனுடனும் இணைக்கப்படவில்லை. முஸ்லிம் ஆட்சியாளர்கள் கோயில்களை அழித்த 60,000 மேற்பட்ட நிகழ்வுகளை ஹிந்துத்துவ ஆதாரங்கள் மேற்கோள் காட்டுகின்றன. பலரும் அறிந்த வரலாற்றாசிரியரான ரிச்சர்ட் ஈடன், இந்தக் கூற்றை ஓரளவுக்கு நிரூபிக்கும் வகையில் வரலாற்றின் போக்கில் எண்பது நிகழ்வுகளை மட்டுமே காணமுடிகிறது என்று வாதிடுகிறார். அத்துடன், ஹிந்துத்துவம் வாதிடுவது போல, உருவ வழிபாட்டு எதிர்ப்பு முஸ்லிம் ஆட்சியாளர்களிடம் மட்டுமே பிரத்தியேகமாகக் காணப்படும் ஒன்று அல்ல என்கிறார். ஹிந்து மன்னர்கள் ஹிந்துக் கோவில்களை, ஏன் ஜைன மற்றும் பௌத்த வழிபாட்டுத் தலங்களையும் இடித்துத் தள்ளியதற்கு ஏராளமான சான்றுகள் உள்ளன என்றும் சுட்டிக்காட்டுகிறார். கோவில்களை அழிக்கும் செயல்களை, ஒரு செயலாக மட்டும், சக்தி வாய்ந்த அரசியல் உத்தியாகப் பார்க்கவேண்டும்; வேண்டுமென்றே நடத்தப்பட்ட வகுப்புவாத வன்முறைச் செயல்களாக அல்ல என்கிறார்.[2]

வரலாற்றாசிரியர் ரொமிலா தாப்பர், 1026 ஆம் ஆண்டில் சோம்நாத் கோவிலில் நடந்த நிகழ்வுகள் என்பதாக வெவ்வேறு வடிவங்கள் உலவுகின்றன என்று கூறுகிறார். கஜினி முகமது உண்மையில் அந்தக் கோவில் சிலைகளை உடைத்தானா இல்லையா என்பதை அறிந்துகொள்வதை இவை கடினமாக்குகின்றன.

ஒட்டோமான் பேரரசில் கலிபா ஆட்சியை மீட்டெடுக்க, இந்திய முஸ்லிம்கள் 1919ஆம் ஆண்டில் கிலாஃபத் இயக்கம் என்று அழைக்கப்படும் இந்திய அளவிலான-இஸ்லாமிய அரசியல் இயக்கத்தைத் தொடங்கினார்கள். அந்த நேரத்தில் மகாத்மா காந்தி விடுத்த ஒத்துழையாமை இயக்க அறைகூவலால், இதற்கான பிரச்சாரம் வலுப்பெற்றது. இந்த இரு இயக்கங்களுக்கிடையில்

ஒரு முக்கிய இணைப்பாக காந்தி மாறினார். அதன் மூலம் ஹிந்து-முஸ்லிம் ஒற்றுமைக்கான தேசியப் பிரச்சார இயக்கத்தை மையப்படுத்தினார். உண்மையில், கிலாஃபத் போராட்டத்தின் தலைவர்களான அலி சகோதரர்களான செளகத் அலியும் முகமது அலி ஜௌஹரும் ஒத்துழையாமைக்கான முதல் தேசிய அறைகூவலுக்குத் தலைமை தாங்கினர். கிலாஃபத் தலைவர்கள் ஹிந்து அரசியல் தலைமையின் ஆதரவைப் பெற மிகவும் ஆர்வமாக இருந்தனர். இதற்காக பக்ரீத் அன்று (1911ம் ஆண்டு முஸ்லிம் லீகின் தீர்மானம்) பசுக்களை வெட்டுவதைக் கைவிடவும் முன்வந்தனர்.

ஜாலியன்வாலா பாக் படுகொலை குறித்த ஹண்டர் கமிஷன் அறிக்கை 1920இல் வெளியானது. அப்போதைய பஞ்சாபின் லெப்டினன்ட் கவர்னர் மைக்கேல் ஓ'டயர் குற்றச் சாட்டிலிருந்து விடுவிக்கப்பட்டார். அத்துடன் 'அமிர்தசரஸின் கசாப்புக்காரன்' கர்னல் ரெஜினால்ட் டயர் ஒரு கண்டனத்துடன் விடுவிக்கப்பட்டான். அந்த ஆண்டு செவ்ரெஸ் உடன்படிக்கை *(The Treaty of Sevres)* கையெழுத்தானது; ஒட்டோமான் பேரரசின் வீழ்ச்சிக்கு அது அடிகோலியது. ஒத்துழையாமை இயக்கம் தொடங்குவதற்கான நேரம் கனிந்துவிட்டது; அத்துடன், 'கிலாஃபத் தவறுகள்', 'பஞ்சாப் தவறுகள்' மற்றும் 'ஸ்வராஜ்' பிரச்சினைகளிலும் பிரச்சார இயக்கம் கவனம் செலுத்தவேண்டும் என்று காந்தி அழுத்தம் கொடுத்தார். பட்டங்களையும், குடிமைப் பணிகளையும், காவல் துறையையும் ராணுவத்தையும் புறக்கணிக்கவும், வரி செலுத்தாமல் இருக்கவும், அந்த வன்முறையற்ற போராட்டம் அறைகூவல் விடுத்தது. எனினும், சிறிய நகரங்களுக்கும் பரவிய கிலாஃபத் போராட்டம் வெவ்வேறு வடிவங்களை எடுத்தது; இயக்கம் பல்வேறு அர்த்தங்களைப் பெறத்தொடங்கியது. கேரளா-மலபாரில் இதனுடைய மிக முக்கியமான வெளிப்பாட்டைப் பார்க்க முடிந்தது. அங்கு ஹிந்து நிலப்பிரபுக்களுக்கு எதிராக முஸ்லிம் குத்தகைதாரர்கள் கிளர்ந்தெழுந்தனர்.

மாப்ளா கிளர்ச்சி சாவர்க்கருக்கும் ஹிந்துவத்திற்கும் ஒரு திருப்புமுனையாக அமைந்தது. ஏப்ரல் 1920 இல், மாப்ளா குத்தகைதாரர்களுக்கு இருந்த குறைகளை கிலாஃபத் இயக்கம் எடுத்துப் பேசத் தொடங்கியது. ஆனால், அங்கு பல ஆண்டுகளாக, அமைதியில்லாத சூழல் உருவாகிக் கொண்டிருந்தது. பிரிட்டிஷ் ராஜ்ஜியத்தின் நில வருவாயை வசூல் செய்யும் அமைப்புகள்

நிலப்பிரபுக்களின் கைகளில் கட்டுப்பாடற்ற அதிகாரங்களைக் குவித்திருந்தன. மலபார் பகுதியில், இந்த அதிகாரங்கள் உயர்சாதி ஹிந்து நிலப்பிரபுக்களான நம்பூதிரிகளிடமும் நாயர் ஜன்மிகளிடமும் இருந்தன; குத்தகைதாரர்கள் மற்றும் விவசாயிகளின் நிலைமை மோசமாக இருந்தது. இவர்கள் பெரும்பாலும் முஸ்லிம் கனம்தர்கள் மற்றும் வெருபட்டம்தார்களாக இருந்தனர். உள்ளூரில் இவர்கள் மாப்ளாக்கள் என்று அழைக்கப்பட்டனர். இதனால் மலபாரில் உடனடி விளைவாக இனம் சார்ந்த ஒற்றுமை வலுப்பட்டது என்று நவீன இந்திய வரலாறு குறித்த தனது படைப்பில் வரலாற்றாசிரியர் சுமித் சர்க்கார் எழுதுகிறார், மலபாரில் 1831இல் 637 ஆக இருந்த மசூதிகளின் எண்ணிக்கை 1851இல் 1058 ஆக உயர்ந்தது. அத்துடன் திரூரங்காடிக்கு அருகிலிருந்த மாம்ப்ரமத்தின் தாங்ஙல்கள், மாப்ளா சமுதாயத்தின் மதம் மற்றும் அரசியலுக்கான முக்கியத் தலைமையாக. அதிக அளவில் முக்கியத்துவம் பெற்றனர்'.[3]

முன்னர் தீண்டத்தகாதவர்களாக இருந்த செரும்மன் சாதியைச் சேர்ந்த மக்கள் இஸ்லாத்திற்கு மதம் மாறினார்கள். அந்த மதம் இவர்களுக்கு சமத்துவத்தையும் சமூக அந்தஸ்தில் ஓரளவு உயர்வையும் உறுதியளித்தது. 'யதார்த்தத்தில் கிளர்ச்சி பரவுகின்ற ஒன்றாகிவிட்டது' என்று சர்க்கார் எழுதுகிறார். 1836 மற்றும் 1854க்கும் இடையில், குத்தகைதாரர்களின் இருபத்தி இரண்டு எழுச்சிகள் பதிவு செய்யப்பட்டுள்ளன. பத்தொன்பதாம் நூற்றாண்டின் இறுதியில் மேலும் அதிகமான கிளர்ச்சிகள் இவற்றுடன் சேர்ந்தன. மாப்ளாக்களின் சிறு குழுக்கள் நாயர் ஜன்மிகளின் சொத்துக்களைத் தாக்கின; கோயில்களை இழிவுக்கு ஆட்படுத்தினர். அவர்கள் காவல்துறையின் கைகளால் ஷாஹீத்களாகவோ அல்லது தியாகிகளாகவோ மரணமடைவதற்கு தாமாகவே முன்வந்தனர். கிளர்ச்சியின் வேர்கள் சந்தேகமின்றி வேளாண் பகுதியில் அவர்கள் சந்திக்கும் துயரத்தில் இருந்தன. நிலப்பிரபுக்களால் முஸ்லிம்களும் ஹிந்து விவசாயிகளும் பெரிதும் பாதிக்கப்பட்டனர் என்று சுமித் சர்க்கார் மதிப்பிடுகிறார். 'தெற்கு மலபார் தாலுகாக்களில் 1862 மற்றும் 1880 க்கும் இடைப்பட்ட காலத்தில் குத்தகை வழக்குகளில் 244% உயர்வும், நிலத்திலிருந்து வெளியேறுவதற்கான ஆணைகளில் 441% உயர்வும் காணப்பட்டன.'[4]

மலப்புரம் மாவட்டத்திலிருந்த திரூரங்காடி மசூதியை 20-08-1921 அன்று காவல்துறை சோதனை செய்தபோது கலகம்

வெடித்தது. காவல் நிலையங்களும், அரசாங்க அலுவலகங்களும் நிலப்பிரபுக்களின் இல்லங்களும் தாக்கப்பட்டன. மலபாரின் பகுதிகள் பல மாதங்களுக்குப் பிரிட்டிஷாரின் கட்டுப்பாட்டில் இல்லை. அதற்கு மாறாக 'குடியரசுத் தலைவர்கள்' குன்ஹம்மது ஹாஜி, அலி முசலியார் மற்றும் வேறு சிலரின் தலைமையில் கிலாஃபத் 'குடியரசுகள்' உருவாகின. பார்வைக்கு இனவாத கிளர்ச்சியாகத் தெரிந்தாலும், உண்மையில் அது ஏகாதிபத்திய எதிர்ப்பு மற்றும் நிலப்பிரபுக்களுக்கு எதிரான போராட்டமாகும். எனினும், ஹிந்துக்கள் அதைத் தங்களுக்கு எதிரான இனவாத வன்முறையாக எடுத்துக்கொண்டனர்; இலக்கு வைத்து நடந்த இன அழிப்பு என்று கருதினர். கிளர்ச்சி வன்முறையாக மாறியது; ஆரிய சமாஜம் எடுத்துவைக்கும் ஆதாரங்களின்படி 600 ஹிந்துக்கள் கொல்லப்பட்டனர்; சுமார் 2,500 பேர் மதமாற்றத்திற்கு வற்புறுத்தப்பட்டனர். பாதிக்கப்பட்ட மாப்ளா கிளர்ச்சியாளர்களின் எண்ணிக்கையுடன் ஒப்பிடுகையில் இது சிறிய எண்ணிக்கையே; அவர்களில் 2,337 பேர் கொல்லப்பட்டனர், 1,652 பேர் காயமடைந்தனர், 45,404 பேர் சிறையில் அடைக்கப்பட்டனர். 'கருந்துளை (Black Hole)' என்று அழைக்கப்படும் அந்தப் பயங்கர சம்பவத்தைக் குறிப்பிட்டாக வேண்டும்; போத்தனூரில் ஏகாதிபத்தியப் படைகளால் ரயில் பெட்டியொன்றில் அடைக்கப்பட்ட அறுபத்தாறு மாப்ளா கிளர்ச்சியாளர்கள் மூச்சுத் திணறி இறந்துபோயினர்.

விவசாயம் சார்ந்த பிரச்சனைகளின் மீது மாப்ளா கிளர்ச்சி வேரூன்றியிருந்தாலும், ஏகாதிபத்திய எதிர்ப்பை அது இலக்காக கொண்டிருந்தபோதும், ஹிந்துக்கள் அந்தக் கிளர்ச்சியை ஒரு முழுமையான வகுப்புவாத பேரழிவாகத்தான் பார்த்தனர். 1990 களின் முற்பகுதியில் ஜம்மு மற்றும் காஷ்மீர் பள்ளத்தாக்கிலிருந்து காஷ்மீர் பண்டிட்களின் வெளியேற்றத்தால் ஹிந்துக்களிடம் ஏற்பட்டிருந்தது போன்ற வெறுப்புணர்வு மாப்ளா கிளர்ச்சியாளர்கள் மீது ஹிந்துக்களுக்கு அப்போது ஏற்பட்டது. கிலாஃபத் மற்றும் மாப்ளா கிளர்ச்சிகள் நடந்து நூறு ஆண்டுகளுக்குப் பின், சமீப காலத்தில் ஹிந்துக்களிடம் ஏற்பட்ட அதிருப்தி அந்த வரலாற்றின் வடிவத்தை மீண்டும் எடுத்தது; 2019-2020 இல் வெடித்த உள்நாட்டுப் போராட்டங்கள் அதற்கு இணையாக இருந்தன. 1921 இல் நடந்த கிளர்ச்சியில், ஹிந்து மற்றும் முஸ்லிம் விவசாயிகள் என இருதரப்பாரும் நிலவுடைமை

வர்க்கங்களால் சமமாகச் சுரண்டப்பட்டனர் என்று தனது ஆய்வில் வரலாற்றாசிரியர் கே.என்.பணிக்கர் கூறுகிறார்.

‘கிராமப்புற ஏழைகளான ஹிந்துக்களுக்கும் மாப்ளாக்களுக்கும் பொருளாதாரம் சார்ந்து பொதுவான அதிருப்தி இருந்தது; இதைக் கருத்தில் கொண்டு பார்க்கையில் மதமும் பண்பாடும் நடத்திய/ மேற்கொண்ட சமூக மற்றும் கருத்தியல் மத்தியஸ்தம் விவசாயிகளின் நடவடிக்கைகளில் முக்கிய அம்சமாக அமைந்தது’ என்று அவர் எழுதுகிறார்.[5] மாப்ளாக்கள் தீவிரமான போர்க்குணமிக்க அணுகுமுறையை எடுத்தனர்; அந்த நேரத்தில் ஹிந்து விவசாயிகள் மந்தமாகத்தான் செயலாற்றினர். கிராமப்புற ஹிந்து ஏழைகள் ஏன் கிளர்ச்சி செய்யவில்லை? உயர்சாதி ஜன்மிகளுடன் அவர்கள் கொண்டிருந்த உறவு பொருளாதார அடிப்படையிலானது; அத்துடன் சமூகம் மற்றும் மதம் சார்ந்ததாகவும் இருந்தது. ஹிந்து விவசாயிகளுக்கு, சமூகத் தடைகள், சாதி கண்டனம், அபராதங்கள் சாதி பகிஷ்கரிப்பு குறித்து இருந்த பயம் மிகவும் அசலானது. மதம் அங்கீகரித்த சுரண்டல் முறையின் காரணமாக நிலப்பிரபுக்களுடன் அவர்கள் பிரிக்கமுடியாதவாறு பிணைக்கப்பட்டிருந்தனர். குறிப்பாக, பொதுவான கூடுகைகளில் தாழ்த்தப்பட்ட வகுப்பினரும் சாதியினரும் சேர்ந்துகொள்ள போதுமான வழிமுறைகளை மத அமைப்புமுறை அவர்களுக்கு வழங்கவில்லை. பணிக்கர் கூறும் பரம்பரை அறிவுஜீவிகள் என்ற பிரிவினர் பெரும்பாலும் ஹிந்துயிசத்தின் நிலவுடைமை வர்க்கத்துடன்தான் தொடர்பில் இருந்தனர்.

இதற்கு நேர்மாறான வகையில் மாப்ளாக்களின் மதம் செயல்பட்டது. சமூகம் மற்றும் மத அடிப்படையிலான மீளுருவாக்கச் செயல்முறை மூலம், சமுதாயத்தில் அவர்கள் தம்மை மறுவரையறை செய்துகொள்ள முடிந்தது. மாப்ளா இனத்தின் பரம்பரை அறிவுஜீவிகளான- முசலியார்கள், முல்லாக்கள், காஜிகள் ஆகியோருக்கு நிலவுடைமை வர்க்கங்களுடன் உறவு, ஹிந்து அறிவுஜீவிகள் கொண்டிருந்ததுபோல் இருக்கவில்லை. நிலப்பிரபுக்களின் சுரண்டலை சமூக அநீதியின் வடிவமாக அவர்கள் கருதினர். அதற்கு எதிராக எழுவது ஜானத் அல்லது சொர்க்கம் செல்வதற்கு உறுதியான வழி என்று உபதேசித்தனர். குத்தகைதாரரை வெளியில் துரத்திய நிலவுடைமையாளரைக் கொல்வது பாவமல்ல; புண்ணியச் செயல் என்றனர். இஸ்லாமிய

அரசை நிறுவும் நோக்கம் கொண்ட கிலாஃபத் இயக்கத்துடன் தலமட்ட அளவில் மாப்ளாக்களின் சில பிரிவுகள் தம்மை இணைத்துக் கொண்டன.

ஒத்துழையாமைக்கு காந்தி விடுத்த அறைகூவலுக்கு இணங்குவதைக் காட்டிலும், கிலாஃபத் இயக்கத்தின் மதம் சார்ந்த தூண்டுதலுக்கு அவர்கள் அதிகம் உடன்பட்டது போல் தோன்றியது. மாப்ளா கிளர்ச்சியின் முக்கியத் தலைவர்களான அலி முசலியார், வாரியம் குன்னத் குன்ஹம்மது ஹாஜி (2020-21இல் வெளிவந்த மலையாளப் படம் ஒன்றின் தீம் இது), செம்பிராச்சேரி தாங்ஙல் ஆகியோர் மதமாற்றங்களில் ஈடுபடவில்லை; எனினும், உள்ளூர் மாப்ளாப் பிரிவுகள் சில கட்டாய மதமாற்றத்தில் ஈடுபட்டன; இஸ்லாத்தைத் தழுவ மறுத்த ஹிந்துக்களைக் கொன்றனர். இந்தப் பிரிவுகளின் உறுப்பினர் சிலர், நாயர் குடும்பத்தின் பெண்கள் மதம் மாறியபின் அவர்களைத் திருமணம் செய்துகொள்ள நினைத்திருக்கிறதாக சொல்லி, அப்பெண்களில் சிலருக்கு மாப்ளா இனத்துப் பெயர்களைச் சூட்டி மகிழ்ந்ததாகவும் கூறப்பட்டது. மாப்ளாக்கள் கூடுவதற்கும் ஒருங்கிணைப்பிற்கும் மதம் முக்கியப் பங்கு வகித்தது; மசூதிகளில்தான் கூடுகைகள் நடந்தன, கிளர்ச்சிகள் திட்டமிடப்பட்டன. உண்மையில் 1921 ஆகஸ்டில் திரூரங்ஙாடி மசூதியை காவல்துறை குறிவைத்துத் தாக்கியது திட்டமிட்ட ஒன்றாகவே இருந்திருக்கலாம்.

மாப்ளா கிளர்ச்சியின் காரணமாக சமூகத்தில் நீண்ட காலத்திற்குத் தாக்கங்கள் ஏற்பட்டன. குறிப்பாக மலபாரில், வகுப்புவாத அடிப்படையில் சமூகம் இறுகிப்போனது. முன்னர் குறிப்பிட்டது போல் சாவர்க்கரின் கருத்தின்படி, ஹிந்துத்துவத்தின் வரலாற்றில் மாப்ளா கிளர்ச்சி ஒரு முக்கிய திருப்புமுனை; ஹிந்துத்துவ வீரத்தை வடிவமைப்பதற்கு அது உதவியாக அமைந்தது. மலபாரில் என்ன நடந்தது என்பதை விளக்கி ஒரு வெளியீட்டை (மலபார் கா ஹத்யகாந்த்) ஆரிய சமாஜம் அதன் பதிப்பாகக் கொண்டுவந்தது. மாப்ளாக்களின் தலைவர் அலி முசலியாரின் மீது ஒரு குற்றப் பத்திரிகையும், ஹிந்து ஆண்கள் மற்றும் பெண்கள் மீதும் அவர்கள் நடத்திய காட்டுமிராண்டித்தனச் செயல்களை நேரில் கண்ட சாட்சிகளின் பதிவுகளும் அதில் காணப்பட்டன.

சாவர்க்கருக்கு அவசியமான வாசிப்பாக இந்த வெளியீடு அமைந்தது; மலபாரில் நடந்த சம்பவங்களை ஓரளவிற்கு அடிப்படையாக

வைத்து அவர் எழுதிய புனைவிற்கு உத்வேகமாகவும் இருந்தது. சாவர்க்கரின் பெரும்பாலான எழுத்துக்களில் காணப்படுவதைப் போல் இந்தப் படைப்பிலும் ஹிந்துத்துவ வீரத்தை வரையறுக்கும் சில கூறுகள் வெளிப்பட்டிருந்தன: முஸ்லிம் என்ற சொல் உருக்கொடுக்கும் 'பிறர்' மீதான கடுமையான வெறுப்பு, அகிம்சையைத் தடுமாற்றமின்றி எதிர்ப்பது, அத்துடன் ஹிந்து ஒற்றுமைக்கு உதவும் வகையில் சாதி குறித்த நிலைப்பாடு ஆகியனவே அவை. ஆனால், இவையனைத்தும் சமத்துவ நோக்கம் கொண்ட சாதி எதிர்ப்பு இயக்கங்களின் கருப்பொருள்களுடன் சிறிதும் ஒத்திருக்கவில்லை.

அது ஒரு தியாகம்; அவர்களுக்குச் சொர்க்கம் நிச்சயம் உண்டு என்ற உறுதியுடன் மாப்ளா முஸ்லிம்களை இஸ்லாம் ஒருங்கிணைத்தது, ஊக்கம் ஊட்டியது என்று பணிக்கர் அவதானித்தார். ஆனால், ஹிந்துக்களுக்கு அப்படியில்லை. மதத்திற்குள் இருக்கும் சாதியப் பிளவுகள் அவர்களைப் பலவீனப்படுத்தின. சாவர்க்கர் படைத்த புனைவு-விவரிப்பு பெருமளவிற்கு மலபாரின் மதவெறி கொண்ட ஒரு சிறிய குழு நடத்திய கட்டாய மதமாற்றத்தையும் கொலைகளையும் அடிப்படையாகக் கொண்டது. மலபார் தாலுகா ஒன்றில் நடந்த நிகழ்வுகளை நுணுக்கமான விவரங்களுடன் அவர் விவரிக்கிறார்; அந்தத் தாலுகாவில் வசித்த அனைத்து ஹிந்துக்களையும் தான் கொன்றதாகப் பெருமை பேசிக்கொள்ளும் ஒரு மாப்ளா முஸ்லிமைப் பற்றி எழுதுகிறார். இஸ்லாத்திற்கு மாறியவர்களை மட்டுமே அவன் கொல்லாமல் விட்டிருக்கிறான். அனைத்துக் கோவில் சிலைகளையும் உடைத்து அழித்திருக்கிறான்; கருவிலிருந்த ஹிந்துக் குழந்தைகளின் உயிரையும் பறித்திருக்கிறான்; இஸ்லாமிய கிலாஃபத் குடியரசு நிச்சயம் நிறுவப்படும் என்பது அவனது கருத்து. மாப்ளா நடத்திய வன்முறைக்கும் அல்லது ஜிஹாத்திற்கும் ஜானத்தில் நிச்சயம் உரிய இடம் அவனுக்குக் கிடைக்கும்.

ஜிஹாத் என்றால் வன்முறை, சொத்துக்களை அழித்தல், பெண்களைக் கடத்தல் என்பது ஹிந்துத்துவத்தின் புரிதல். மதுவும் பாலும் ஆறு போல் தாராளமாக ஓடும் இடம் என்று அந்த நூலில் அதீதக் கற்பனையுடன் 'ஜானத்' விவரிக்கப்படுகிறது; மாதுளையும் அத்தி மரங்களும் ஏராளமாக இருக்கும்; முஸ்லிம் ஆண் ஒவ்வொருவரைச் சுற்றியும் எழுபது அழகான கன்னி பெண்களும்

சிறுவர்களும், அவர்களது உல்லாசத்திற்காகச் சூழ்ந்திருப்பார்கள்; அத்துடன் அவர்களது ஆண்மையும் நூறு மடங்கு அதிகரிக்கும்.

நூலிற்கு அவர் எழுதியிருக்கும் முன்னுரை சூழ்நிலையை அமைத்துவிடுகிறது. வாசகரை ஆரியவர்த்தத்தைக் கற்பனை செய்துகொள்ள வேண்டுகிறது. அது, இரண்டு சிந்துக்களின் நடுவிலிருக்கும் தேசம்; அது பழமையான, நிழல் தரும் ஆலமரம். அந்த ஞான மரம் அழுகிக் கொண்டிருக்கிறது. தீண்டாமை, குழந்தைத் திருமணம், சாதிய அமைப்பு, வேதம் அல்லாத மதங்கள் என்ற கறையான்கள் அதன் வேர்களை அரித்து சாய்ந்துவிட்டன. இதன் விளைவாக„ அரேபியாவிலிருந்து வந்த இஸ்லாமெனும் புயல் ஆரியவர்த்தம் என்னும் மரத்தை மிக எளிதாக வீழ்த்திவிட்டது. தொடர்ச்சியான அச்சுறுத்தல்களை எதிர்கொண்ட நிலையில் சாவர்க்கர் போன்ற ஹிந்துத்துவச் சித்தாந்தவாதிகள், தீண்டாமையும் உருவ வழிபாடும்தான் ஹிந்துக்கள் பலவீனமடைவதற்குக் குறிப்பிட்டுச் சொல்லும்படியான காரணம் என்று கருதுகின்றனர்.

மலபாரில் என்ன நடந்தது என்பதை விளக்குவதற்கு, சாவர்க்கரும் சம்புராணந்தரும் அப்பகுதியில் நிலவிய சாதிய உறவுகளை விரிவாக ஆராய்கின்றனர். அவர்களின் கூற்றுப்படி மலபாரின் சாதிப் படிநிலை பின்வருமாறு அமைந்திருந்தது: பிராமண நம்பூதிரி சாதியினர் ஆக உச்சத்தில் இருந்தனர். அடுத்ததாக க்ஷத்திரிய நாயர் சாதியினர். தீயாக்கள் போன்ற தீண்டத்தகாத சாதியினர் சமூக அமைப்புக்கு முற்றிலும் வெளியில் இருந்தனர். நம்பூதிரிகளும் நாயர்களும் மற்றவர்களிடமிருந்து எவ்வளவு தூரத்தில் இருக்க வேண்டும் என்ற அடிப்படையில் தீண்டாமை அளவிடப்படுகிறது: தீயாக்களிடமிருந்து 24 அடி தூரம்; கனிசன்கள் அல்லது கனியர்களிடமிருந்து 36 அடி தூரம்; நாயடிகளிடமிருந்து 72 அடி தூரம். கொசுக்கள், ஈக்கள், நாய்கள், பூனைகள், தேனீக்கள் அல்லது குளவிகளிடமிருந்து விலகி இருக்கமுடியவில்லை. ஆனால், மனிதர்கள் மனிதர்களிடமிருந்து விலகி இருக்க கடுமையான விதிகள் இருக்கிறதே என்று அவர்கள் புலம்பினார்கள்.

சாவர்க்கர் தனது கற்பனை விவரிப்பில், ஸ்தூலேஷ்வர் சாஸ்திரி என்ற பிராமணர் குறித்து எழுதுகிறார்; முஸ்லிம் மாப்ளாக்களின் தாக்குதலிலிருந்து ஹிந்துக்களைக் காப்பாற்ற அவர் மறுக்கிறார். ஏனெனில், வீட்டிற்குள் நுழைந்த தாழ்ந்த சாதி ஹிந்துக்களால் அவரது மதம் மாசடைந்து விட்டது என்று சொல்கிறார்.

ஒருவேளை அவர்கள் அடைக்கலம் தேடியும் வந்திருக்கலாம்! இந்த ஒடுக்குமுறை நிறைந்த சாதி அமைப்பின் விதிகள் மிகக்கடுமையாக இருந்ததால், சாஸ்திரி தனது மகளை ஒரு தலித்தின் பாதுகாப்பில் ஒப்படைக்க மறுக்கிறார்; அந்த தலித் அவளைப் பாதுகாப்பான இடத்திற்கு அழைத்துச் சென்றிருக்கலாம். ஆனால், நடந்தது என்னவென்றால், அவளை ஒரு மாப்ளா கடத்திச் செல்வதை சாஸ்திரி அனுமதிக்கிறார்.

முன்பே குறிப்பிட்டது போல், சாவர்க்கருக்கும் ஹிந்துத்துவச் சித்தாந்தவாதிகளுக்கும் கவனம் இரண்டு விஷயங்கள் மீது இருந்தது: தேசிய அடையாளம் அல்லது ஹிந்து என்பதைக் கட்டமைப்பது. அடிப்படையில் இது 'பிறர்' மீதான வெறுப்பைச் சார்ந்து இருந்தது; இரண்டாவது, சாதி, பழங்குடியினம் மற்றும் ஏனைய வேறுபடுத்தும் அம்சங்களைப் பொருட்படுத்தாமல் அனைத்து ஹிந்துக்களையும் ஒன்றிணைத்தல். ஒரு கற்பனை எதிரியைப் பற்றி எழுதுவதுபோல் சாதியம் குறித்து அவர்கள் மிகவும் உணர்வு வயப்பாட்டுடன் எழுதினார்கள்.

ஒரு தேசம் என்பதும், ஒரு சித்தாந்தத்தின் ஏனைய செயல் இலக்குகளைப் போல், கற்பனையான குறிக்கோளே. முரணாக, அந்த குறிக்கோளின் தாக்கங்களால் உருவாக்கப்படுகிறது. அதன் குடிமக்கள் அதன் மீது நம்பிக்கை கொண்டிருக்கும் வரை மட்டுமே அது உயிர்த்திருக்கும் என்று ஸ்லாவோஜ் ஜிசெக் எழுதுகிறார். தேசிய சமூகம் என்பதும் ஒரு கற்பனையான அமைப்பே. அதன் உள்ளடக்கம் மழுப்பலானது, ஆனால், மிகவும் 'அசலானது'. இதை அடிப்படை நிலையில் வரையறுக்க முடியாது; அத்துடன் அடையாளபூர்வ பிரதிநிதித்துவத்தின் மூலமே வெளிப்படக்கூடியது: ஹிந்துக்களைப் பொறுத்தவரை, இராணுவமயமாக்கல் மூலம் இதை அவர்கள் அடைய முயன்றனர்.

> எந்தவொரு கருத்தியல் சார்ந்த இலக்கிற்கும் அல்லது ஒரு கற்பனைச் சமூகத்திற்குமான அடிப்படை உந்துதலாக முழுமையைத் தேடுதல் இருக்கிறது என்கிறார் தாமஸ் ப்லோம் ஹேன்சன். 'இந்தத் தேடல், தேடலின் விளைவாக அந்தச் சமூகத்தை அமைக்கிறது; ஆனால், இந்த முழுமை அடையப்பெறாத வரை மட்டுமே அதன் இருப்பு இருக்கக்கூடும். முழுமை அடையப் பெற்றவுடன் - அந்த

"பிறர்" ஒழிக்கப்பட்டவுடன்-அங்கு எந்த இலக்கும் இருக்க முடியாது, எனவே, சமூகம் என்பதும் இருக்காது."⁶

ஹிந்துக்களை எல்லாவற்றிற்கும் மேலாக ஒரு சமூகமாக மாற்றுவது எது?

ஆர்.எஸ்.எஸ். கோட்பாட்டாளரான எம்.எஸ்.கோல்வால்கர் ஹிந்து என்பதை 'வரையறுக்க முடியாது' என்று குறிப்பிடுகிறார்; தேசத்திற்குச் சேவை செய்யும்போது இருப்பதாக உணரும் ஒன்றைத்தான் 'ஹிந்து தேசம்' என்று அவர் அடையாளப்படுத்துகிறார். இதற்கு மாறாக, முஸ்லிம் சமூகத்தில், இணக்கமான போக்கும், ஒற்றுமையும் தயக்கமேதுமின்றி அடையப் பெறுகின்றன. அது 'அதிகப்படியான அனுபவிப்பாக' மிகைப்படுத்தப்படுகிறது. முழுமைக்கான தேடலும், முழுமையான சமூகமாக இல்லை என்ற 'பற்றாக்குறையை' வெல்வதும்தான் தேசிய இலக்கை கோல்வால்கருக்கு அமைக்கிறது. துல்லியமாக அது 'தாய்நாட்டிற்கான சேவை' தான். 'தேசத்தை உருவாக்குதல்' என்ற நோக்கில் இன்னமும் முழுமையடையாத தேசிய உணர்வை மீட்டெடுக்கிற, எவ்வழியிலும் ஹிந்துக்களை ஒரு சமூகமாக மாற்றுகிற செயலாகும்.⁷

3

ஹிந்து கத்ரே மே ஹே

'ஹிந்து இனம் ஆபத்தில் இருக்கிறது' என்ற கருத்தின் தோற்றம் கர்னல் யு.என்.முகர்ஜி எழுதிய 'ஹிந்து, இறந்து கொண்டிருக்கும் இனமா?' என்ற தலைப்பில் 'பெங்காலி' தினசரி செய்தித்தாளில் தொடர்ச்சியாக அவர் எழுதிய கட்டுரையில் இருக்கிறது. 1912ம் ஆண்டில் எழுதிய இந்தக் கட்டுரையில் காணப்படும் வாதங்கள் மாப்ளா கிளர்ச்சி குறித்து சாவர்க்கர் எழுதிய விவரிப்பில் காணப்படும் விஷயங்களை ஒத்திருக்கின்றன: ஹிந்து மற்றும் முஸ்லிம் அமைப்புகள், அவற்றின் மக்கள் தொகை மற்றும் இனத்தின் ஒற்றுமை ஆகியவற்றிற்கு இடையிலான ஓர் ஒப்பீடு. ஒருவிதத்தில் இந்தக் கட்டுரை இருபதாம் நூற்றாண்டின் தொடக்கத்தில் வங்காளத்தில் ஹிந்துக்களின் நிலை குறித்த முகர்ஜியின் ஆழ்ந்த சிந்தனையோட்டமாக அமைகிறது. எங்கும் பரவிக்கிடக்கும் வறுமையால் அவர்களின் நிலையை விளக்கமுடியும் என்கிறார் அவர்.[1] வங்காளத்தில் ஹிந்து மக்கட்தொகை (வெளிப்படையாக) பரவலாக குறைந்து கொண்டிருந்ததை வருவதுரைக்கும் முன்னோடிபோல் அவர் சுட்டிக்காட்டுகிறார்; அந்த விஷயம் நோக்கி ஹிந்து அறிவுஜீவிகளின் கவனத்தைத் திருப்பிய மனிதர் என்ற கௌரவமும் பரவலாக இவருக்கு அளிக்கப்படுகிறது.

கர்னல் முகர்ஜி 1872 முதல் 1901 வரையிலான மக்கட்தொகைக் கணக்கெடுப்புகளுக்கு இடையில் வங்காள மாகாணத்தில் ஹிந்துக்களின் அச்சமூட்டும் நிலையைச் சித்திரமாகக் காட்சிப்படுத்தினார். வங்காளத்தில் சிறுபான்மையினராக இருந்த முஸ்லிம்கள் முப்பதாண்டுகளில் ஹிந்துக்களைக் காட்டிலும் ஏறத்தாழ 25 லட்சம் அதிகமாகிவிட்டனர் என்றார். அவர்களது மக்கட்தொகை 33 சதவீதத்திற்கும் அதிகமாக அதிகரித்துள்ளது. அதேநேரம் ஹிந்துக்கள் 17 சதவீதம் மட்டுமே அதிகரித்துள்ளனர்.

வங்காளத்திலிருந்து ஹிந்துக்கள் முற்றிலும் மறைந்து போவதற்கு எத்தனை ஆண்டுகள் ஆகும் என்பதைக் கணக்கிடுவதற்கு மக்கட்தொகை கணக்கு அலுவலகத்தில் வேலைகள் நடப்பதாக முகர்ஜி கவலையுடன் தெரிவித்தார்.[2]

அவரது பயங்கரமான எச்சரிக்கைகள் உண்மையாகவில்லை, அல்லது அப்படி இருக்கவும் வாய்ப்பில்லை. இந்தியாவின் மொத்த மக்கட்தொகையில் முஸ்லிம் மக்கட்தொகை 15 சதவீதத்திற்கும் குறைவே. ஆனால், அவரது ஆய்வு பொருத்தமற்றதாக இருந்தாலும் அவரது நூல் இன்னமும் அச்சில்தான் இருக்கிறது. ஒரு பதிப்பிற்கு ஆர்.எஸ்.எஸ் கோட்பாட்டாளரும் பாராளுமன்ற உறுப்பினருமான ராகேஷ் சின்ஹா மிகச் சிறப்பான அறிமுகம் ஒன்றும் எழுதியுள்ளார். முகர்ஜியின் எழுத்துக்கள் 'ஹிந்துக்களின் மனோநிலையில் மிக வலிமையான தாக்கத்தை ஏற்படுத்தின' என்கிறார் அவர்.[3] அவர் கூற்றுச் சரியாகவும் இருக்கலாம். இந்தியாவில் முஸ்லிம் மக்கட்தொகை மிகப்பெருமளவில் அதிகரித்துக் கொண்டிருக்கிறது என்ற போலிச் செய்திகள் இன்றும் விரைவாகப் பரவி வருகின்றன. அது முற்றிலும் சாத்தியமான ஒன்றே என்று பலரும் நம்புகிறார்கள்.[4]

அந்தப் பொய்யான அபாய அறிவிப்பு வேலை செய்தது; இந்தக் கருதுகோளின் மீதுதான் முகர்ஜி தனது சிந்தனையைக் கட்டமைத்தார்; முஸ்லிம்களின் மத்தியில் நிலவும் பலதார மணமும் விதவை மறுமணமும் மற்றும் மதமாற்றங்களால்தான் ஹிந்துக்கள் குறைந்து வருகிறார்கள் என்பது அவரது வாதம்.[5]

இந்தக் கட்டுரையில் 'லவ் ஜிஹாத்' என்ற சொற்றொடர் முதன் முதலாகக் குறிப்பிடப்படுகிறது. 24 பர்கானா மாவட்டத்தில் ஹிந்துவிலிருந்து முஸ்லிமாக மாறிய நாற்பது நிகழ்வுகளில், இருபத்தி இரண்டு நிகழ்வுகள் 'காதலுக்காக' நடந்தவை என்று அவர் அறிவிக்கிறார். டாக்காவில் நடந்த பதினான்கு மதமாற்றங்களில் ஒன்பது 'காதலுக்காக' நடந்தவை.[6] மருத்துவரான கர்னல் முகர்ஜி தனது மருத்துவமனையில் அமர்ந்து 'ஹிந்து தச்சர்களுக்கும் முஸ்லிம் டஃப்திரிகளுக்கும்' மருத்துவம் பார்த்துக்கொண்டே ஆதாரமற்ற விஷயங்களைப் பரப்பிக்கொண்டிருந்ததை ஒருவர் கிட்டத்தட்ட கற்பனை செய்ய முடியும். இவை ஹிந்து இனத்திற்கான பயங்கரமான எச்சரிக்கை. அத்துடன் அவர் மற்றொரு கோட்பாட்டையும் பரப்பினார்.

வலிமையான, ஆரோக்கியமான, அவர்களைக் காட்டிலும் அதிக எண்ணிக்கையிலிருக்கும் முஸ்லிம்களிடம் ஏழை ஹிந்துக்கள் தம் வியாபாரத்தையும் வேலைகளையும் இழந்துள்ளனர் என்றும் கூறுகிறார்.

சமையற்காரர்கள், படகோட்டிகள், மாலுமிகள், இயந்திரப் பணியாளர்கள், கொத்தனார்கள், தச்சர்கள் போன்ற வியாபாரங்களிலிருந்தும் தொழில்களிலிருந்தும் ஹிந்துக்கள் காணாமல் போனது ஏன் என்று அவர் கேட்கிறார். நோயாளிகளைப் பார்க்கும் தனது மருத்துவமனை மேஜையடியிலிருந்து அவர் எழுதினார். 'ஹிந்து மெக்கானிக் ஒருவனுக்கு 30 வயதிற்குள் உடல் சிதைந்து போய்விடுகிறது; குறைவான உணவாலும், ஒழுங்கு முறையற்ற வாழ்க்கையின் விளைவால் உண்டான நோயாலும் குடிப்பழக்கத்தாலும் அவன் உடைந்துபோகிறான்'. வங்காளத்தின் முஸ்லிம்களுடன் ஒப்பிடுகையில் ஹிந்துக்கள் ஏழைகளாகவும், ஒற்றுமை இல்லாதவர்களாகவும், அதிகம் நோய்வாய்ப் பட்டவர்களாகவும் இருந்தனர் என்பது அவரது மதிப்பீடு.[7] முகர்ஜி, ஹிந்துக்கள் மத்தியில் நிலவும் சாதிய அமைப்பு முறையைத் தாக்குகிறார். சமூக அந்தஸ்தில் அவர்கள் உயராத நிலைக்கும் வளம் பெறாத நிலைக்கும் அதுதான் காரணம் என்று குற்றம் சாட்டினார். பிற்காலத்தில் ஹிந்துத்துவத்தின் பிரபலமானதொரு வாதமாக இது மாறிப்போனது.

> உயர்சாதியினர் என்று சொல்லப்படுவோர் ஹிந்துக்களின் மொத்த எண்ணிக்கையில் 13 சதவீதத்திற்கும் குறைவே. அவர்களது மதத்தைச் சேர்ந்த 30 சதவீத மக்களுடன் இணையாக அமர்வதை இழிவாகப் பார்க்கின்றனர்; மீதமுள்ள 57 சதவீதப் பெரும்பான்மை ஹிந்துக்களுடன் அமர்வதைத் தூய்மைக்கேடாகக் கருதுகின்றனர். 100 ஹிந்துக்களில் 57 நபர்கள் தொட்ட நீரை மீதமுள்ள 43.8 பேர் மாசுபட்டதாகக் கருதுகின்றனர்.[8] (மூலத்தில் உள்ளபடி)

இந்த விமர்சனம் பெரும் அழிவை ஏற்படுத்திய அளவிற்கு (ஏற்படுத்திக் கொண்டும் இருக்கிறது) அதன் பின்னிருக்கும் கருத்திற்கு சமத்துவக் கோட்பாட்டுடன் எந்தத் தொடர்பும் இல்லை. ஹிந்துஸ்தானில் முஸ்லிம் அடிப்படைவாதத்திற்கும் அவர்களது உறுதிக்குமான ஒரே எதிர்வினையாக ஹிந்துக்களின்

ஒற்றுமைதான் இருக்கமுடியும் என்பதை வலியுறுத்துவதே இதன் நோக்கம்.

மாப்ளா கிளர்ச்சிக்கு பத்தாண்டிற்கு முன்பாகவே, முஸ்லிம்களின் மத அமைப்புகள் குறித்தும், பயிற்சிகள் குறித்தும் முகர்ஜி எழுதினார். எவ்வித ஆரவாரமோ அல்லது கேள்வியோ இல்லாமல் ஆண்டு முழுவதும் முஸ்லிம்கள் மசூதிகளில் கூடுகிறார்கள்; ஒன்றாக வழிபடுகிறார்கள்; மௌசன்கள் மற்றும் உலிமாக்களிடமிருந்து ஒருவித அறநெறிப் பயிற்சிகளைப் பெறுகிறார்கள் என்கிறார். முந்தைய அத்தியாயத்தில் விவரித்திருப்பது போல் மலபாரிலும் இது நடந்தது: அடக்கி ஒடுக்கும் வர்க்கங்களுக்கு எதிராக, ஒடுக்கப்பட்ட வர்க்கங்களுக்கு அறநெறியையும் அரசியலையும் மீட்டுத் தந்த தளங்களாக மசூதிகள் மாறின.

ஒருங்கிணைக்கப்படாத, ஒற்றுமையற்ற ஹிந்துக்கள் சகோதரத்துவம் பேணாமல் தீண்டாமையைக் கடைப்பிடிப்பதில் நம்பிக்கைக் கொண்டிருந்தனர். ஹிந்துத் தேசியவாத உரையாடலில் மீளுருவாக்கம் செய்யப்பட்டிருக்கும் மற்றொரு சக்திவாய்ந்த கதையாக இது இருக்கிறது: அதாவது முஸ்லிம்கள் ஒருங்கிணைக்கப்பட்டவர்கள்; எதையும் இரகசியமாக வைத்துக் கொள்பவர்கள்; அத்துடன் அவர்களது மதத்தை வெறித்தனமாக ஏற்றுக்கொண்டுள்ளனர். சத்தியம், அகிம்சை என்ற தூண்களின் மீது கட்டமைக்கப்பட்ட அறநெறி தத்துவத்தை மகாத்மா காந்தி கொண்டிருந்தார். ஆனால், இந்த அறநெறி புரட்சியை ஹிந்துத்துவக் கோட்பாட்டாளர்கள் நிராகரித்துவிட்டனர்.

காந்தி குறித்து சாவர்க்கர் கூறும் குறிப்பிடும்படியான விமர்சனங்களில் ஒன்று, அவரது அகிம்சை உபதேசத்தை ஹிந்துக்கள் பின்பற்றியதால் பலவீனமடைந்தனர் என்பது: ‘முஸ்லிம்களின் அச்சுறுத்தல் கட்டாயமாக எதிர்கொள்ள வேண்டிய நிலையில் ஹிந்து இராணுவமயமாக்கல் நடைபெறும் மிக முக்கியமான வரலாற்றுத் தருணத்தில்’ இது நடக்கிறது என்றார் அவர். காந்தியின் அகிம்சைக் கொள்கையை முஸ்லிம்கள், பொருட்படுத்தவில்லை; அதனால், இராணுவத்திலும் காவல்துறையின் ஆயுதப்பிரிவிலும் மேம்பட்ட நிலையை அடைந்துள்ளனர்; அதேநேரம் ‘அகிம்சைக் கொள்கையை ஏற்றுக்கொண்டதால் ஹிந்துக்களின் போர்க்குணம் நீர்த்துப்போய்விட்டது’ என்கிறார் சாவர்க்கர். முழுமையான அகிம்சை என்ற கோட்பாட்டை சாவர்க்கர் கண்டித்தார்;

அதற்குப் பதிலாக, ஹிந்து மகாசபை 'ஒப்பீட்டு அளவிலான அகிம்சை நெறியை' ஏற்றுக்கொண்டது என்கிறார்.

1942ஆம் ஆண்டில், மகாசபையின் இருபத்தி நான்காவது அமர்வில், இதைச் சாவர்க்கர் குறிப்பிட்டார்: 'காந்தியத்தின் காரணமாக, உண்மையான ஆன்மிகப் போர்வீரன் வீட்டில் துணி நூற்பவன் ஆகிவிட்டான்; ஹிந்துக்கள் இராணுவத்தில் சேர மறுத்தனர்; அதனால் இராணுவத்தில் முஸ்லிம்களின் சதவீதம் 62 சதவீதமாக உயர்ந்துவிட்டது'.[9] இராணுவத்தில் சேரும் ஆர்வக் கிளர்ச்சியை ஹிந்துக்கள் மத்தியில் மகாசபை உருவாக்கிய பின்னர்தான் ஆயிரக்கணக்கானோர் படைகளில் இணைந்தனர். முஸ்லிம் பிரதிநிதித்துவம் 32 சதவீதமாகக் குறைந்தது.

அன்றும் இன்றும், ஹிந்து தேசியவாத உரையாடல், ஒரு பலவீனமான ஹிந்துவுக்கு எதிராகப் படையெடுத்து வரும் முஸ்லிம் எதிரியைக் கற்பனை செய்கிறது. இடைக்கால இந்தியாவில் ஹிந்துக்கள் வன்முறையைப் பின்பற்றாத பண்பைக் கொண்டிருந்தனர். பலவீனம் அடைந்திருந்த அவர்கள் உருவ வழிபாட்டை எதிர்க்கும் முஸ்லிம் படையெடுப்பாளர்கள் குறித்து அச்சம் கொண்டிருந்தனர். சுதந்திரத்திற்கு முந்தைய இந்தியாவில், மகாசபை பிரதிநிதித்துவம் செய்த ஹிந்துக்கள், தாம் அழிந்துகொண்டிருக்கும் இனம் என்ற அச்சத்தில் ஆட்பட்டிருந்தனர். ஹிந்து-முஸ்லிம் ஒற்றுமை என்ற போர்வையில் மகாத்மா காந்தியும், இந்தியத் தேசியக் காங்கிரசும் பின்பற்றிய முஸ்லிம்களைத் திருப்திப்படுத்தும் கொள்கையால் ஆத்திரம் கொண்டிருந்தனர். கோட்சே போன்ற ஹிந்துத்துவ ஆதரவாளர்கள் காந்தி தனக்கு விருப்பமான 'ரகுபதி ராகவ ராஜா ராம்' பாடலில் 'ஈஸ்வர் அல்லா தேரோ நாம்' என்று சேர்த்திருப்பதை அருவருப்பானதாகக் கருதினர்.

காந்தியின் பிரார்த்தனைக் கூட்டங்களில் குரான் வாசிப்பதற்கு எதிர்ப்புத் தெரிவித்தனர்; ஆர்ப்பாட்டம் செய்தனர். (அவர்களது விவரிப்பின் படி) நவகாளியில் ஹிந்துக்களுக்கு நடந்த கொடுமைகளுக்கு எதிராக காந்தி ஒரு சொல்லும் உதிர்க்கவில்லை (அவர்களது விமர்சனம் இது). ஆனால், பாகிஸ்தானுக்கு 55 கோடி ரூபாயை விடுவிக்க வேண்டும் என்றும், டெல்லி குத்புதீன் பக்தியார் காக்கி தர்காவில் உர்ஸ் விழா கொண்டாட அனுமதிக்க வேண்டியும் காந்தி தனது இறுதி சத்தியாக்கிரகத்தை மேற்கொண்டார். அதனால் அவர்கள் முற்றிலும் வெறுப்புக்கு

ஆளாயினர். அவரது தனித்த, விநோதமான விருப்பத்தின்படி, வயது முதிர்ந்த அந்தப் பக்கிரி, அவர்களது பழம் பெரும் தேசத்தைப் பணயம் வைப்பதை நாதுராம் கோட்சே, நாராயண் ஆப்தே, கோபால் கோட்சே, மதன்லால் பஹ்வா, விஷ்ணு கார்க்கரே, திகம்பர் பட்கே, விநாயக் தாமோதர் சாவர்க்கர் உள்ளிட்ட ஹிந்து மகாசபையினர் வெறுத்தனர். இந்த அச்சங்களில் பலவும் சமகால இந்தியச் சமூகத்தைத் தொடர்ந்து அச்சுறுத்தி கொண்டிருப்பதும் ஹிந்துக்களின் வீரத்தை வடிவமைப்பதும் வியப்பான ஒரு விஷயமல்ல.

***

ஹிந்துத்துவம், ஹிந்து வீரத்தை எப்படி புரிந்துகொள்கிறது? அதற்கு எதிரான நிலையில், ஹிந்துத்துவம் முஸ்லிம் வீரத்தை எப்படிப் புரிந்து கொள்கிறது? அதை ஏன் அச்சுறுத்தலாக பார்க்கிறது?

மாப்ளா நிகழ்வுகளின் போது, முஸ்லிம் மாப்ளாக்களால் ஹிந்துக்கள் அச்சுறுத்தப்பட்டனர் என்ற முடிவுக்கு ஹிந்துத்துவச் சித்தாந்தவாதிகள் வந்தனர்: அதாவது முஸ்லிம்கள் மத அடிப்படையில் சிறப்பாக ஒருங்கிணைக்கப்பட்டிருந்தனர்; செயலில் இறங்குவதற்கும், ஏன் வன்முறைக்கும் முன்கூட்டியே தயாராக இருந்தனர். பிரிந்து கிடந்த ஹிந்துக்கள், பலவீனமாக, திறமையற்றவர்களாக, பதிலடி கொடுக்கமுடியாமல் இருந்தனர். ‘பலவீனமான ஹிந்து ஆண்மகன்’ என்ற இந்த மதிப்பீடு, கஜினி முகமதுவின் முதல் இஸ்லாமியப் படையெடுப்பு தொடங்கி மாப்ளா கிளர்ச்சி மற்றும் இருபத்தோராம் நூற்றாண்டின் கற்பனைத் தாக்குதல் வரை பல காலகட்டத்திற்கு நீண்டிருக்கிறது. ‘நூற்றாண்டாக இந்தியாவின் ஹிந்து தேசிய இயக்கங்களின் கருப்பொருளாக தேசிய வலிமையும் தேசத்தின் தன்னம்பிக்கையும் நீடித்திருக்கின்றன; இவற்றிற்கான தேடலின் இதயத்தில்தான் (ஹிந்து) வீரத்தை மீட்டெடுப்பதும், ஆண்மையற்ற நிலையை வெல்வதும் பொதிந்துள்ளதாக ஹேன்சனின் அறிவுக்கூர்மை மிக்க வாதம் கூறுகிறது. ‘ஹிந்து இனம் ஆபத்தில் இருக்கிறது’ என்ற கருத்து இன்றும் ஏன் பொருத்தமுடையதாக இருக்கிறது என்பதை இது விளக்குமா?

ஹிந்துத்துவ கோட்பாட்டாளர்களின் எழுத்துக்களில், முஸ்லிம் குறித்து முன்- அனுமானக் கருத்து காணப்படுகிறது. இதை அடிப்படையாகக் கொண்டு ஹிந்துக்களின் போர்க்குணம்

வரையறுக்கப்படுகிறது. 'திரித்துக் கூறுபவர்களும் அல்லது கயவர்களும் மக்களின் மனத்தில் நச்செண்ணத்தை விதைப்பதால்' ஏற்படும் விளைவுகளைப் பயன்படுத்தி முஸ்லிம் என்ற அடையாளம் கட்டமைக்கப்படுகிறது எனக் கூறமுடியாது என்கிறார் ஹேன்சன். 'பிறர்' குறித்து பரவலாகப் பரப்பப்படும், 'பிறர் குறித்த முற்றிலும் கற்பனையான விவரங்களின்' அடிப்படையில் எங்கனும் பார்க்கமுடிகிற அக உணர்வின் வடிவங்கள் அவை. ஹிந்துக்களுக்கும் முஸ்லிம்களுக்கும் இடையில் நிலவும் அன்றாடச் சந்தேகங்களையும் தவறான புரிதல்களையும் ஒன்று சேர்த்து, 'பிறர்' குறித்து வலிமையான கட்டுக்கதைகளை ஹிந்துத்துவம் உருவாக்கியது. தேசியவாத உரையாடல்களில் அவை மீளுருவாக்கம் செய்யப்படுகின்றன.

ஆபத்தான நிலையில் தான் இருப்பதாக ஹிந்து ஏன் அடிக்கடி நினைக்கிறான்? ஒரு முஸ்லிம் படையெடுப்பின் மூலமோ அல்லது மதமாற்றத்தின் மூலமோ முஸ்லிம் அரசு சாத்தியம் என்று ஹிந்து ஏன் இன்னும் நம்பிக்கொண்டிருக்கிறான்? (எனவே தான் காதல் ஜிஹாத் மீது நம்பிக்கையும் 'வீடு திரும்புதலும்' தேவையாகிறது); ஹிந்துவின் கருத்தாக்கத்தில் முதன்மையான தேசவிரோதியாக முஸ்லிம் ஏன் இருக்கிறான்? (எனவே தான் தேசிய குடிமக்கள் பதிவேடும், குடியுரிமை (திருத்தம்) சட்டமும்). இன்றைக்கும் தேசியவாத உரையாடலை உயிர்ப்புடன் வைத்திருக்கும் வலிமையான கற்பனைக் கதைகள் இவை; விநாயக் தாமோதர் சாவர்க்கர், ஹிந்துத்துவத்தின் அடிப்படையையும் ஹிந்து யார் என்பதையும் வரையறுத்தபோது இந்த விதைகள் விதைக்கப்பட்டன.

ஹிந்து வீரம் குறித்த ஹிந்துத்துவப் பார்வையும் 'பிறர்' என்பதுடன் தொடர்புடையதுதான். மற்றொரு கதையை உருவாக்கும் செயல்முறை இது. இந்தியாவை முஸ்லிம்கள் தாய்நாடு அல்லது தந்தை நாடு என்று அழைத்துக் கொண்டாலும், இந்திய உணர்வு என்பதை அவர்கள் உள்வாங்கத் தவறிவிட்டனர். முஸ்லிம்கள் அடிப்படையில் தம்மை விரிவுபடுத்திக் கொள்ளும் எண்ணம் கொண்டவர்கள்; ஆக்ரோஷமானவர்கள், சகிப்புத்தன்மையற்றவர்கள்; இந்தியப் பண்பாட்டிற்கு எப்போதும் அச்சுறுத்தலாக இருப்பவர்கள். 'வன்முறை, ரகசியம் மற்றும் ஆதிக்கம் ஆகியவற்றின் மீது முஸ்லிம்களுக்குத் திறனும், நாட்டமும் எப்போதும் இருக்கும்... அது "தேசிய அனுபவத்தைத்

திருடிவிடுகிறது" என்பதால் ஹிந்து தேசத்தின் குடிமகன் என்பதை அனுபவிப்பதை அதன் இருப்பு தடுக்கிறது; அது உருவாக்கும் அச்சம், பொறாமை, 'வக்கிரமான ஈர்ப்பு' ஆகியவற்றால் அது ஹிந்து தேசியத்தைப் பலவீனப்படுத்துகிறது என்று ஹிந்துத்துவக் கோட்பாட்டாளர்கள் எழுதுகிறார்கள்.[10] இதைப் பெரிதாக எடுத்துக் கொள்ளாத ஹிந்துக்களுக்குக் கடுமையான பாடங்கள் காத்திருப்பதாக அவர்கள் எச்சரிக்கின்றனர். ஹிந்துஸ்தானத்திற்கான கருத்தியல் போராட்டத்தில் (அவர்களது உலகப் பார்வையில்), இஸ்லாத்தின் அடிப்படைவாதத்தை ஹிந்து ஒற்றுமையால் தான் எதிர்கொள்ள வேண்டும்; ஆனால், அது தொடர்ந்து நழுவிக்கொண்டே இருக்கிறது.

காந்தி கொலை வழக்கின் உளவுத்துறை கோப்புகளில் இருந்த கல்கத்தா முஸ்லிம் லீகிற்குச் சொந்தமானது என்று கூறப்படும் துண்டு பிரசுரம் (தேதியிடப்படாதது) ஒன்று ஹிந்துக்களால் ரகசியமாகப் பெறப்பட்டது.

கட்டுக்கதையை உருவாக்கும் செயல்முறையை விளக்க, அந்தத் துண்டுப்பிரசுரத்தின் உள்ளடக்கம் முழுமையாக கீழே தரப்பட்டுள்ளது.

இந்த அறிவுறுத்தல்களை, முஸ்லிம் லீக் உறுப்பினர்கள் அனைவரும் கீழ்ப்படிந்து செயல்படுத்த வேண்டும்.

பாகிஸ்தான் ஜிந்தாபாத்! காயித் -இ-ஆசம் ஜிந்தாபாத்!

1. இஸ்லாத்தின் அனைத்து உறுப்பினர்களும் பாகிஸ்தானுக்காக தம் உயிரையும் அளிக்க வேண்டும்.
2. பாகிஸ்தான் ஸ்தாபிக்கப்பட்டுவிட்டதால் இந்தியா முழுமையையும் கைப்பற்ற வேண்டும்.
3. இஸ்லாத்தின் இந்தப் புனிதப் பணியில் அனைத்து முஸ்லிம்களும் கைகோர்க்க வேண்டும்.
4. ஒரு முஸ்லிம் ஐந்து ஹிந்துக்களின் உரிமையைப் பெறுகிறார்; அதாவது ஒரு முஸ்லிமின் கொலைக்கு ஐந்து ஹிந்துக்கள் கொல்லப்பட வேண்டும்.
5. இஸ்லாத்தின் இந்தப் புனிதப் பணியில் அனைத்து முஸ்லிம் ராஜ்ஜியங்களும் கைகோர்க்க வேண்டும்.

6. இந்தியாவில் பாகிஸ்தான் பேரரசு நிறுவப்படும் வரை, லீகின் முஸ்லிம்கள் அனைவரும் பின்வரும் நடவடிக்கைகளை மேற்கொள்ள வேண்டும்.

- ஹிந்துக்களுக்கு சொந்தமான அனைத்துத் தொழிற்சாலைகளும் கடைகளும் எரிக்கப்பட்டு, அழித்து, சூறையாடப்பட வேண்டும்; கொள்ளையடிக்கப்பட்டவை லீகின் பொறுப்பாளர்களிடம் அளிக்கப்பட வேண்டும்.

- அனைத்து முஸ்லிம் லீக் உறுப்பினர்களும் அவர்களது பாதுகாப்பிற்கும், ஹிந்துக்களைத் தாக்குவதற்கும் தம்முடன் ஆயுதங்கள் எடுத்துச் செல்ல வேண்டும்.

- லீகில் சேராமலிருக்கும் அனைத்துத் தேசியவாத முஸ்லிம்களும், லீகின் ரகசியப்படையால் கொலை செய்யப்பட வேண்டும்.

- ஹிந்துக்கள் படிப்படியாக கொல்லப்பட்டு அவர்களின் மக்கட் தொகை குறைக்கப்பட வேண்டும்.

- அனைத்து ஹிந்துக் கோவில்களும் அழிக்கப்பட வேண்டும்.

- லீகின் ரகசியப் படையால் காங்கிரஸ் செய்தித்தாள் அலுவலகங்கள் அழிக்கப்பட வேண்டும்.

- காங்கிரஸ் தலைவர்கள் ஒவ்வொருவராக ஒவ்வொரு கணமும் ரகசிய முறைகளால் கொலை செய்யப்பட வேண்டும்.

- கராச்சி, டெல்லி, பம்பாய், மெட்ராஸ், கல்கத்தா நகரங்கள் முஸ்லிம் லீக் தொண்டர்களால் டிசம்பர் 1946க்குள் முடக்கப்பட வேண்டும்.

- முஸ்லிம்கள் இந்தியா முழுவதும் மிகப் பெரிய அளவில் குத்திக் கொலைசெய்வதைத் தொடர வேண்டும்; இறுதி நிகழ்விற்குத் தயாராக இருக்க வேண்டும். (மூலத்தில் உள்ளபடி)

- முஸ்லிம் லீக் உறுப்பினர்கள் இராணுவம், கடற்படை, ஏனைய அரசாங்க வேலைகள் அல்லது ஹிந்து நிறுவனங்களில் பணியாற்ற அனுமதிக்கக்கூடாது.

- போபால் சமஸ்தானத்தின் நிஜாமும் மற்றும் லீகில் இணைந்திருக்கும் ஜமீன்தார்களும் பணக்கார வணிகர்களும் நிதி உதவி வழங்குகிறார்கள்.

- பஞ்சாப், வங்காளம் மற்றும் பிற முஸ்லிம் சமஸ்தானங்களில் அனைத்து விதமான ஆயுதங்களும் உற்பத்தி செய்யப்பட வேண்டும்; இந்தியாவில் பாகிஸ்தானை நிறுவும் நோக்கில் முதன்மை லீக் உறுப்பினர்களால் இந்தியா முழுவதும் தனிப்பட்ட முறையில் அவை விநியோகிக்கப்படும்.

- அனைத்து முஸ்லிம்களும் ஆயுதங்களையும், குறைந்தபட்சம் சட்டைப் பையில் ஏதாவது ஒரு வகைக் கத்தியை எடுத்துச் செல்ல வேண்டும்.

- இந்தியாவிலிருந்து ஹிந்துக்கள் அனைவரையும் விரட்ட வேண்டும்; அவர்களை அழிக்க வேண்டும்.

- அனைத்து முஸ்லிம்களும் வாகனங்கள் வைத்திருக்க வேண்டும்; நல்ல ஒருங்கிணைப்புடன், ஹிந்துக்களுக்கு எதிரான போரில் அவை பயன்படுத்தப்பட வேண்டும்.

முஸ்லிம் லீக் வெளியிட்டது என்று சொல்லப்படும் இந்தத் துண்டுப்பிரசுரத்தின் பிறப்பிடம் தெரியவில்லை. இருப்பினும், அது மொழி பெயர்க்கப்பட்டது; ஹிந்துக்களின் மத்தியில் ஓர் அறிவுறுத்தலுடன் பரப்பப்பட்டது: 'இந்தத் துண்டுப்பிரசுரத்திற்கு நான்கு பிரதிகள் தயாரித்து ஹிந்துக்கள் மத்தியில் விநியோகிப்பது எழுத்தறிவு பெற்ற ஒவ்வொரு ஹிந்துவின் கடமையாக இருக்கிறது. ஒருவேளை அவன் படிப்பறிவற்றவனாக இருந்தால், இந்தப் பிரசுரத்தைப் படிக்கச் சொல்லிக் கேட்கவேண்டும்'. முஸ்லிம் லீகினுடையது என்று கூறப்படும் துண்டுப்பிரசுரத்தின் உள்ளடக்கத்தின் நம்பகத்தன்மை ஒருபோதும் நிரூபிக்கப்படவில்லை; பல நூற்றாண்டுகளாக ஹிந்து தேசியவாதிகள் மனத்தில் பொதிந்து வைத்திருந்த அச்சத்தையே அது பேசுகிறது. அவர்களது மோசமான, பயங்கரக் கனவு நனவாகிவிட்டது. அதைத் தொடர்ந்து நடந்த நிகழ்வுகள் - வன்முறை மிகுந்த, திரும்பப் பெறமுடியாத பிரிவினை - ஹிந்துக்கள் மற்றும் முஸ்லிம்களின் பரஸ்பரச் சந்தேகங்களை உறுதிப்படுத்தின; அவர்களது சமூக அடையாளங்களைச் சுற்றி நடந்த கட்டுக்கதைகளின் உருவாக்கத்தை வலுப்படுத்தின.

ஹிந்து மகாசபை ஆவணங்களில் 18-12-1946 தேதியிட்ட கடிதம் ஒன்று இருக்கிறது. அகில இந்திய ஹிந்து மகாசபையின் பொதுச் செயலாளரும், சாவர்க்கரின் நெருங்கிய உதவியாளருமான அஷுதோஷ் லஹிரிக்கு, திருமதி டாட்டியானா ஷாஹா என்பவர்

எழுதிய கடிதம் அது. அந்தக் கடிதத்தைப் படிக்கையில், ஹிந்து யார் என்ற சாவர்க்கரின் வரையறையை நிறுவனப்படுத்துவதில், இராணுவமயமாக்கலின் மூலம் தேசியவாதத்தைக் கட்டியெழுப்புவதில் ஹிந்து மகாசபை வெற்றிபெற்றுவிட்டது என்று தோன்றக்கூடும்.

திருமதி ஷாஹா அந்தக் கடிதத்தில் எழுதுகிறார்: மிகச் சமீபமான கடந்தகாலத்தில் வகுப்புவாத முஸ்லிம் லீக் பல அழிவுகளுக்கு வழிவகுத்துள்ளது; மோசமான அச்சுறுத்தலாக இருந்துள்ளது. அதற்கு முன்னதாகவே ஹிந்துக்களை மட்டுமே கொண்ட ஒரு வலிமையான தேசபக்த அமைப்பு மட்டுமே இந்த நாட்டின் விடுதலைக்கு முற்றிலும் குறிப்பிடும்படியான பங்கை அளிக்கமுடியும் என்று விதிக்கப்பட்டுள்ளதாக எப்போதும் உணர்ந்திருக்கிறோம். ஒன்றுபட்ட ஹிந்துக்கள் ஒரு வெல்ல முடியாத சக்தி; அதே சமயம் மறைந்த பண்டிட் மதன் மோகன் மாளவியாஜியின் (மூலத்தில் உள்ளபடி) கூற்றுப்படி, சமரசத்திற்கான ஹிந்துக்களின் ஒவ்வொரு வேண்டுகோளும், பரிவும், சகிப்புத்தன்மையும் நிறைந்த ஒவ்வொரு நடவடிக்கையும் எதிர்தரப்பினரால் பலவீனமாகத்தான் எடுத்துக் கொள்ளப்பட்டது; தவிர்த்து, வேறொன்றாக இல்லை (மூலத்தில் உள்ளபடி). அத்துடன், ஒரு வலுவான இராணுவமோ அல்லது வலுவான அமைப்போதான், அமைதிக்கும், முன்னேற்றத்திற்கும் அடிப்படை என்பது உலகளவில் அறியப்பட்டுள்ளது; அங்கீகரிக்கப்பட்டுள்ளது.[11]

சுருக்கமாகச் சொன்னால், நாம் நம்ப வேண்டும் என்று ஹிந்துத்துவம் விரும்பும் ஹிந்து வீரத்தின் கதை இதுதான்: செயல்முனைப்பற்ற, வன்முறையற்ற நிலையை விரும்பும் ஹிந்து ஆண்மகன், ஹிந்துச் சமுதாயத்தை தாக்குதல்களிலிருந்து, குறிப்பாக முஸ்லிம்களின் வன்முறையிலிருந்து பாதுகாக்க முடியாத வீரமற்ற, பலவீனமான மனிதன். பெருமை பேசும் ஹிந்து வீரம் முழுமையாக வெளிப்படுவதைத் தடுப்பது, ஒருங்கிணைந்த, மதவெறி கொண்ட முஸ்லிம் என்ற அச்சுறுத்தல்; நடைமுறையில் அது 'தேசிய அனுபவம் என்பதைத் திருடுகிறது'. ஹிந்து ஆண்மகன் காந்தியால் உருவகப்படுத்தப்படவில்லை; அவர் கூறும் அகிம்சையைக் கடைப்பிடித்ததுதான், இரண்டு சிந்துகளுக்கு இடையிலான நிலம் சிதைவுற்றுப் போவதற்கும் ஹிந்து இனத்தின் பலவீனத்திற்கும்

காரணமாகியது; ஆனால், சிவாஜியின் நேர்மையான வீரத்தை உள்வாங்கிக் கொண்ட, ஹிந்துக்களின் பாதுகாப்பிற்காக வன்முறையைப் பயன்படுத்தத் தயங்காத கோட்சேவால் அவன் உருவகப்படுத்தப்படுகிறான்.

ஹிந்துக்களின் தேசியவாத உரையாடல்களில் முஸ்லிம் 'பிறர்' என்ற கருத்து முடிவில்லாமல் திரும்பத் திரும்பப் பேசப்படுவது போல், 'முஸ்லிம்களின் அதிகப்படியான ஆசைகளான'- நான்கு மனைவிகள், பல குழந்தைகள் மற்றும் எளிமையான முத்தலாக் விவாகரத்து போன்ற கட்டுக்கதைகளும் பேசப்படுகின்றன. ஹிந்துத் தேசியவாதக் கருத்தாக்கத்தில், முஸ்லிம் வீரம், ஹிந்துப் பலவீனத்துடன் நேர்த்தியாகப் பொருந்துகிறது. அத்தகு முஸ்லிம்கள் யதார்த்தத்தில் இருக்கிறார்களா இல்லையா என்பது இங்கு முக்கியமல்ல. ஆனால், முஸ்லிம் 'பிறர்' என்ற கருத்துருவான சிந்தனையைச் சுற்றி இந்தக் கட்டுக்கதை பின்னப்பட்டுள்ளது. பின், ஒரு ஹிந்து ஆண்மகன் தன் வீரத்தை எப்படி மீட்டெடுப்பான்? 'பிறர்' மீதான தீவிர வெறுப்பின் மூலமாகத்தான். இது போன்ற கதைகள் உருவாக்கும் செயல்முறை, ஹிந்துக்கள் மற்றும் முஸ்லிம்களின் மத்தியில் இருவிதத் தாக்கங்களை ஏற்படுத்துகிறது என்பதை ஹேன்சன் அவதானிக்கிறார்.

தேசியவாத உரையாடல்களின் மீட்டுருவாக்கம் செய்யப்படும் கற்பனை அறிவைப் பயன்படுத்தி முஸ்லிம் ஆண்கள் தம் பெருமையையும் வீரத்தையும் உறுதிபடுத்திக் கொள்கின்றனர். ஹிந்து வீரத்தைக் கட்டமைக்கும் இந்தச் செயலில், அந்த முஸ்லிம் இல்லாமல் இந்த ஹிந்து ஆண் முழுமையற்றவன். உண்மையில், அவன், அவன் யார் இல்லையோ அதன் வழியாக வரையறுக்கப்படுகிறான். ஹிந்துஸ்தான் (அல்லது பாரதம் அல்லது ஆரியவர்த்தம்) என்பது 'பிறர்' என்பவர்களின் நடவடிக்கைகளால் வரையறுக்கப்படுகிறது: அதாவது படையெடுப்பு, மதமாற்றம், ஹிந்துப் பெண்களையும், ஹிந்துக்களின் சொத்துகளையும், ஹிந்து போர்க்குணத்தையும் வன்முறை மூலம் முஸ்லிம்கள் திருடுவது போன்றவை.

இந்த அதீத ஆர்வம் கொண்ட ஹிந்து வீரத்தை காந்தி நிராகரித்ததில் சந்தேகம் ஏதுமில்லை. 'இந்தியா அறநெறியிலும் அரசியலிலும் மறுமலர்ச்சி' பெறுவதற்கான ஒருங்கிணைந்த அம்சமாக ஹிந்து-முஸ்லிம் ஒற்றுமை இருக்கிறது என்று அவர் கருதுகிறார். தீங்கையோ

அல்லது வன்முறையையோ தவிர்ப்பதற்கான செயல்முனைப்பற்ற நிலையாக அகிம்சையும் அல்லது வன்முறையின்மையும் இருக்கமுடியாது என்று அவர் கருதுகிறார், ஆனால் ....

... அது தீமை செய்பவருக்கும் நல்லது செய்யும், அன்பு காட்டும் நேர்மறையான நிலை. ஆனால் இதற்குப் பொருள், தீங்கு செய்பவர் தவற்றைத் தொடர்ந்து செய்வதற்கு உதவுவதோ அல்லது ஒன்றும் செய்யாமல் அதைச் சகித்துக் கொண்டிருப்பதோ அல்ல; மாறாக, அன்பும், செயல்படும் அகிம்சை நிலையும், தவறு செய்பவரை எதிர்க்கச் சொல்கிறது; அவரை அது புண்படுத்தினாலும் அல்லது உடல் ரீதியாக காயப்படுத்தினாலும் அவரிடமிருந்து உங்களை விலக்கிக் கொள்வதன் மூலம் செய்யச் சொல்கிறது...[12]

4
கோட்சே வழிபாடு

மகாத்மா காந்தியின் எழுபத்து மூன்றாம் ஆண்டு நினைவு தினம், 30-01-2021. அவரைக் கொலை செய்த நாதுராம் கோட்சே சமூக ஊடகங்களில் அன்று அதிகம் பேசப்பட்டான். சொல்லப்போனால் கடந்த சில ஆண்டுகளாகவே இதுதான் நிலை. ஓர் அரசியல் கொலைகாரனுக்கு கெட்டபெயர் ஏற்படுவது எதிர்பார்க்கப்படும் ஒன்றுதான். ஆனால், சமகால இந்தியாவில், கோட்சே புகழ்ந்து எழுதப்படுகிறான்; காந்தி, நேரு அல்லது பட்டேல் போன்று, அவர்களுக்கு இணையாக தேசபக்தனாகக் கொண்டாடப்படுகிறான். மனவுறுத்தல் ஏதுமின்றி நாடாளுமன்ற உறுப்பினர்கள் அவனை வியந்து பேசுகின்றனர்.[1] அவனுக்குச் சிலைகள் அமைக்கப்பட்டு வழிபாடு நடக்கிறது; அவன் #GodseTumAmarRaho எனச் சமூக ஊடகங்களில் 'ட்ரெண்ட்' ஆக இருக்கிறான். நாதுராம் கோட்சேவின் வழிபாடு இனிமேலும் விளிம்புகளில் நடைபெறாது. மைய நீரோட்டத்தை அடைந்துவிட்டது என்று ராமச்சந்திர குஹா எழுதுகிறார்.[2] ஆனால், எப்போதும் ஒரு வழிபாடு இருக்கத்தான் செய்தது.

காந்தியைக் கொன்ற சில நாட்களுக்கு பின், 1948 லும் ஒரு 'இனத்தின் பெருமை'யாக, தேசத்தின் வீரனாக கோட்சே சில பிரிவினரால் பார்க்கப்பட்டான். கல்கத்தாவின் பாரா பஜாரிலிருந்து 06-02-1948 அன்று டெல்லி துக்ளக் சாலை காவல் நிலையத்திற்கு நாதுராம் கோட்சே என்ற பெயரில் அநாமதேயக் கடிதம் ஒன்று வந்தது. டெல்லி குற்றப் புலனாய்வுத் துறை ஹிந்தியிலிருந்து இந்தக் கடிதத்தை ஆங்கிலத்தில் மொழிபெயர்த்தது; புலனாய்வுத் துறையின் ரகசியக் குறிப்பாகப் பதிவு செய்யப்பட்ட கடிதம் பின்வருமாறு:

ஹிந்துக்களின் உயரிய **பெருமை நீங்கள்!**

முஸ்லிம்களின் அனுதாபியான காந்தியைக் கொலை செய்து ஹிந்துச் சமுதாயத்திற்குப் பெரும் சேவை செய்துள்ளீர்கள். எனவே, நீங்கள் ஹிந்துச் சமூக வரலாற்றில் இறவா புகழடைந்துவிட்டீர்கள். காந்தியைக் கொலை செய்ய கடவுள் உங்களைப் பிறப்பித்தார்; அதை நீங்கள் செய்து முடித்தீர்கள். சிவாஜி போன்ற இன்னொரு ஆத்மாவைக் கடவுள் அனுப்ப வேண்டும் என்ற விருப்பத்துடன் இப்போது நீங்கள் சொர்க்கத்திற்கு செல்லலாம். ஹிந்து மதம் உலகமெங்கும் பிரகாசிக்கும் வகையில், ஹிந்துச் சமுதாயத்தின் பெயருக்குக் களங்கமாக இருக்கும் முஸ்லிம்களின் அடிமையான நேருவிடமிருந்து ஹிந்துச் சமுதாயத்தை அவர் மீட்பார்.

ஹிந்து சமூகம் உங்களை ஒருபோதும் மறக்காது. ஹிந்து சமூகம் முழுமைக்கும் களங்கமாக இருக்கும் நேருவை ஒழிக்காத வரையிலும் அது ஓய்வெடுக்காது என்று உங்களுக்கு உறுதிகூறுகிறோம். ஏனெனில், நேருவின் ஆட்சியில்தான் பாகிஸ்தானில் லட்சக்கணக்கான ஹிந்துக்கள் அழிக்கப்படுகிறார்கள். ஹிந்துக்களைப் பாதுகாப்பதற்குப் பதிலாக, ஹிந்துச் சமூகத்தை நசுக்க நேரு தனது வாளைப் பயன்படுத்துகிறார்.

கடவுள், ஜவஹர்லால் நேருவை முடிக்கட்டும்! *(மூலத்தில் உள்ளபடி)*

பெயர் குறிப்பிடாத ஒரு தனி நபரின் செயலாக இது இருக்கலாம். எனினும், இந்தக் கடிதத்தைப் படிக்கையில், ஜவஹர்லால் நேரு மீதும் அவரது ஆட்சியின் மீதும் வலதுசாரிகளுக்கு இருந்த, இன்றுவரையிலும் தொடரும் ஆவேசம் மிகுந்த வெறுப்பின் அறிகுறி புலப்படுகிறது. இந்த இடத்துடன் கோட்சே வழிபாடு முடிந்துவிடவில்லை.

1948ஆம் ஆண்டு நவம்பர் 10ஆம் தேதி, செங்கோட்டையில் சிறப்பு நீதிபதி ஆத்ம சரண் நீதிமன்றத்தில் கொலை வழக்கு விசாரணை நடந்தது. எழுதி வைத்திருந்த அறிக்கை ஒன்றை நாதுராம் கோட்சே வாசித்தான். அறிக்கை 126 பக்கங்களும், ஐந்து பகுதிகளும் ஐந்து இணைப்புகளும் கொண்டது. இந்த ஐந்து பகுதிகளிலும்

மகாத்மா காந்தியின் அரசியலை ஒரு எக்ஸ்ரே-சோதனைக்கு அவன் உட்படுத்தினான். அவரை ஒரு தேசவிரோதி என்று அழைத்தான். (அதன் மூலம் சமகாலத்துக்குப் பொருந்தக்கூடிய சொல் ஒன்றை உருவாக்கி, விளக்கினான்). அப்போதுதான் விடுதலையை வென்றிருந்த ஒரு தேசத்தின் தந்தையைக் கொலை செய்த தனது துரோகச் செயலுக்கு விரிவான நியாயத்தைத் தனது அறிக்கையில் அளித்தான். கோட்சே, அந்தக் கொலைக்கான முழுப் பொறுப்பையும் ஏற்றுக்கொண்டான். அது, சாவர்க்கர் தலைமையில் நடந்த சதி என்ற குற்றச்சாட்டைக் கேலி செய்தான்; கொலைக்கும் மதன்லால் பஹ்வாவின் தோல்வியுற்ற முயற்சிக்கும் எந்தத் தொடர்பும் இல்லை என்றும் தன்னை அதிலிருந்து விலக்கிக் கொண்டான்.

கோட்சேவின் உருவத்திற்கு மீண்டும் உயிர்கொடுக்க ஹிந்து மகாசபை தொடர்ந்து முயற்சிகள் மேற்கொண்டது. ஹிந்து மகாசபை மீதும் ஆர்.எஸ்.எஸ். மீதும் இருந்த தடை நீக்கப்பட்ட சில ஆண்டுகளுக்குப்பின், நாதுராம் கோட்சேவின் வாக்குமூலமான 'மேரி கஹானி'யை வெளியிடவும் பரப்பவும் பல்வேறு நபர்கள் செய்த ஒருங்கிணைந்த, ரகசிய முயற்சியை 1954ல் உளவுத்துறை அமைப்புகள் பதிவுசெய்தன. ஹைதராபாத்தில் நடைபெறவிருந்த மகாசபையின் அகில இந்திய அமர்வில் சுற்றுக்கு விடுவதற்கு கோட்சேவின் அறிக்கையை ஆங்கிலத்தில் மொழிபெயர்க்கவும், ஆங்கிலத்திலும் இந்தியிலும் பிரதிகள் அச்சிடவும் அம்பாலா முதல் டேராடூன் வரை முயற்சிகள் மேற்கொள்ளப்பட்டன.

ஹிந்து மகாசபையின் அம்பாலா பிரிவு உறுப்பினர்கள் பேராசிரியர் மனோகர் லாலும் இந்தர் சைனும் ஆங்கில வடிவத்தை வெளியிடுவதற்காக டெல்லி சேப்டரை அணுகினர். அதேநேரத்தில் ஹிந்து ராஷ்டிர சேனையின் சுரேஷ் மோகன் பார்கவ் நகல்களைப் பெற்று ஹைதராபாத்தில் ரகசியமாக விற்பனை செய்தான். டேராடூனில், டாக்டர் சத்ய பிரகாஷ் 'மேரி கஹானி' (என் கதை) யை ஆங்கிலத்தில் மொழிபெயர்க்கும் பொறுப்பை ஏற்றுக்கொண்டார். டெல்லியில் மகாசபை ஊழியன் பன்னாலால் 150 ஹிந்தி, 1,000 ஆங்கிலப் பிரதிகளை தென்னிந்தியப் பார்வையாளர்களுக்காக ஹைதராபாத் அனுப்ப ஏற்பாடு செய்தான். கோட்சேவின் அறிக்கையைப் படிப்பது இன்றியமையாதது என்பதை மகாசபை உணர்ந்தது.

காவல்துறையின் ஐந்து மாதங்களுக்கு நீண்ட புலன்விசாரணையைத் தொடர்ந்து கோட்சேவின் வழக்கு விசாரணை 22-06-1948 அன்று தொடங்கியது. சான்றுகளாக, அச்சில் முழுத் தாளில் 1,131 பக்கங்களும், சைக்ளோஸ்டைல் செய்யப்பட்ட முழுத் தாளில் 115 பக்கங்கள் கொண்ட துணைத் தொகுதியும் இருந்தன. நீதிமன்றம் 10-02-1949 அன்று தீர்ப்பை அறிவித்தது: நாதுராம் கோட்சேவுக்கும் நாராயண் ஆப்தேவுக்கும் மரண தண்டனையும், மீதமுள்ள ஐந்து பேருக்கு ஆயுள் தண்டனையும் விதிக்கப்பட்டன. மேல்முறையீடு செய்யக் குற்றவாளிகளுக்குப் பதினைந்து நாட்கள் அவகாசம் அளிக்கப்பட்டது; நான்கு நாட்களில், தண்டனை பெற்ற ஏழு பேர் சார்பாகவும் பஞ்சாப் உயர் நீதிமன்றத்தில் மேல்முறையீடு செய்யப்பட்டது. கொலைக் குற்றத்தின் அடிப்படையில் அவனுக்கு அளிக்கப்பட்ட தண்டனையையோ அல்லது மரண தண்டனையையோ கோட்சே எதிர்க்கவில்லை. ஆனால், அதன் பின்னால் ஒரு சதி இருந்தது என்ற உளவு அமைப்பின் கண்டறிதலை அவன் எதிர்த்தான். ஒருவேளை, அவனது தந்தை போன்ற சாவர்க்கரைப் பாதுகாக்க அவன் அப்படி செய்திருக்கலாம்.

பஞ்சாப் உயர்நீதிமன்ற நடவடிக்கைகளை நீதிபதி ஜி.டி. கோஸ்லா *'The Murder of the Mahatma: and Other Cases from a Judge's Notebook'* என்ற தன் புத்தகத்தில் விவரித்துள்ளார். பஞ்சாப் உயர்நீதிமன்றம் அப்போது சிம்லாவில் இருந்தது. பீட்டர்ஹாஃப் என்ற வைஸ்ராயின் கோடைக்கால இல்லத்தில் நீதிமன்றம் கூடியது. கோஸ்லா எழுதுகிறார்:

> விசாரணை 02-05-1949 அன்று தொடங்கியது. நல்ல பிரகாசமான நாள் அது; பீட்டர்ஹாஃபின் புல்வெளியில் சூரிய ஒளி மெல்லிய தங்கத் தகடு போல் படிந்திருந்தது. குளிர்ந்த மூச்சுபோல் காற்று வீசியது. விசாரணை நடந்த பால் ரூம் ஒரு டஜன் அல்லது அதற்கும் மேற்பட்ட மின் அடுப்புகளால் வெப்பமூட்டப்பட்டிருந்தது. நுழைவாயிலில் காவலர்கள். நீதிமன்ற அறைக்குள் அனுமதிச் சீட்டுகள் உள்ளவர் மட்டுமே அனுமதிக்கப்பட்டு, கூட்டம் ஒழுங்குபடுத்தப்பட்டது.

அறை முழுமையாக நிரம்பியிருந்தது. கோட்சே, தனக்கு வழக்கறிஞர் வேண்டாமென்று மறுத்துவிட்டான். தான் ஏழை

என்று சொல்லி, அவனது மேல்முறையீட்டு வழக்கை அவனே வாதிட அனுமதிக்கும்படி வேண்டினான். அவனது மனு ஏற்கப்பட்டது. அவனது கூட்டாளிகளுக்காக வாதாட நீண்ட வரிசையில் வசதியான தோற்றம் கொண்ட வழக்கறிஞர்கள் அமைதியாக அமர்ந்திருந்தனர். அவர்களிடமிருந்து முற்றிலும் வேறுபட்டவனாக, உடனடிக் கவனத்திற்குரிய பளிச்சிடும் கண்களுடன், நெருக்கமாக வெட்டப்பட்ட கிராப்புடன், அஞ்சாத சிறிய உருவத்துடன் அவன் அமர்ந்திருந்தான் என்று கோஸ்லா எழுதினார். ஏழை என்ற கோட்சேவின் வாதம் ஒரு சாக்கு என்பது நீதிபதியின் கூற்று. தானே வாதாட வேண்டும் என்று அவன் முன்வைத்த விருப்பத்தின் பின்னிருந்த உண்மையான காரணம், ஓர் அச்சமற்ற தேசபக்தன் என்றும், ஹிந்துச் சித்தாந்தத்தின் தீவிரமான ஆதரவாளன் என்றும் தன்னைக் காட்டிக்கொள்ள வேண்டும் என்ற அவனது ஆசையே.

கோஸ்லா தொடர்ந்து எழுதுகிறார்:

> எங்கள் முன் வைக்கப்பட்ட மேல்முறையீட்டின் சிறப்பம்சமாக, தனது வாதத்தை முன்வைத்து நாதுராம் கோட்சே ஆற்றிய சொற்பொழிவு இருந்தது. ஒரு நியாயமான மனிதனுக்கு இருக்கவேண்டிய கடமையின் இயல்பு, ஒரு மனிதனுக்குரியதென ஹிந்து வேதங்கள் குறிப்பிடும் தர்மம் ஆகியன அவனது வாதத்தின் முக்கிய கருவாக இருந்தன. நெகிழ்வு தரும் வரலாற்று நிகழ்வுகளைக் குறிப்பிட்டான். தங்கள் உயிரைத் தந்தும் தாய்நாட்டைப் பாதுகாக்க வேண்டும் என்று ஹிந்துக்களை நோக்கி உணர்வுவயப்பட்ட வேண்டுகோளை அவன் வைத்தான். பகவத்கீதையின் ஸ்லோகங்களை உச்சரித்து, உணர்ச்சி வசப்பட்ட தனது உரையை முடித்தான்.[3]

பார்வையாளர்கள் நெகிழ்ந்து போனார்கள் என்று கோஸ்லா எழுதுகிறார். சிலர் கண்ணீருடனும், மற்றவர்கள் கண்ணீரை மறைப்பது போல் பாசாங்கும் செய்ய, அறை அமைதியில் வீழ்ந்தது. மிகையுணர்ச்சியுடன் கூடிய நாடகக் காட்சி ஒன்றில் இருப்பது போல் நீதிபதி கோஸ்லா உணர்ந்தார். கோட்சே உரையின் பொருத்தப்பாடின்மையை நீதிபதி சுட்டிக்காட்டினார்; எனினும், பார்வையாளர்கள் கொலைகாரனின் பேச்சைக் கேட்டனர். வசியம் செய்ததுபோல் அமர்ந்திருந்தனர். அவர்களைப்

பொறுத்தவரை, நீதிமன்ற நடவடிக்கைகளில் கோட்சேவின் செயல் மட்டுமே மதிப்புமிக்க பகுதி. கோஸ்லா மேலும் எழுதுகிறார்: 'அங்கிருந்த பார்வையாளர்களை வைத்து ஜூரி ஒன்றை அமைத்து, கோட்சேவின் மேல்முறையீட்டைத் தீர்மானிக்கும் பணியை ஒப்படைத்திருந்தால், மிகப்பெரும்பான்மையுடன் குற்றவாளி இல்லை என்ற தீர்ப்பை அவர்கள் வழங்கியிருப்பார்கள் என்பதில் எந்தச் சந்தேகமும் இல்லை.'[4]

சமகால இந்தியாவில், நாதுராம் கோட்சேவின் உருவத்திற்கு மீண்டும் புத்துயிர் ஊட்டப்படுகிறது. மகாத்மா காந்தியைக் கொன்ற செயல் இனியும் தேசத் துரோகமாகப் பார்க்கப்படாது. உண்மையில், கோட்சே இன்று தேசபக்தியின் சிறந்த அடையாளம். அவன் ஓர் இலட்சிய ஹிந்து - மகாத்மா காந்திக்கு இணையாக தியாகம் செய்தவன்; சிவாஜியின் தடங்களைப் பின்பற்றியவன்; சாவர்க்கர்போல் சித்தாந்த உறுதிகொண்டவன். இப்போது இந்தியாவின் கடந்தகாலமும், நிகழ்காலமும் எதிர்காலமும், நமது வரலாறு குறித்த இருவேறு விளக்கங்களுக்கு இடையிலான போட்டி என்று ஒருவர் வாதிட முடியும். அதாவது காந்தியின் மதச்சார்பற்ற ஹிந்துயிசத்திற்கும் (சர்வ தர்ம சம பாவம்) சாவர்க்கரின் சமரசமற்ற, தீவிரமான ஹிந்துத்துவத்திற்கும் (அகண்ட பாரத் அமர் ரஹே) இடையிலான போட்டி. காந்தி மற்றும் சாவர்க்கரின் சித்தாந்தங்கள் 'கடந்த ஐம்பது ஆண்டுகளாக அல்லது அதற்கு மேலாகவும் வேறு எந்த ஒற்றை அம்சத்தைக் காட்டிலும், அன்னை இந்தியாவின் சிந்தனையையும் செயலையும் வடிவமைப்பதற்கு அதிகம் பங்களித்துள்ளன' என்று கோட்சேவும் ஒப்புக்கொண்டுள்ளான்.[5]

அசல் தேச-விரோதி

புதுப்பிக்கப்பட்ட பொருத்தப்பாடு ஒன்றை இன்றைய இந்தியாவில் நாதுராம் கோட்சே பெறுகிற நேரத்தில், நமது வரலாறு குறித்தும் இங்கிருந்து நாம் எங்கு செல்கிறோம் என்பது குறித்தும் சர்ச்சைக்குரிய, குழப்பமான கேள்விகள் எழுந்துள்ளன. மகாத்மா காந்தியும் அவரைக் கொலை செய்தவனும் இணையாக மதிக்கப்படக் கூடிய தேசிய நாயகர்களாக அல்லது சமமான தேசபக்தர்களாக எப்படி இருக்க முடியும்? காந்தி ஏன் தேச விரோதி என்று இவர்களால் அழைக்கப்பட்டார்? பதில்கள் சிக்கலானவை; அவற்றில் சில கோட்சேவின் வாக்குமூலத்தில்

காணப்படுகின்றன. தேசத் தந்தை மகாத்மா காந்தியைக் கட்டுடைப்பு செய்த அவன், 'தவறுகளுக்கு மேல் தவற்றுக்கும், தோல்விக்கு மேல் தோல்விக்கும், பேரழிவுக்கு மேல் பேரழிவுக்கும்' அவர் பொறுப்பு என்று குற்றம் சாட்டினான்.[6]

முப்பதாண்டுகளுக்கும் மேலான அவரது அரசியல் வாழ்க்கையில், காந்தியால் ஓர் அரசியல் வெற்றியையும் பெற முடியவில்லை என்று கோட்சே சுட்டிக்காட்டினான். மகாத்மாவின் அரசியல் பயணத்தை அவன் மூன்று பகுதிகளாக பிரிக்கிறான். முதல் பகுதி 1914க்கும் 1939-40க்கும் இடைப்பட்ட ஆண்டுகளை உள்ளடக்கியது. இந்தியாவுக்குத் திரும்பிய மோகன்தாஸ் கரம்சந்த் காந்தி, குஜராத்தின் சபர்மதி நதிக்கரையிலிருந்து சத்தியம் மற்றும் அகிம்சையின் முழக்கங்களை முன்வைக்கத் தொடங்கினார். இந்த முழக்கங்களை கோட்சே ஆடம்பர அணிவகுப்பு என்று அழைக்கிறான்; அன்றாட வாழ்க்கைக்கு முற்றிலும் பயன்படாத உயர்ந்த கொள்கைகள் அவை. 'காந்தி, ஒரு வன்முறை அமைதிவாதி. சத்தியம் மற்றும் அகிம்சை என்ற பெயரில் நாட்டின் மீது சொல்லொணா பேரழிவுகளைக் கொண்டுவந்தார்; அதேநேரத்தில் அவர்கள் பெற்றுத் தந்த சுதந்திரத்திற்காக ராணா பிரதாப், சிவாஜி, குரு கோவிந்த் ஆகியோர் நாட்டு மக்களின் இதயங்களில் என்றும், என்றென்றும் நிலைத்திருப்பார்கள். (மூலத்தில் உள்ளபடி)'[7]

இந்தியாவின் எல்லை என்று கோட்சே கூறும், கராச்சியிலிருந்து அஸ்ஸாம் வரையிலும், வடமேற்கு எல்லைப்புற மாகாணத்திலிருந்து கன்னியாகுமரி வரையிலும் உள்ள நிலப்பரப்பில் மூன்றில் ஒரு பகுதி காந்தியின் மேற்பார்வையில் பிரிக்கப்பட்டு விட்டதாக அவன் கூறுகிறான். அவரது பிடிவாதமான தலைமையில்தான், முன்னெப்போதையும் காட்டிலும், அதிகமான கோயில்கள் சேதப்படுத்தப்பட்டன; அத்துடன் அதிக அளவிற்குக் கட்டாயமான, மோசடியான மதமாற்றங்கள் நடந்தன; மேலும் அதிகமான பெண்கள் அவமதிப்புக்கு ஆளாயினர். ஹிந்து-முஸ்லிம் ஒற்றுமை என்ற போர்வையில், முஸ்லிம்களுக்கு ஆதரவான, அவர்களைத் திருப்திப்படுத்தும் கொள்கையைக் காந்தி முன்னெடுத்தார் என்றான் கோட்சே. தவறான கணிப்பில் ஆதரவு அளிக்கப்பட்ட, இரத்தக் களரியாக மாறிப்போன மாப்ளாக் கிளர்ச்சிக்கு இட்டுச் சென்ற கிலாஃபத் இயக்கம் தொடங்கி, பிரிட்டிஷ் இந்தியாவில் முஸ்லிம்களுக்குத் தனி வாக்காளர் தொகுதிகளை அளித்த 1932ம்

ஆண்டின் இனம் சார்ந்த தீர்ப்பு வழங்கப்பட்டது வரையிலும் இது நடந்தது.[8]

காலனி ஆதிக்கத்திலிருந்து இந்தியா சுதந்திரம் பெறுவது மட்டுமே மகாத்மா காந்தியின் சிந்தனையாக இருக்கவில்லை என்பது முன்பே ஆவணப்படுத்தப்பட்டுள்ளது. தமக்குள் சண்டையிட்டுக் கொண்டிருந்த சமூகங்களுக்கிடையில் மத நல்லிணக்கத்தை ஏற்படுத்துவதையும், ஹிந்து மதத்திலிருந்து தீண்டாமையை ஒழிப்பதையும், சுய-சார்பை மையமாகக் கொண்ட உள்நாட்டு வளர்ச்சியின் அடிப்படையில் பொருளாதார மாதிரி ஒன்றை நிர்மாணிப்பதையும் அவர் ஊக்குவித்தார், தற்போதைய அரசாங்கம் சுய-சார்பு என்ற இந்தச் சொற்றொடரை எடுத்து பேசிக்கொண்டிருக்கிறது. ஹிந்து-முஸ்லிம் ஒற்றுமைக்கான காந்தியின் தொடர்ச்சியான முயற்சிகள் கோட்சேவையும், சாவர்க்கரையும் ஏனைய ஹிந்துத்துவவாதிகளையும் முடிவின்றி உறுத்திக்கொண்டே இருந்தன. கோட்சே அவனது வாக்குமூலத்தில் காந்தி மதச்சார்பின்மைக்கும், அதை நடைமுறைப்படுத்தவும் செய்த முயற்சிகளைக் கணிசமாகத் தாக்கிப்பேசினான்.

1946 இல் நவகாளியிலும் அல்லது 1947 இல் டெல்லியிலும் இரத்தக் களரியான சூழல்களிலும் காந்தியினுடைய நடவடிக்கைகளின் இதயமாக மத ஒற்றுமையும், நல்லிணக்கமும், சத்தியமும், அகிம்சையும் இருந்தன. கோட்சேவுக்கு இவை அபத்தமான கொள்கைகள். யதார்த்தத்திலிருந்து மிகவும் தூரத்திலிருப்பவை. ஹிந்து-முஸ்லிம் நல்லிணக்கத்திற்கான காந்தியின் அணுகுமுறை ஒருவழிப்பாதை என்று கருதினான். ஹிந்து விட்டுக் கொடுக்கிறான், முஸ்லிம் எடுத்துக்கொள்கிறான். மகாத்மாவின் அனைத்துச் சோதனை முயற்சிகளும் ஹிந்துக்களின் பாதிப்பில்தான் முடிந்தன என்று எழுதினான். காந்தி ஒருதலைப்பட்சமாக மதச்சார்பின்மையை நடைமுறைப்படுத்த முயன்றார் என்ற அவனது பார்வையை, கோட்சே தனது வாக்குமூலத்தில் ஒவ்வொரு நேர்வாக எடுத்து சொல்லி விளக்கினான்.

கோட்சே கூறிய கருத்துக்களில் ஒன்று, இந்தியாவின் தேசிய மொழி குறித்த முடிவு. ‘அறிவியல் மொழி என்ற அனைத்து சோதனைகளிலும், நாட்டின் தேசிய மொழியாக ஏற்றுக் கொள்ளப்படுவதற்கு ஹிந்திதான் அதிகம் முன்னுரிமைப் பெற்றுள்ளது’ என்று அவன் எழுதினான். காந்தி முதலில், ஹிந்தி

தேசிய மொழியாக இருப்பதில் ஆர்வமாக இருந்தார் என்றான் அவன். ஆனால், முஸ்லிம்களுக்கு இந்தச் சிந்தனையில் அதிக ஆர்வம் இல்லை என்பதை அறிந்ததும், அவர் ஹிந்துஸ்தானியின் தீவிர ஆதரவாளர் ஆனார். இந்தத் 'திரும்புதலை' கோட்சே கடுமையாக விமர்சித்தான்: 'ஹிந்துஸ்தானி என்று ஒரு மொழி இல்லை என்பது இந்தியாவில் அனைவருக்கும் தெரியும்; அதற்கு இலக்கணம் இல்லை; அதற்குச் சொற்கள் இல்லை; அது வெறும் பேச்சு மொழி மட்டுமே; பேசப்படும் மொழி மட்டுமே, எழுதப்படுவதில்லை. ஹிந்திக்கும் உருதுவுக்கும் இடையில் பிறந்த கலப்பின மொழி. மகாத்மாவின் தந்திரத்தாலும் அதைப் பிரபலப்படுத்த முடியவில்லை.'[9]

'பாதுஷா ராம்' மற்றும் 'பேகம் சீதா' ஆகியன பயன்பாட்டுக்கு வந்துவிட்டன; எனினும், அதுபோல் ஜின்னாவிற்கு முன் 'ஶ்ரீஜுத்' (ஶ்ரீயின் முந்தைய வடிவம்) அல்லது மௌலானா ஆசாத்திற்கு முன் 'பண்டிட்' என்றோ முன்னொட்டாகப் பயன்படுத்தி முஸ்லிம்களை அவமதிக்க காந்தி ஒருபோதும் துணிந்ததில்லை என்றான் கோட்சே. 'எண்பது சதவீத மக்களின் மொழி நாட்டின் மொழியாக இருக்க வேண்டும் என்ற சாதாரண பொது அறிவை மிகவும் தாழ்ந்த அறிவாளிகளுக்கும் தெளிவுபடுத்த வேண்டும்' என்று எழுதினான். ஹிந்துஸ்தானி என்ற போர்வையில் அந்நிய மொழியான உருதுவை இந்தியாவிற்குள் கொண்டுவர காந்தி முயன்றார் என்பது கோட்சேவின் கருத்து. அத்துடன் ஹிந்து-முஸ்லிம் ஒற்றுமை என்ற பெயரில் இயல்பான ஒரே தேர்வாக இருக்க வேண்டிய இந்த மண்ணின் தூய்மையான மொழியை அவர் நிராகரிக்கிறார்.

ஹிந்திக்கு அலுவல் மொழி அந்தஸ்து வழங்க வேண்டும் என்று கோட்சே வாதிட்டான். ஆனால், சாவர்க்கரோ இந்தக் கோரிக்கையை சில நூற்றாண்டுகள் பின்னோக்கி எடுத்துச் சென்றார். 'சம்ஸ்கிருதத்தின் மூத்த மகளான' பிராகிருத மொழிக்காக வாதாடினார். பண்டிதர்களும் மன்னர்களும் பேசும் மொழியாக சம்ஸ்கிருதம் இருந்தது; அதேநேரத்தில் பிராகிருத மொழியை ராமேஸ்வரம் முதல் ஹரித்வார் வரையிலும், ராஜசபைகள் முதல் பஜார் வரையிலும் உள்ளவர்களும் புரிந்துகொள்ள முடியும் என்றார். சம்ஸ்கிருதம், 'நமது இனத்தின் நேசத்துக்குரிய, புனிதமான உடைமையாக இருக்கிறது; நமது மக்களின் அடிப்படை ஒற்றுமைக்குச் சக்திவாய்ந்த பங்களிப்பை

அளிக்கிறது.' அதேநேரம் பிராகிருதம், 'மக்களின் உயிர்ப்பு மிக்க எண்ணங்களைத் தூய்மையுடனும், வீரியத்துடனும் துல்லியத்துடனும்' தெரிவிக்கிறது. பிராகிருதம் அல்லது ஹிந்தி அல்லது ஹிந்துஸ்தானியோ, சாவர்க்கருக்கு, 'தேசிய மொழி என்பது நமது தேசிய வாழ்வில் உள்ளார்ந்திருக்கும் ஒற்றுமையின் வெளிப்பாடாக இருக்கவேண்டும்.'

பங்கிம் சந்திர சட்டர்ஜி இயற்றிய 'வந்தே மாதரம்' என்ற தேசியப் பாடலுக்கும், மராட்டிய மாவீரன் சிவாஜியின் சாதனைகள் குறித்து கவிஞர் பூஷன் இயற்றிய ஐம்பத்திரண்டு வரிகள் கொண்ட 'சிவ பவானி' க்கும் ஆதரவாக கோட்சே வாதிட்டான். 1937ஆம் ஆண்டில் கல்கத்தாவில் நடைபெற்ற இந்தியத் தேசியக் காங்கிரஸ் செயற்குழுக் கூட்டத்திற்குப் பின் ரவீந்திரநாத் தாகூரின் 'ஜன கண மன' தேசிய கீதமாக 'வந்தே மாதரத்தை' இடப்பெயர்ப்பு செய்தது. கூட்டத்தின் தலைவர் ஜவஹர்லால் நேரு. தாகூருடன் கலந்தாலோசித்த அவர், 'வந்தே மாதரம்' முஸ்லிம் மத உணர்வை முழுமையாக மதிப்பதாக இல்லை என்று முடிவு செய்தார். செயற்குழு இதற்கான தீர்மானம் ஒன்றை நிறைவேற்றியது. பங்கிம் சந்திரரின் பாடல் இந்திய அன்னையை வழிபடுவது போன்று அமைந்த பாடல்; தாய்நாட்டிற்கு இணையாக ஹிந்து தெய்வங்களான துர்கையையும் லக்ஷ்மியையும் அது பாடுகிறது. இஸ்லாத்தில், கடவுள் தவிர வேறு யாரையும் தெய்வநிலைக்கு உயர்த்திப் பாடுவது ஏற்புடையதல்ல. இதன் விளைவாகவே, 'வந்தே மாதரம்' இந்தியாவின் தேசியப் பாடலாக மாறியது, கீதமாக அல்ல; பாடலின் முதல் இரண்டு சரணங்கள் மட்டுமே பாடப்படுகின்றன.

'உலகப் புகழ் பெற்ற ஒரு பாடலுக்கு எதிரான இந்த வெட்கக்கேடான செயலைக் காட்டிலும் மிகுந்த மனச்சோர்வைத் தரும், வேதனையான விஷயம் வேறெதுவும் இருக்க முடியுமா? காந்தியின் ஹிந்து-முஸ்லிம் ஒற்றுமை என்ற யோசனை சரணடைதல், பணிந்து போதல் மற்றும் முஸ்லிம்கள் விரும்புவது அனைத்தையும் விட்டுக்கொடுத்தல் மட்டுமே' என்று கோட்சே எழுதினான். 'சாத்தியமற்ற அந்த ஒற்றுமை ஒருபோதும் உருவாகவில்லை, ஏற்பட்டிருக்க வாய்ப்பில்லை என்பதில் ஆச்சரியமில்லை.'[10]

‘வந்தே மாதரம்’ பிரச்சனை தொடர்ந்து தலைகாட்டிக் கொண்டுதான் இருக்கிறது. ஹிந்து தேசியவாதத்தின் வாரிசான பிஜேபி, ‘வந்தே மாதரம்’ பாட மறுத்தவர்கள் மீது கோபத்தையும் சந்தேகத்தையும் மீண்டும் மீண்டும் எழுப்பி வருகிறது. 2019 ஆம் ஆண்டில், ஆஸ்திரேலிய மிஷனரியைச் சேர்ந்த கிரஹாம் ஸ்டெயின்ஸின் கொடூரமான கொலையில் குற்றச்சாட்டை எதிர்கொண்டிருக்கும் ஒடிசாவைச் சேர்ந்த நாடாளுமன்ற உறுப்பினர் பிரதாப் சந்திர சாரங்கி, ‘வந்தே மாதரம்’ என்று சொல்ல மறுப்பவர்களுக்கு இந்த நாட்டில் வாழ உரிமை இருக்கிறதா என்று கேட்டான். அதே ஆண்டில், அந்தப் பாடலைப் பாட மறுப்பது தேசத் துரோகத்துக்குச் சமமானது என்று அமித் ஷா கூறினார். 2018 ஆம் ஆண்டில், கொல்கத்தாவில் அமித் ஷா, பங்கிம் சந்திர சட்டர்ஜியின் முதல் நினைவு சொற்பொழிவை நிகழ்த்தினார். அப்போது, காங்கிரஸ் ‘வந்தே மாதரத்தை’ அரைகுறையாக ஏற்றுக் கொண்டு இந்தியாவைப் பிரிவினைக்கு இட்டுச் சென்றது என்று அதன்மீது குற்றம் சாட்டினார். ‘எடுத்துக்காட்டாக, தேசியப் போராட்டங்களின் போது அணிதிரட்டும் அறைகூவலாக இருந்த வந்தே மாதரம் (அன்னையை வணங்குவோம்) முழக்கம், ஹிந்து-முஸ்லிம் கலவரங்களின்போது பிளவுபடுத்தும் புள்ளியாக மாறக்கூடும்.’[11]

அதுபோலவே, ‘சிவாஜி இல்லை என்றால், ஒட்டுமொத்தத் தேசமும் இஸ்லாம் மதத்திற்கு மாறியிருக்கும்’ என்று அந்தக் கவிதையின் பல்லவி கூறுவதால் சிவ பவானி ஓதுவதை காந்தி தடுத்தார் என்று கோட்சே கூறியிருந்தான்:,

காந்திய அரசியலின் இரண்டாவது காலகட்டம், 1939-40க்கும் மவுண்ட்பேட்டன் திட்டம் ஒப்புக் கொள்ளப்பட்டு, பாகிஸ்தான் உருப்பெற்ற 03-06-1947க்கும் இடையிலான காலம் என்று கோட்சே நீதிமன்றத்தில் கூறினான். இனம் சார்ந்து பல ஆண்டுகள் சலுகைகள் அளிக்கப்பட்ட போதிலும் பாகிஸ்தான் உருவானது. காந்தி அரசியலின் இறுதிக் காலகட்டம், பிரிவினைக்கும் அவரது இறுதியாக சத்தியாக்கிரகம் இருந்த நாளான 13-01-1948க்கும் இடைப்பட்ட காலம் என்று கோட்சே கூறுகிறான். பாகிஸ்தானுக்கு 55 கோடி ரூபாய் கொடுப்பதில் சென்று அது முடிந்தது. மகாத்மா காந்தியின் அரசியல் பயணம் குறித்த கோட்சேவின் மறுவாசிப்பில் தனித்து நிற்பதாக, சத்தியம் மற்றும் அகிம்சை என்ற நடைமுறை சாத்தியமற்ற கொள்கைகளுடன் ஹிந்து-

முஸ்லிம் ஒற்றுமை என்ற மாயத்தோற்றத்தை துரத்திய தேசத் தந்தையின் பொறுப்பற்ற செயல் இருந்தது. காந்தி பிடிவாதமாக அகிம்சையைக் கடைப்பிடித்தது ஓர் அகம்பாவச் செயல் என்று அவன் கருதினான். ‘மனித நடவடிக்கைகளின் விளைவுகள் பற்றிய முழுமையான அறியாமையை’ அது வெளிப்படுத்தியது. காந்தியார் பரிந்துரைக்கும் அகிம்சை உபதேசங்கள், ‘இறுதியில் பிற சமூகங்களின், குறிப்பாக முஸ்லிம்களின் ஆக்கிரமிப்பையோ அல்லது ஊடுருவல்களையோ எதிர்க்க இயலாதபடி, ஹிந்துச் சமூகம் வீரமிழக்கும் நிலைக்கு இறுதியில் இட்டுச் செல்லும்’

பிளவுபடாத இந்தியா குருதி தோய்ந்த விடுதலையை நோக்கி நகர்ந்து கொண்டிருந்த நேரத்தில், தனது ‘உணர்வுகளின் மீதான அனைத்துக் கட்டுப்பாட்டையும் இழந்துவிட்டேன்’ என்பதாக கோட்சே கூறினான். அவனது வாக்குமூல உரை மிகவும் உணர்ச்சிப்பூர்வமாக இருந்தது. எனினும், காந்தி கொலை விசாரணையும், அடுத்தடுத்த விசாரணைக் கமிஷன்களும், அந்தப் படுகொலை ஒரு தீவிரவாத ஹிந்து அமைப்பின் உறுப்பினர்களால், திட்டமிடப்பட்ட சதியால் நிகழ்த்தப்பட்டது; உணர்ச்சியால் தூண்டப்பட்ட தனிநபரின் எதிர்வினையான வன்முறைச் செயல் அல்ல என்று சந்தேகத்திற்கிடமின்றி கூறின.

‘உயர் மரியாதை அடைமொழியுடன் காந்திஜி தேசத்தின் தந்தை என்று குறிப்பிடப்படுகிறார்; எனில், ஒரு தந்தைக்குரிய கடமையில் அவர் தோல்வியுற்றார் ...அவர் பாகிஸ்தானின் தந்தை என்பதை நிரூபித்துவிட்டார்.’[12] என்றான் கோட்சே. ‘இந்திய அன்னையின் கடமை உணர்வுமிக்க மகனாக’ அவனது தாய்நாட்டைச் சோதனைக்கு உட்படுத்திய தேசத்தந்தை என்று ‘அழைக்கப்படுபவரின்’ வாழ்க்கைக்கு முற்றுப்புள்ளி வைத்ததாக அவன் கூறினான்.

இறுதியில், நாதுராம் கோட்சே என்ற கடமை உணர்வு மிக்க மகன், தனது சித்தாந்தத் தந்தையான விநாயக் தாமோதர் சாவர்க்கரைக் காப்பாற்ற தனது உயிரைத் தியாகம் செய்தான்.

பின்னுரை

ஆகஸ்ட் 8, 2021

எழுபத்து நான்கு ஆண்டுகளுக்கு முன்பு, வி.டி.சாவர்க்கர் டெல்லி செல்ல நாதுராம் கோட்சேவுடனும் நாராயண் ஆப்தேவுடனும் விமானத்தில் ஏறியபோது இந்த நாளை ஒட்டித்தான் அந்த ஆகஸ்ட் சதி அவிழ்ந்தது. ஆதாரங்களையும், உளவுத்துறை குறிப்புகள் அனைத்தையும் நாங்கள் ஒன்றோடொன்று இணைத்தோம். மகாத்மா காந்தியைக் கொலை செய்வதற்கான இந்தச் சதி தனியொரு நபரின் வேலையோ அல்லது ஹிந்து மகாசபை மதவெறியர்கள் சிலரின் கைவேலையோ அல்ல என்பது எங்களுக்குத் தெளிவாகத் தெரிந்தது. மிக முக்கியமாக, 1948 ஜனவரி 30 நிகழ்விற்கு சில வாரங்களுக்கு முன்னால் இந்தச் சதி உருக்கொள்ளவில்லை. 1947இல் விடுதலை நாளுக்கு ஒரு வாரம் முன்பாகவே சதித்திட்டம் உருவானது என்று இந்த நூலில் நாங்கள் முன்வைத்துள்ள புதிய சான்றுகள் தடம் காண்கின்றன. இந்திய வரலாற்றின் மிக முக்கியமான ஒரு தருணத்தின் சமகால புரிதலுக்கு இந்தக் கண்டுபிடிப்பு மகத்தான முக்கியத்துவம் வாய்ந்ததாக நாங்கள் கருதுகிறோம்.

முதலாவது: இந்திய அரசாங்கம் கொடுக்க வேண்டிய ஐம்பத்தைந்து கோடி ரூபாயை பாகிஸ்தானுக்கு அளிக்க வேண்டும்; டிசம்பர் 1947 முதல் ஜனவரி 1948 வரையிலான காலத்தில் முஸ்லிம்களின் மறுவாழ்வுக்கு ஏற்பாடு செய்யவேண்டும் என்று மகாத்மா காந்தி வற்புறுத்தியதால்தான் இந்தப் படுகொலை நடந்தது என்று பரவலாக நிலவிய கருத்தை இது மறுக்கிறது. இருபதாண்டுகளுக்குப் பின் இந்தப் படுகொலையை மறுவிசாரணை செய்ய அமைக்கப்பட்ட ஜீவன் லால் கபூர் கமிஷனும் டிசம்பர் 1947 முதல் நடந்த முக்கிய நிகழ்வுகளில் மட்டுமே கவனம் செலுத்தியது.

இரண்டாவது: ஆகஸ்ட் 8, 1947 முதல் கொலை நிகழ்ந்த நாள் வரையிலான நிகழ்வுகளை மீண்டும் வரிசைக்கிரமமாக எடுத்து வைத்து நாங்கள் முன்வைக்கும் சான்றுகள், நாற்பதாண்டுகளாக அவிழ்ந்து கொண்டிருக்கும் அரசியல் போராட்டங்களை உள்ளடக்கிய ஒரு கால-குப்பியாக (time capsule) செயல்படுகின்றன. அதில், காந்தியின் அகிம்சை அரசியலும், சாவர்க்கரின் ஹிந்துத்துவ வேலைத்திட்டமும் முக்கிய அம்சமாக இருக்கின்றன. நமது நூலின் மையமாக இருக்கும் காந்திய அறிஞர் கே.பி. சங்கரனின் கேள்விக்கு இப்போது நாம் செல்வோம்: எந்தக் காந்தி கொல்லப்பட்டார்? அதற்கான பதிலைப் பெறுவதற்கு, ஏன் என்பதை நாம் கூறாய்வுக்கு உட்படுத்த வேண்டும், மீண்டும் அந்தக் கேள்வியைக் கேட்கவேண்டும்: காந்தி ஏன் கொல்லப்பட்டார்? காந்தி கொலை வழக்கு விசாரணையின்போது, நீதிமன்றத்தின் முன் நாதுராம் கோட்சே அளித்த வாக்குமூலத்தில் அவன் வைத்த பின்வரும் வாதங்கள் சில தடயங்களை வழங்குகின்றன: ‘தேவையில்லாமல் தாமதப்படுத்தப்பட்ட, ஒத்திவைக்கப்பட்ட ஹைதராபாத் சமஸ்தானத்தின் பிரச்சனையை, காந்திஜியின் மறைவுக்குப்பின் படைபலத்தைப் பயன்படுத்தி நம் அரசாங்கம் சரியாகத் தீர்வு கண்டிருக்கிறது. ‘மீதமிருக்கும்’ இந்தியாவின் தற்போதைய அரசாங்கம் நடைமுறை அரசியல் போக்கை மேற்கொள்வதாகத் தோன்றுகிறது.

இங்கு குறிப்பிடப்படும் ‘தீர்வு’ என்பது பிரபல வழக்கறிஞரும் அரசியல் விமர்சகருமான ஏ.ஜி.நூரணி ‘Destruction of Hyderabad’ என்ற நூலில் கூறும் 20,000-47,000 சாதாரண முஸ்லிம்கள் அரசாங்கத்தால் கொல்லப்பட்டது. 2013ஆம் ஆண்டு வரையிலும் வகைப்படுத்தப்பட்டு ரகசியமாக வைக்கப்பட்டிருந்த ஹைதராபாத் முஸ்லிம் மக்களின் படுகொலை குறித்து சுந்தர் லால் குழு அளித்த அறிக்கையை அவரால் பெறமுடிந்தது. கோட்சே தனது வாக்குமூலத்தில், புதிதாகப் பிறந்திருக்கும் ராஜ்ஜியத்திற்கு இருந்தவொரு தடையை அவன் நீக்கிவிட்டதாக கூறினான்.[1] காந்தி மறைந்துவிட்டதால் அரசாங்கம் ‘நடைமுறை அரசியலை’ பின்பற்ற முடியும் என்று அவன் கூறுவதை நினைவில் கொள்வது முக்கியம். வேறொரு பொருளில் சொன்னால், ‘தேசிய நலனுக்காக’ வன்முறை வழியை நாடுவதற்கு அரசாங்கத்திற்குச் சுதந்திரம் இருக்கிறது. அரசுக்கு எதிரான ஒரு மனிதரை அவன் கொன்றான்; எனவே அவர், தேச விரோதி என்பது கோட்சேவின் கருத்து.

கோட்சேவும், சாவர்க்கரும், ஹிந்து வலதுசாரிகளும் ஒருங்கிணைந்த இந்திய அரசு ஒன்றைக் கற்பனை செய்தனர்; பிரிட்டிஷ் அரசாங்கத்திடமிருந்து இந்தியர்களின் தலைமைக்கு அதிகாரத்தை மாற்றுவது குறித்து விவாதிக்க 1946இல் இந்தியாவுக்கு வந்த அமைச்சரவை தூதுக் குழுவிடம் ஹிந்து மகாசபையினர் அளித்த கோரிக்கை மனுவில் இதை முன்வைத்திருந்தனர். அரசு குறித்த அவர்களது கருத்தாக, ஒரு வலுவான கூட்டாட்சி அரசாங்கம் இருந்தது. மகாசபை 15-04-1946 அன்று அளித்த கோரிக்கை மனுவில், (ஷரத்து எண் நான்கைப் பார்க்கவும்) கூறியிருப்பது: 'இந்திய அரசியலமைப்பு கூட்டாட்சி என்பதன் அடிப்படையில் இருக்கவேண்டும்; இந்திய ஒன்றியம் மத்தியிலும், மாகாணங்களும் பிற இந்தியச் சமஸ்தானங்களும் அந்த கூட்டமைப்பின் உறுப்புகளாக இருக்கவேண்டும். எந்த ஒரு மாகாணமோ அல்லது இந்தியச் சமஸ்தானமோ விரும்பும்போது அந்த ஒன்றியத்துடன் இணையலாம், வேண்டும்போது பிரிந்து செல்லலாம் என்ற ஊசலாட்டத்திற்கு அரசியலமைப்பு இடமளிக்கக்கூடாது.

ஒரு வலுவான மத்திய அரசு, அதாவது வலுவான கூட்டாட்சி அரசாங்கம் என்கிற இந்த கருத்தாக்கமும் அதனால் ஏற்படக்கூடிய விளைவுகளும் அந்த கோரிக்கை மனுவின் ஷரத்து எண்.5ல் மேலதிகமாக விளக்கப்பட்டிருந்தன:

> கூட்டமைப்பிலிருக்கும் மாநிலங்களுக்கு அதிகபட்ச அளவில் தன்னாட்சிக்கான சாத்தியத்தை அரசியலமைப்பு அளிக்கவேண்டும்; ஆனால், மீத அதிகாரங்கள் அனைத்தும் மத்தியில் இருக்கவேண்டும். இணைந்திருக்கும் மாநிலங்கள், தேசியக் கொள்கையிலோ அல்லது தேச நலன் சார்ந்த விஷயங்களிலோ தவறாக இயங்கும் நேரங்களில் மேற்பார்வை செய்யும், கட்டுப்படுத்தும் அதிகாரம் ஒன்றிய அரசிடம் இருக்கவேண்டும்; அத்துடன், அந்த அதிகாரத்தைத் திறம்படப் பயன்படுத்தப் போதுமான வலிமையுடன் இருக்கவேண்டும்.

கோட்சேவும் ஹிந்து வலதுசாரிகளும் பெரிதும் விழைந்த அரசு, வலிமையாக மையப்படுத்தப்பட்ட ஒன்று. இதைப் போன்ற அரசை காந்தி விரும்பவில்லை. ஏனெனில், அதிகாரப் பரவலாக்கத்தை அவர் கற்பனை செய்திருந்தார். அகிம்சை மீதான நம்பிக்கையிலும் உறுதியிலும் காந்தி ஒருபோதும்

ஊசலாடியதில்லை. மிருகத்தனமான அரசு எந்திரத்தைக் கொண்ட ஒற்றை மைய அரசை அவர் எதிர்த்தார்.

பேசப்படாத ஒரு கருத்தை, தெளிவான கேள்வியை இது எழுப்புகிறது: எந்த மாதிரியான அரசை காந்தி கற்பனை செய்தார்? அரசு என்கிற கருத்தை முதன் முதலில் 1909ஆம் ஆண்டு ஹிந்த் ஸ்வராஜ் அல்லது இந்தியாவில் ஹோம் ரூல் என்ற கட்டுரையில் விரிவாக அவர் எழுதினார். அவரைப் பொறுத்தவரை அரசு என்பது மக்களால் தேர்ந்தெடுக்கப்பட்ட நாடாளுமன்றத்தால் நடத்தப்படுவது. நிதி, காவல்துறை, ஏனைய அரசு எந்திரங்களின் மீதான அதிகாரம் அதனிடம் இருக்கும். 1931இல் காந்தி 'பூர்ண ஸ்வராஜ்' அல்லது முழு சுதந்திரத்திற்கு அறைகூவல் விடுத்தார். படுகொலை செய்யப்படுவதற்கு சில மாதங்களுக்கு முன்பு, நவம்பர் 1947இல் சுராஜ்யம் அல்லது ஒரு நல்ல அரசிற்கு அவர் அழைப்பு விடுத்த நேரத்தில் அதை மறுபடியும் உறுதிப்படுத்தி எழுதினார். வரப்போகிற இந்திய அரசு அதை உள்வாங்கி கொள்ளும் என்று நம்பினார். அதை இங்கு குறிப்பிடுவதின் நோக்கம், காந்தி அரசை மறுத்த வன்முறையாளர், கற்பனை உலகத்தைக் கனவு காண்பவர் என்று வாசகர்களின் மனத்திலிருக்கும் சந்தேகங்களை நீக்குவதற்கே.[2]

அரசு என்கிற அமைப்பின்மீது அவருக்கு நம்பிக்கை இருந்தது. ஆனால், தனிமனிதர்கள் மீது எதேச்சதிகாரமாக, மேலிருந்து கீழாக அதிகாரத்தைப் பிரயோகிக்கும் ஒன்றிலிருந்து முற்றிலும் மாறுபட்டதாக அவரது அரசு இருக்கும். அவர் தனது கவனத்தை முழுமையாக அர்ப்பணித்த பல தலைப்புகளை/விஷயங்களைப் போலவே, இந்த அரசு என்கிற கருத்தாக்கம் குறித்தும் அவர் கணிசமாகச் சிந்தித்தார். அவர் விரும்பிய அரசின் அடிப்படை இயல்பு, மிகத் தீவிரமாக அறநெறி சார்ந்தது. அவர் கற்பனை செய்த அறநெறி சார்ந்த மதத்தைப் போல், ராம ராஜ்ஜியம் இந்த அரசிற்குள் பொதிந்திருக்கும். மிக முக்கியமாக, காந்தி குறிப்பிட்ட அந்த ராமன், ஹிந்துக் கடவுள் அல்ல; சொல்லப் போனால் அறநெறி அரசு ஒன்றின் இலட்சியமாக அது இருந்தது; அங்கு மக்கள் சமமாக நடத்தப்படுவார்கள்; மக்களின் விருப்பத்திற்கு ஏற்ப அங்கு அரசாட்சி நடக்கும்.

ஹிந்த் ஸ்வராஜில், காந்தி ஒரு புதுமொழியை உருவாக்கினார்; அது பிரபலமாகியது: 'ஆங்கிலேயர் இல்லாத ஆங்கில ஆட்சி'.

எந்தச் சூழலில் காந்தி இதை எழுதினார் என்பது முக்கியமானது. சுதந்திர இந்தியாவின் எதிர்காலம் கிரேட் பிரிட்டன் அல்லது ஜப்பான் போல இருக்கவேண்டும் என்று விரும்பிய சுதந்திர இயக்கத்தில் காணப்பட்ட சிந்தனைகளை அவர் விமர்சனம் செய்தார். அந்த அரசுகள் பிரதேச விரிவாக்கம் மற்றும் இன தேசியவாதத்தின் மீது தோற்றுவிக்கப்பட்ட முரட்டுத்தனமும் வன்னெஞ்சமும் கொண்ட அமைப்புகளாக இருந்தன. அவர் கொலை செய்யப்படுவதற்கு முன்னதாக சுராஜ்யாவில் காந்தி இறுதியாக விளக்கம் ஒன்றை எழுதினார். ஆக்கிரமிப்பு நோக்கம் கொண்ட ஓர் அரசை அவர் எதிர்த்தார்; அத்தகைய அரசுகள் மேலாதிக்கம் செலுத்தக்கூடியவை; அவற்றின் சர்வாதிகாரப் போக்கு குடிமக்களை ஒடுக்கக்கூடியது என்பது அவரது நிதர்சனப் பார்வையாக இருந்தது.

நல்லது செய்தல் மற்றும் தேசிய நலனை மேம்படுத்துதல் என்ற பெயரில், அத்தகைய அரசு இறுதியில் அடக்குமுறையில் முடியக்கூடும் என்று அவர் நம்பினார். சுராஜ்யாவில் அவர் முன்வைக்கும் அரசு, ஒவ்வொரு குடிமகனையும் நியாயமாகவும் சமமாகவும் நடத்துகிறது. இந்தியா பன்முகப் பண்பாடும் பல மதங்களையும் கொண்ட சமூகம். எனவே, காந்தியின் தேசியவாதம் ஆக்கிரமிப்பு தன்மை கொண்டதல்ல. அனைவரையும் உள்ளடக்கியது. எனவே, சுராஜ்யா என்பது இயல்பில் ஒரு மதச்சார்பற்ற அமைப்பு. அவரது சீடரான நேருவைப் போலன்றி, மதச்சார்பின்மை 'மாதிரி' ஒன்றிற்காக காந்தி மேற்கு நாடுகளைப் பார்க்கவில்லை. காந்தி ஓர் ஆழ்ந்த மதப்பற்றுள்ளவர்; அதே நேரத்தில் சாவர்க்கரும் ஹிந்து வலதுசாரிகளும் பொதுவாக விரும்புவதைப் போல், மத அடிப்படையிலான அல்லது பண்பாட்டின் அடிப்படையிலான தேசியவாதத்தை அவர் எதிர்த்தார். காந்தி தனது மதச்சார்பின்மைக்கான வார்ப்புருக்களை பகவத்கீதையில்தான் கண்டுபிடித்தார்.

காந்தியின் அரசு, அதன் சட்டப்பூர்வத் தன்மையை அறநெறி சார்ந்த அதிகாரத்திலிருந்து பெறுகிறது; அதேநேரம் அவரது விமர்சகர்களின் கருத்தாக்கம் அதன் சட்டப்பூர்வத் தன்மையை அரசு அதிகாரங்களிலிருந்து பெறுகிறது. முறையற்ற ஓர் அரசின் அதிகாரங்களுக்குப் பணிய மறுத்து, அகிம்சை வழியிலான சத்தியாக்கிரகப் போராட்டத்தின் மூலம் காந்தி அதைத் தோற்கடித்தார். அவரது கற்பனையில் இருக்கும் அரசில்

வன்முறையற்ற வழிகள் மூலம் குடிமக்கள் தங்களது தார்மீக உறுதிப்பாடுகளை வெளிப்படுத்தும் வாய்ப்பை அளிக்கிறார். அவரது அறநெறி சார்ந்த, ஆக்கிரமிப்பு பண்பில்லாத அரசு, ஒரு சமநிலையை உருவாக்கும் நோக்கில் பரிவுடன் எதிர்வினையாற்றும் ஒன்று.

ஹைதராபாத் சூழ்நிலைக்கு காந்தி எப்படி எதிர்வினை ஆற்றியிருக்கக் கூடும்? மீண்டும், கோட்சே நீதிமன்றத்தில் அளித்த விரிவான வாக்குமூலத்தில் இதற்கு அவன் ஒரு நியாயமான மதிப்பீட்டை வழங்கினான்.

> *1948 ஜனவரி இறுதி வாரத்தில் ஹைதராபாத் பிரதான அமைச்சர் லாயிக் அலி காந்திஜியைச் சந்தித்தார். ஹைதராபாத் விவகாரங்களை காந்திஜி கவனித்து வந்த விதத்திலிருந்து, தனது அகிம்சைப் பரிசோதனைகளை விரைவில் அந்த சமஸ்தானத்தில் காந்தி தொடங்குவார்; சுஹ்ரவர்தியைப் போல் காசிம் ரிஸ்வியை அவரது வளர்ப்பு மகனாக நடத்துவார் என்பது தெரிந்தது. அனைத்து அதிகாரங்களும் கைவசமிருந்தும் காந்தி இருக்கும் வரை, ஹைதராபாத் போன்ற முஸ்லிம் அரசுக்கு எதிராக எந்த ஒரு வலுவான நடவடிக்கையும் எடுப்பது அரசாங்கத்தால் இயலாத ஒன்று என்பதை அறிந்துகொள்வது கடினம் அல்ல. ஹைதராபாத் மீது ராணுவம் அல்லது காவல்துறை நடவடிக்கை எடுக்க அரசாங்கம் அப்போது முடிவு செய்திருந்தால், பாகிஸ்தானுக்கு 55 கோடி ரூபாய் கொடுத்த விவகாரத்தில் செய்ததுபோல், காந்தி சாகும்வரை உண்ணாவிரதம் இருந்திருப்பார் என்பதால், முடிவைத் திரும்பப்பெற வேண்டிய கட்டாயம் அதற்கு ஏற்பட்டிருக்கும். அரசாங்கத்தின் கரங்களுக்கு காந்தியின் உயிரைக் காப்பாற்ற வேண்டிய கட்டாயம் ஏற்பட்டிருக்கும்.[3] (மூலத்தில் உள்ளபடி)*

கோட்சேவின் விவரிப்புடன் நாம் உடன்படாமல் இருப்பது கடினம். நாம் சுராஜ்யக் கொள்கையைப் பிரயோகித்தால், தனது குடிமக்களிடம் ஆதிக்க உணர்வற்ற முறையில் நடந்துகொள்ளும்படி காந்தி அரசைக் கேட்டுக்கொண்டிருக்கக்கூடும். ஓர் அடிப்படை கேள்வியை இது எழுப்புகிறது: தவிர்க்க இயலாத ஆக்கிரமிப்பை எதிர்கொள்ள நேரிடும்போதும் சுய பாதுகாப்புக்கும்

வன்முறையைப் பயன்படுத்தாத அத்தகைய அமைதிவாதியா காந்தி? ஒரு முரணாக, வழக்கு விசாரணையின் போதான தனது வாக்குமூலத்தின் ஒரு பகுதியில் கோட்சே இந்தக் கேள்விக்குப் பதிலளிக்கிறான். உண்மையில், காந்தியிடம் இருந்த அரசியல் யதார்த்த நிலையைப் பாராட்ட அவன் விரும்பவில்லை. மாறாக, காந்திய அரசியலில் அவன் பார்த்த ஆழமான முரண்பாடுகளை சுட்டிக்காட்டினான்.

1947 ன் பிற்பகுதியில் காஷ்மீரில் இராணுவ நடவடிக்கைக்கு காந்தி அளித்த ஆதரவை அடிப்படையாகக் கொண்டு கோட்சே தனது வாதத்தை முன்வைத்தான்.

> அவரது அகிம்சை கோட்பாட்டில் வெளிப்படும் உறுதியற்ற நிலைக்கான சமீபத்திய எடுத்துக்காட்டு ஒன்று மிகவும் குறிப்பாக கவனிக்கத்தக்கது. பாகிஸ்தானுடன் மிக நெருக்கமாகவே காஷ்மீர் பிரச்சனையும் பின்தொடர்ந்து வந்தது. காஷ்மீரைக் கைப்பற்றி விழுங்கிக் கொள்வதற்கு பாகிஸ்தான் ஆபத்தான ஒரு படையெடுப்பை நடத்தியது. காஷ்மீர் மகாராஜா நேரு அரசாங்கத்தின் உதவியை நாடினார். ஷேக் அப்துல்லாவை தலைமை நிர்வாகி ஆக்க வேண்டும் என்ற நிபந்தனையின் பேரில் நேரு உதவி செய்ய ஒப்புக்கொண்டார். முக்கியமான விஷயம் அனைத்திற்கும் பண்டிட் நேரு காந்தியின் ஆலோசனையைக் கேட்டுக் கொள்வார். காஷ்மீர், நேரு பிறந்த இடம் என்பதால் பாரபட்சம் காட்டப்படுவதற்கான எல்லா வாய்ப்புகளும் இருந்தன. ஆனால், பாரபட்சத்திற்கு வழி கொடுக்காமல், காஷ்மீருக்கு ராணுவ உதவியை அனுப்புவது குறித்து காந்தியிடம் நேரு ஆலோசனை கேட்டார்.
>
> காந்தியின் சம்மதத்தின் பேரில்தான் காஷ்மீரின் பாதுகாப்பிற்கும் தற்காப்பிற்கும் நேரு படைகளை அனுப்பினார். இதைப் பின்னாளில் நேரு தனது உரை ஒன்றில் கூறியுள்ளார். காஷ்மீர் மீதான ஆக்கிரமிப்பாளர்களின் ஊடுருவலுக்கு பாகிஸ்தான் ஆதரவு அளித்தது என்பது நமது அரசியல் தலைவர்களுக்கு ஆரம்பத்திலிருந்தே தெரியும். எனவே, காஷ்மீருக்கு உதவி அனுப்புவது என்பது பாகிஸ்தானுக்கு எதிராக மறைமுக போர் ஒன்றை நடத்துவதாகும் என்பது தெளிவு.

> ஆயுதம் ஏந்திய போரை காந்தி எப்போதுமே எதிர்த்தார்; இதை அவர் திரும்பத் திரும்ப உலகம் முழுவதும் கூறியுள்ளார். ஆனால், காஷ்மீருக்கு ராணுவத்தை அனுப்ப நேருவுக்கு தன் சம்மதத்தை அளித்தார். காஷ்மீரில் நடந்த விஷயங்களிலிருந்து பெறக்கூடிய முடிவு ஒன்றுதான்; பிரிவினைக்கு உட்பட்ட இந்தியாவுக்கு விடுதலை கிடைத்தபின், இன்று, காந்தியின் ஆசீர்வாதத்துடன் மனிதனைக் கொல்லும் இயந்திரங்களைப் பயன்படுத்தும் போரில் நமது அரசாங்கம் இறங்கியுள்ளது. அகிம்சைக் கொள்கையின்மீது காந்திக்கு உறுதியான நம்பிக்கை இருந்திருந்தால், ஆயுதமேந்திய துருப்புகளுக்குப் பதிலாக சத்தியாக்கிரகிகளை அனுப்பும் யோசனையைப் பரிந்துரைத்து, சோதனை ஒன்றை முயன்றிருக்க வேண்டும். ரைஃபிள்களுக்குப் பதிலாக 'தக்களிகளும்', துப்பாக்கிகளுக்குப் பதிலாக 'சர்க்காக்களும்' அனுப்புவதற்கு உத்தரவு பிறப்பித்திருக்கலாம். விடுதலை பெற்ற உடனேயே காந்திஜி தனது கொள்கையைப் பின்பற்றி சோதனை முயற்சியாக சத்தியாக்கிரகத்தின் ஆற்றலைக் காட்டுவதற்கு அவருக்கு அது ஒரு பொன்னான வாய்ப்பாக இருந்திருக்கும்.[4] (மூலத்தில் உள்ளபடி)

இங்கு, கோட்சேவையும் காந்தியையும் விமர்சிப்பவர்கள் மகாத்மாவின் அறநெறி சார்ந்த யதார்த்தவாதத்தை, அவரது அரசியல் யதார்த்தத்திலிருந்து மாறுபட்டதாக முன்வைக்க முயன்றனர். மாறாக, இரண்டிற்கும் இடையில் ஒரு நுட்பமான சமநிலையை ஏற்படுத்த காந்தி முயன்றார். எளிமையான சொற்களில், வன்முறை என்பது முதல் எதிர்வினையோ அல்லது இறுதிப் புகலிடமோ அல்ல. வன்முறையற்ற சமூக அமைப்பைக் கட்டமைப்பதுதான் காந்தியின் இயல்பான எதிர்வினையாக இருக்கமுடியும். ஏனெனில், அது மட்டுமே நிரந்தரத் தீர்வாக இருக்கக்கூடும். இருப்பினும், உள்ளிருந்தோ அல்லது வெளியிலிருந்தோ வரும் ஆக்கிரமிப்புகளுக்கு எதிராக, தற்காலிக ஏற்பாடாக, தற்காப்பு வழிமுறையாக, வன்முறையைச் சட்டப்பூர்வமாக அரசு பயன்படுத்துவதைத் திட்டவட்டமாக அவர் எதிர்க்கவில்லை. எனவே, காஷ்மீரில் ராணுவத்தைப் பயன்படுத்துவதற்கு காந்தி அளித்த ஆதரவை, அவசியத்தின் அடிப்படையிலான யதார்த்த மதிப்பீட்டின் பின்னணியிலும்,

அரச வன்முறையைப் பிரயோகிப்பதில் இருக்கும் வரம்புகளின் அடிப்படையிலும் புரிந்துகொள்ள முடியும்.

காந்தியும் அரசாங்கமும் கொண்டிருந்த இறுக்கமான கருப்பொருள் குறித்து அந்தோனி பரேல் பேசும்போது, காந்தியைப் பற்றிய நமது புரிதலையும், தற்காப்புக்காக வன்முறையைப் பயன்படுத்துவதையும் ஆதரிக்கும் ஒரு வாதத்தை உருவாக்குகிறார். முன்வைக்கிறார்.

> 1931ஆம் ஆண்டு லண்டனில் நடந்த இரண்டாவது வட்டமேசை மாநாட்டில் காந்தி ஆற்றிய உரை, தற்காப்பிற்காக ராணுவத்தைப் பயன்படுத்த ஓர் அரசுக்கு இருக்கும் உரிமைக்கு ஆதரவாக காந்தியின் மிகப் பெரிய பங்களிப்பு. இந்தியாவின் எதிர்கால அரசியலமைப்பு குறித்து விவாதிப்பதற்கான அதிகாரப்பூர்வ மாநாடு அது. அவர் கலந்து கொண்ட ஒரே மாநாடு அதுதான். எனவே, அவரது கூற்றின் முக்கியத்துவத்தைக் குறைத்து மதிப்பிட முடியாது.
>
> 'அதனுடைய பாதுகாப்புப் படைகள் மீதும், வெளிநாட்டுக் கொள்கை மீதும் கட்டுப்பாடு ஏதுமற்ற ஒரு தேசம் பொறுப்பான தேசமாக இருக்கமுடியாது. பாதுகாப்பும், அதன் இராணுவமும் ஒரு தேசம் நிலைப்பெற்றிருப்பதற்கு அடிப்படைத் தேவை. அத்துடன், வெளியில் இருக்கும் அமைப்பின் கட்டுப்பாட்டில் ஒரு தேசத்தின் பாதுகாப்பு இருக்கும் என்றால், மிகுந்த நட்புடன் இருக்கும் அமைப்பாக அது இருந்தாலும், அந்தத் தேசம் நிச்சயமாக பொறுப்புடன் ஆளப்படும் ஒன்றெனச் சொல்லமுடியாது... எனவே, இராணுவத்தின் மீதும், பாதுகாப்புப் படைகள் மீதும், வெளி விவகாரங்கள் மீதும் முழுமையான கட்டுப்பாடு வேண்டும் என்று கண்ணியத்துடன் வேண்டுவதற்கு இங்கு வந்துள்ளேன். தற்காப்பு/பாதுகாப்பு மீதான கட்டுப்பாட்டைப் பெறமுடியாவிட்டால், நான் முடிவின்றிக் காத்திருப்பேன். பாதுகாப்பின்மீது கட்டுப்பாடு இல்லையென்றாலும், பொறுப்பான அரசாங்கத்தை என்னால் நடத்த முடியும் என்று ஏமாற்றிக்கொள்ள விரும்பவில்லை. அதுதான் என்னுடைய அடிப்படை நிலைப்பாடு.'[5]

அவரது அரசியல் யதார்த்தத்தால் அறியப்பட்ட காந்தியின் தார்மீக இலட்சியவாதம், போரற்ற ஓர் உலக ஒழுங்கமைப்பின் மீது நம்பிக்கைக் கொண்டிருந்தது.

தேசத்திற்கு விரோதமான மனிதரைக் கொன்றோம், அதனால் அவர் தேச-விரோதி என்று கோட்சே நினைத்தான். ஆனால், காந்திக்கும் கோட்சேவுக்கும் (ஹிந்து வலதுசாரி என்று படிக்க) இடையிலான வேறுபாட்டை, அரசொன்று ஆதிக்க உணர்வைப் பயன்படுத்துவதில் இருக்கும் அறநெறி மீது இருவருக்கும் இருக்கும் அடிப்படைக் கருத்து வேறுபாட்டின் மூலம் சரியாகப் புரிந்து கொள்ள முடியும். காந்தியடிகள் எதிர்நோக்கிய அரசிற்கும், அவரது சீடர் ஜவஹர்லால் நேரு உட்பட மற்ற அனைவராலும் கருத்துரு கொள்ளப்பட்ட அரசிற்கும் உள்ள முக்கிய வேறுபாடு இதுதான். முன்னுரையில் குறிப்பிட்டுள்ள கவிஞர் மதுசூதனன் நாயரின் வரிகளை நினைவில் கொள்ளுங்கள்; அவரைப் பின்பற்றுபவர்களும் (அனுகாமிகளும்) அவருடன் செல்லத் தவறிவிட்ட மிகக் கடினமான பாதையொன்றில் தனியாக, நடந்து செல்லும் ஒருவரே காந்தி.

பகுதி 2

மீண்டும் சொல்லப்படும் ஒன்று என்றாலும், நாயரின் சக்திவாய்ந்த கேள்வியைத் திரும்பவும் கேட்போம்: காந்தி என்பவர் யார்? லட்சக்கணக்கானோரின் மனத்தில் அன்பையும் மதிப்புணர்வையும் விசிறிவிட்டவரா? சத்யாக்கிரகத்திற்காகப் பலவீனமான தனது உடலை மனமுவந்து தியாகம் செய்தவரா? அல்லது நம் மத்தியிலிருந்த முரட்டுத்தனமான மனிதர்களை அடக்கி நம்மை ஒன்று சேர்க்க முடிந்தவரா?

பகுதி இரண்டு, அத்தியாயம் மூன்றில் ஹிந்து இராணுவமயமாக்கல் திட்டத்தின் சிற்பியான பி.எஸ்.மூஞ்ஜே, சர்தார் வல்லபாய் பட்டேலுக்கு எழுதிய கடிதத்தைக் குறிப்பிட்டிருந்தோம். அதில் அவர், '...ஆனால், எல்லாவற்றிற்கும் மேல் பழிவாங்குவது ஒரு குற்றமா?... பழிவாங்குவது மனித இயல்பு என்பது தவிர்த்து தார்மீகக் குற்றமில்லை' என்று கூறியிருந்தார்.[6] இந்தக் கடிதத்தை அவர் எழுதியதற்கான கோபத் தூண்டுதலாக, தாக்குதல் நடத்திய ஹிந்துக்கள் குறித்து மகாத்மா காந்தி கூறியது இருந்தது. மனிதக் குலத்திற்கு அவமானம் என்று காந்தி அவர்களைக் கூறியதைக் கூர்மையான தாக்குதலாக மூஞ்ஜே உணர்ந்தார்.

அவரது பெருவிழைவான ஹிந்து இராணுவமயமாக்கல் திட்டம் தோல்வியுற்றதால், மூஞ்ஜேவின் விரக்தி அதில்

வெளிப்பட்டிருக்கலாம். வன்முறையின் கொடிய வடிவங்களை அவர்கள் எதிர்கொண்ட நிலையிலும், அகில இந்திய அளவில் ஹிந்துக்களிடம் போர்க்குணத்தின் அடையாளம் எதுவும் உருவாகவில்லை. அத்தகைய இராணுவமயமாக்கலை உருவாக்குவதற்கு தேவையான அனைத்துக் கூறுகளும் அந்த நேரத்தில் இருந்தன: எழுச்சியூட்டிய 'ஹிந்து கத்ரே மே ஹை' விவரிப்பும் இருந்தது; பிரிவினை வன்முறையால் பாதிக்கப்பட்ட மதன்லால் பஹ்வா போன்ற ஆற்றல் மிக்க ஆயிரக்கணக்கான நபர்கள் இருந்தனர். காங்கிரஸ் அமைப்பில் காந்தியத்தின் செல்வாக்கு ஏற்கனவே குறையத் தொடங்கியிருந்தது, முழுமையாக வளர்ந்த ஹிந்து வலதுசாரி அமைப்புகள் ஒரு சில இருந்தன. மூஞ்ஜேவின் இருபதாண்டு கால அணிதிரட்டலும் பிரச்சாரமும் இருந்தன; எனினும், 1946-48 காலகட்டத்தின் தீவிரமான, இதுவரையிலும் இல்லாத வன்முறைச் சூழலினால் ஹிந்து இராணுவமயமாக்கல் திட்டம் எழுச்சி பெற முடியாமல் தோல்வியடைந்தது; எனில், இந்தத் திட்டம் ஒருபோதும் இனி வெற்றியடையாது என்ற எண்ணம் படிப்படியாக அவருக்குள் தோன்றியிருக்க வேண்டும்.

முகமது அலி ஜின்னாவின் முஸ்லிம் லீகின் ஆதரவு பெற்றிருந்த வன்முறைக்கு எதிர்வினையாகவோ அல்லது சில நேரங்களில் அதற்குப் பதிலடியாகவோ, பழிவாங்கும் விதமாகவோ தீவிரவாத ஹிந்து அணிதிரட்டல் நடைபெறவில்லை என்று சொல்ல முடியாது. நாம் இங்கு குறிப்பிடும் தோல்வி, பல ஆண்டுகளாக ஹிந்து வலதுசாரி அமைப்புகள் எதற்குத் தம்மைத் தயார்படுத்திக் கொண்டிருந்தனவோ, அத்தகைய ஒரு சூழ்நிலை உருவானபோது அதை அவர்கள் பயன்படுத்திக்கொள்ள முடியாமல் போனது என்பதைக் குறித்துத்தான். ஹிந்து இராணுவமயமாக்கல் நியாயம் என்ற நிலை ஓரளவுக்குக் காந்திய அகிம்சை மீதான விமர்சனமாகும். 1921ஆம் ஆண்டு நிகழ்ந்த மாப்ளா கலவரம் போன்று உலகில் மீண்டுமொரு வன்முறை நிகழும் சூழலில் காந்திய அகிம்சை முறைகள் தவிர்க்க முடியாமல் தோல்வியைச் சந்திக்கும் என்று அதன் ஆதரவாளர்கள் நம்பினார்கள். மிருகத்தனமான, நன்கு ஒருங்கிணைக்கப்பட்ட வன்முறை எந்திரத்தின் முன் ஹிந்துக்கள் உண்மையிலேயே பாதுகாப்பற்ற, சக்தியற்ற, வீரமிழந்த நிலைக்கு ஆளாகிவிடுவோம் என்று கவலைப்பட்டார்களா? நிச்சயம், அவர்கள் அப்படித்தான் நினைத்தார்கள்.

இந்தக் கவலையும் ஆத்திரமும்தான் காந்தியைக் கொல்ல ஒரு காரணமா? சான்றுகள் கவனமாக பரிசீலிக்கப்பட வேண்டும். இராணுவமயமாக்கல் தோல்வியடைந்த இடத்தில், பலவீனமான அந்தப் பக்கிரி காந்தி குறிப்பிடத்தக்க வெற்றியைப் பெற்றார். நவகாளியிலும், பீகாரிலும் அதன்பின் டெல்லியிலும், வன்முறையாலும், வெறுப்பாலும், சந்தேகத்தாலும் சேதமுற்ற நகரங்களிலும் மாநகரங்களிலும் அகிம்சைக் கொள்கையைப் பின்பற்றியதன் மூலம் காந்தி அமைதியை மீட்டெடுத்தார். குறிப்பாக நவகாளி, கோட்சே போன்ற நபர்களுக்குப் பெரும் பின்னடைவான நிகழ்வு. ஏனெனில், காந்தியின் அகிம்சை வழியைப் பின்பற்ற ஹிந்துக்கள் தயாராக இருந்தாலும், முஸ்லிம்கள் ஒருபோதும் அவ்வாறு செய்ய மாட்டார்கள் என்பதில் அவர்கள் உறுதியாக இருந்தனர்.

எனினும், முஸ்லிம் கலவரக்காரர்களையும், பெரிய அளவிலான வன்முறைக்குக் காரணமானவர் என்று குற்றம் சாட்டப்பட்ட அன்றைய வங்காள பிரதான அமைச்சர் ஹுசைன் ஷஹீத் சுஹ்ரவர்த்தியையும் மிகுந்த சிரத்தையுடன் அணுகிப் பேசிய காந்தி நான்கு மாதங்களில் சகஜ நிலை திரும்ப வைத்தார். அவரை விமர்சித்தவர்கள் மீதான குறிப்பிடத்தக்க வெற்றி அது. எனினும், கோட்சே தனது வாக்குமூலத்தில், அகிம்சை வழியிலான காந்திய எதிர்ப்பு நடைமுறைத் தீர்வுகளுக்கு முயலும் தன்னைப் போன்ற பலருக்கு மிகப்பெரிய முட்டுக்கட்டை என்று கூறினான். தேச நலனுக்காக ஹைதராபாத்தில் ஏறத்தாழ 50,000 உயிர்கள் பலியிடப்பட்டால் என்ன நடந்துவிடப் போகிறது?

காந்தியின் வழிமுறைகள் பகவத்கீதையிலிருந்து அவர் எடுத்துக்கொண்ட ஆன்மிகத்தில் ஆழமாக வேரூன்றி இருந்தன. சமூக சீர்திருத்தவாதியான அவர் அதே அளவுக்கு அரசியல் சிந்தனையாளராகவும் இருந்தார். கீதைக்கு முழுமையான ஒரு விளக்கத்தை அளித்ததன் மூலம் ஹிந்து மதத்தைச் சீர்திருத்துவதில் குறிப்பிடத்தக்கப் பங்களிப்பைச் செய்தார். அவரது சீர்திருத்தங்கள் ஹிந்து மதத்திற்கு அறநெறிப் பண்பை அளிப்பதில் கவனம் செலுத்தின. இந்திய அரசியலின் அடித்தளம் எப்படி இருக்க வேண்டும் என்பதைத் தெரிவித்தன. காந்தியின் கூற்றுப்படி, பகவத்கீதை. மதத்தை அவர் எவ்வாறு புரிந்துகொண்டார் என்பதைப் புரிந்துகொள்ள உதவும் மிகப்பயனுள்ள வழிகாட்டி. பசு வதை, மதச்சார்பின்மை, சாதி பாகுபாடு போன்ற சர்ச்சைக்குரிய

விஷயங்களில், பின்வரும் விளக்கத்தை அவர் திரும்பத் திரும்ப வலியுறுத்தினார்:

> தன்னை அறிந்து கொண்ட மனிதர்கள், அறிவும் அடக்கமும் கொண்ட பிராமணனையும், பசு, யானை, நாய் மற்றும் அந்த நாயை உண்பவன் அனைவரையும் சமமாகத்தான் பார்க்கிறார்கள்.
>
> அதாவது, அவரவரின் தேவைக்கேற்ப, அனைவருக்கும் ஒரே மாதிரியாகத்தான் அவர்கள் சேவை செய்கிறார்கள் என்று சொல்லலாம். ஒரு பிராமணனையும், ஷ்வபாகனையும் (நாய் உண்பவனை) ஒரே மாதிரியாக நடத்துவது என்பது, விவேகமுள்ள ஒரு மனிதன் பாம்பு கடித்த பிராமணனிடமிருந்து ஆர்வத்துடனும், ஆயத்தத்துடனும் விஷத்தை உறிஞ்சுவது போல் அதே அளவில் பாம்பு கடித்த ஷ்வபாகனிடமும் உறிஞ்சி எடுப்பது போன்றதே.[7]

இந்தியன் எக்ஸ்பிரஸ் நாளிதழில் சங்கரன் தனது கட்டுரை ஒன்றில் இவ்வாறு வாதிட்டார்:

ஹிந்து மதத்தின் வைஷ்ணவ பிரிவின் மிக முக்கிய நூலான கீதையைக் காந்தி வாசித்தது, பெரும்பான்மை மக்கள் அறிந்திருக்கும் ஹிந்து மதத்தின் மீது அவருக்கிருந்த உள்முகப் பார்வையின் அடிப்படையிலான விமர்சனத்தின் அங்கமே. பிறப்பின் காரணமாக தன்னை ஹிந்துவாக அவர் அடையாளப்படுத்திக் கொண்டார்; அத்துடன் முன்னர் இருந்த கதைகளின் அடிப்படையிலான புறவுலகு சார்ந்த கருப்பொருள்களின் இடத்தில் அறம்சார் அடித்தளம் ஒன்றைக் கொண்டுவர முயன்றார்; இந்தத் திட்டம் முதலில் நிகாயா அமைப்பில் புத்தரால் தொடங்கப்பட்டது. புத்தர் ஒரு சிறந்த ஹிந்து சீர்திருத்தவாதி என்பது, சரியோ அல்லது தவறோ, காந்தியின் கருத்து.[8] காந்தி பாரம்பரிய ஹிந்து சமயத்தின் சொற்குவியலை மறுசீரமைப்புக்கு உட்படுத்தினார். கீதைக்கும் ஹிந்துயிசத்திற்கும் அவர் பாணியில் முழுமையான விளக்கத்தை அளித்தார். அவர் கட்டமைக்க முயன்ற ஆக்கிரமிப்பு இல்லாத தேசியவாதம் நோக்கி இதை அவர் செய்தார். இந்தத் திட்டம் ஹிந்துத்துவத்தின் இதயத்தைத் தாக்கியது.

பகுதி 3

முக்கிய விஷயத்திற்கு இப்போது நாம் வருகிறோம். பேசப்படும் இந்தப் பொருள் ஏன் பொருத்தமானது? காந்தியின் படுகொலை ஏன், இன்று நமக்கு ஏன் முக்கியமானதாக இருக்கிறது?

இந்தக் கேள்விக்கு எதிர்நிலைச் சூழலில் நாம் பதிலளிக்கலாம்: காந்தி உயிருடன் இருந்திருந்தால் என்ன நடந்திருக்கும்?

காந்தியின் இறுதியான முக்கியமான கருத்தியல் படைப்பாக 1941 இல் வெளியான ஆக்கப்பூர்வமான திட்டம் (Constructive Programme) நூலைக் கூறலாம். பொருளாதாரச் சிந்தனையாளராக காந்தி இன்னமும் போதுமான அங்கீகாரம் பெறவில்லை என்பதே நமது மதிப்பீடு; உலகப் போருக்குப் பிந்தைய சகாப்தத்தில், கம்யூனிசமும் முதலாளித்துவமும் என்ற இரு முரண்பட்ட பொருளாதாரக் கோட்பாடுகள் உலவிய உலக அரங்கில்தான் அரசியல் குறித்தும் சுதந்திர இந்தியாவின் அரசு குறித்தும் தனது பார்வைகளை காந்தி முன்வைத்தார். காந்தியக் கண்ணோட்டத்தில், இந்த இரண்டு சித்தாந்தங்களிலும் பொதுவான கட்டமைப்புக் குறைபாடு- அதாவது அவற்றில் வன்முறை உள்ளார்ந்திருக்கிறது.

'ஆக்கப்பூர்வமான திட்டம்' நூலின் 'பொருளாதாரச் சமத்துவம்' என்ற தலைப்பு கொண்ட 13வது அத்தியாயம், காந்தியின் பொருளாதாரச் சிந்தனையையும், அரசியலையும் விரித்துரைக்கிறது.

இரண்டு தொடக்க வாக்கியங்கள் அவர் எண்ணத்தை வெளிப்படுத்துகின்றன: 'இறுதியாகச் சொல்வது வன்முறையற்ற சுதந்திரத்திற்கான முக்கியத் திறவுகோல். பொருளாதாரச் சமத்துவத்திற்காக உழைப்பது என்பது மூலதனத்திற்கும் உழைப்புக்கும் இடையிலான நித்திய மோதலை ஒழிப்பதாகும்."⁹

அதே அத்தியாயத்தில், பொருளாதாரச் சமத்துவம் அடைய வேண்டியதற்கான நியாயத்தையும், ஓர் அறிக்கையையும் அவர் அளிக்கிறார்.

இதன் பொருள், ஒரு புறம் சில பணக்காரர்களின் கைகளில் குவிந்திருக்கும் நாட்டின் செல்வத்தின் பெரும்பகுதியைக் குறைப்பதும்; மறுபுறம் அரைப் பட்டினியால் வாடும் லட்சக்கணக்கானோரின் நிலையை உயர்த்துவதும் ஆகும். பணக்காரர்களுக்கும் பட்டினிக்கிடக்கும் லட்சக்

கணக்கானவர்களுக்கும் இடையிலிருக்கும் அகன்ற இடைவெளி நீடிக்கும் வரை, வன்முறையில்லா அரசாங்க அமைப்பு சாத்தியமற்றது என்பது தெளிவு.[10]

பொருளாதாரச் சமத்துவத்தை அடைவதற்கான காந்தியின் அறிக்கை பின்வருமாறு:

புது டெல்லியின் அரண்மனைகளுக்கும் அவற்றின் அருகிலிருக்கும் ஏழைத் தொழிலாளர் வர்க்கத்தின் அவலமான குடிசைகளுக்கும் இடையிலான பேதம், சுதந்திர இந்தியாவில் ஒரு நாளும் நீடிக்க முடியாது; இந்த நிலத்தில் பணக்காரர்களுக்கு இணையான அதிகாரத்தை ஏழைகளும் அனுபவிப்பார்கள். பொது நலனுக்காக, பணக்காரர்கள் தாமாகவே முன்வந்து செல்வத்தையும் அதிகாரத்தையும் துறக்காத வரையில், பகிர்ந்துகொள்ளாத வரையில் நிச்சயம் ஒரு நாள் வன்முறையும் இரத்தமும் தோய்ந்த புரட்சி நடக்கும். தர்மகர்த்தா முறை ஏளனம் செய்யப்பட்டாலும், எனது கோட்பாடான அதைத் தொடர்ந்து கடைப்பிடிக்கிறேன். அதை அடைவது கடினம் என்பது உண்மைதான். அதுபோல்தான் அகிம்சையும்.[11]

இன்று, உயர்ந்த செல்வந்தர்களின் வட்டாரங்களில் பரோபகாரம் ஒரு முக்கிய சொல்லாக உள்ளது. இந்தப் பரோபகார நடவடிக்கைகளில் பெரும்பான்மை அறக்கட்டளைகள் மூலம் நடத்தப்படுகின்றன; அவை அவர்களது வணிகக் குடும்பங்கள் அல்லது நம்பகமான ஊழியர்களின் கட்டுப்பாட்டில் உள்ளன. ஒரு விதத்தில், சமகால பரோபகாரச் செயல்கள், பொதுவாக காந்தியின் தொலைநோக்குப் பார்வையின் ஆர்வமூட்டும் மேம்பட்ட வடிவமாக, தர்மகர்த்தா முறை வடிவத்தில் நடைபெறுகின்றன..

எனினும், காந்தி ஊக்குவித்த தர்மகர்த்தா முறை அடிப்படையில் வேறுபட்டது; ஏனெனில், அது ஆத்ம ரீதியாகவும் சாரத்திலும் ஜனநாயகப்பூர்வமானது. சமஸ்தானங்கள் மீதான அவரது விமர்சனம் இதைத் தெளிவுபடுத்தும். சமஸ்தானங்களை ஆதரித்தவர்கள் வெறுமனே பொதுச் செல்வத்தின் பாதுகாவலர்களாக மட்டுமே செயல்படுகிறார்கள் என்று அவர் விமர்சித்தார். காந்தியின் தர்மகர்த்தா முறை வடிவம் மேற்தட்டு வர்க்கம் உருவாவதற்கு எதிரானது. காங்கிரசின் அங்கமாகிவிட்ட சமஸ்தானத்தின் மேற்தட்டு மனிதர்களின் குழு பற்றி அவர் நன்கு

அறிந்திருந்தார். பொருளாதாரச் சமத்துவத்தை முன்னெடுத்துச் செல்லும் காரியத்தை அவர்களுடன் இணைந்து அவர் தொடங்கியிருக்க முடியும்.

ஆக்கப்பூர்வமான திட்டத்தின் பதிமூன்றாம் அத்தியாயத்தின் மீதமுள்ள பகுதி இந்த முக்கிய கருப்பொருளைத் தொடுகிறது:

> அகிம்சை வழியில் கட்டமைக்கப்பட்ட ஒரு சமூகமோ அல்லது தேசமோ அதன் கட்டமைப்பின் மீது வெளியில் இருந்தோ உள்ளிருந்தோ நிகழும் தாக்குதலை தாங்கிக்கொள்ளக் கூடியதாக இருக்கவேண்டும். அமைப்பில் பணம் படைத்த காங்கிரஸ்காரர்களை நாம் பெற்றுள்ளோம். அவர்கள் வழிநடத்த வேண்டும். காங்கிரசின் ஒவ்வொரு மனிதர்களும் மிக நெருக்கமான ஆன்மத் தேடுதல் செய்யும் வாய்ப்பை இந்த மோதல் வழங்குகிறது. சமத்துவத்தை நாம் அடைய வேண்டுமானால், அதற்கான அடித்தளத்தை இப்போது அமைக்கவேண்டும். சுயராஜ்ஜியம் அமைந்தபின் பெரும் சீர்திருத்தங்கள் நடைபெறும் என்று நினைப்பவர்கள் தம்மை ஏமாற்றிக் கொள்கிறார்கள். வன்முறையற்ற சுயராஜ்ஜியம் எப்படி இயங்கும் என்ற அடிப்படையை அறியாதவர்கள் அவர்கள். நல்லதொரு காலைப் பொழுதில் திடீரென்று சொர்க்கத்திலிருந்து அது கீழே இறங்கி வராது. ஆனால், அனைவரின் சுயமுயற்சியால் ஒவ்வொரு செங்கற்களாக கட்டப்பட வேண்டும்.[12]

எங்கள் மதிப்பீட்டில், வன்முறை வடிவங்கள் பொதிந்திருக்கும் முதலாளித்துவம், சோசலிசம் அல்லது கம்யூனிசம் போன்றவற்றிலிருந்து வேறுபட்ட பொருளாதார மாதிரியை இந்தியாவும் உலகமும் தவறவிட்டுவிட்டன. அகிம்சை, நீடித்ததன்மை மற்றும் அனைவரையும் உள்ளடக்கிக் கொள்ளும் பண்புகளின் மீது நிறுவப்படும் ஒரு பொருளாதார மாதிரி அது.

விடுதலைக்குப் பிந்தைய இந்தியாவிலும், காந்தி இல்லாத காலத்திலும், மேற்தட்டு வர்க்கங்களின் உருவாக்கம் காங்கிரசுக்குள் ஓரளவுக்கு நீடித்தது. பல அரச குடும்பங்களின் உறுப்பினர்களும், அக்குடும்பங்களுக்குப் பணியாற்றிய அதிகாரிகள் பலரும் காங்கிரஸில் இணைந்தனர். இவர்களைத் தொடர்ந்து அரச குடும்பத்தினரும், வணிகர்களும், பெருஞ்செல்வம் கொண்ட வகுப்பினரும் சீராக வருகை தந்தனர். அவர்களது வர்க்கம் சார்ந்த

நலன்களைப் பெறும் முயற்சியில் காங்கிரசைப் பயன்படுத்திக் கொள்ளத் திட்டமிட்டனர். இந்த மேற்தட்டு குழுக்கள் ஒருவர் நலனை மற்றவர் பார்த்துக் கொள்வார்கள் என்றுதான் அவர்களிடம் எதிர்பார்க்கப்பட்டது.[13]

காந்தி மட்டும் போதுமான அளவு நீண்ட காலம் வாழ்ந்திருந்தால், சமூகப் பொருளாதாரச் சமத்துவத்திற்கான காந்தியத் தீர்வின் பலனை நாம் பார்த்திருக்க முடியும். பூதான் இயக்கமென்ற 'இரத்தம் சிந்தாப் புரட்சி'யில் அதன் சாத்தியத்தைக் காணமுடிந்தது. காந்தியச் சத்தியாக்கிரகியான வினோபா பாவே இன்றைய தெலுங்கானாவில் உள்ள போச்சம்பள்ளி கிராமத்தில் 1951ம் ஆண்டு ஏப்ரல் மாதத்தில் பூதான் (நில தானம்) இயக்கத்தைத் தொடங்கினார். கிராமத்தின் 700 குடும்பங்களில், மூன்றில் இரண்டு பங்கு பேர் நிலமற்றவர்கள்; அத்துடன் அவர்களில் பெரும்பாலோர் தலித்துகள். நிலமற்றவர்களுக்கு நிலம் கொடுக்க உள்ளூரிலிருந்த நில உரிமையாளர் ஒருவரை வினோபா இணங்கவைத்தார். ஆறு ஆண்டுகளில், கிட்டத்தட்ட இரண்டு மில்லியன் ஹெக்டேர் நிலம் பெறப்பட்டது. பூதான் இயக்கம் பூதான் சட்டமாக மாறியது; நில வங்கியின் மூலமாக நிலத்தை விநியோகப்பதையும்-மறுவிநியோகம் செய்வதையும் அரசாங்கம் மேற்பார்வையிட்டது.

இந்த இயக்கம் பின்னர் கிராமதான் இயக்கமாக அல்லது கிராமக்கொடை இயக்கமாக மாறியது. ஒரு கிராமத்தில் வசித்தவர்களில் 75 சதவீதம் பேர் நன்கொடையாக அளித்த நிலம், கிராமத்தில் வசித்த அனைவருக்கும் சமமாக மறுவிநியோகம் செய்யப்பட்டது.[14] இந்த இயக்கம் 1970 வாக்கில் படிப்படியாக மறைந்துபோனது. அந்த நில வங்கியின் பாதுகாவலராக இருந்த அரசு, அன்பளிப்பாக வழங்கப்பட்ட நிலங்கள் அனைத்தையும் மறுவிநியோகம் செய்யத் தவறிவிட்டது. பூதான் இயக்கத்தில் குறுகிய காலம் செயல்பட்ட சில பிரிவுகளும் இருந்தன: சம்பட்டி தான் (செல்வக் கொடை), ஷ்ரம்தான் (உழைப்பு கொடை) மற்றும் சாதன் தான் (விவசாயக் கருவிகள் கொடை) ஆகியன அவை. பூதான் இயக்கம், சமத்துவமின்மைப் பிரச்சனைக்கு ஒரு புரட்சிகரமான தீர்வாக இருந்தது. காந்தி மட்டுமே அல்லது உண்மையான ஒரு காந்தியவாதியால் மட்டுமே இந்த யோசனையைக் கருக்கொண்டிருக்க முடியும். ஒடுக்கப்பட்டவர்களின் நலன் குறித்துத் தீவிரமாக சிந்திப்பதற்கு மக்களை ஊக்குவித்து அதன்மூலம் ஒரு வெகுஜன இயக்கமாக அதை மாற்ற முடியும்.

இதை வேறுவிதமாகச் சொல்ல முடியும். சத்தியத்தின், அகிம்சையின் வழியாக அறநெறி மற்றும் சமூக நலன்களைத் தடுமாற்றமின்றி அடைய முயல்வதில், தேசியம் குறித்த காந்தியின் சில குறிப்பிட்ட பண்புகள் பூதான் இயக்கத்தின் ஊடாக சிறிது காலம் வாழ்ந்தன. வற்புறுத்தாத, வன்முறையற்ற அரசு என்ற காந்தியப் பார்வையை இது பிரதிபலித்தது. சாவர்க்கர் ஹிந்துக்களுக்கு வழங்கிய ஏக்கமும், விரோதப் பண்பும் கொண்ட தேசியத்திற்கு முற்றிலும் முரணானது இது; மற்றவர்களை எதிர்க்கும் உணர்வால் ஆட்டுவிக்கப்படும் இரகசிய அமைப்பொன்றின் மனநிலையே அது.

தாமஸ் ப்ளோம் ஹேன்சன் எழுதுகிறார்:

> கோல்வால்கர் தனது உரையில், ஹிந்து சமூகத்தின் ரகசியத்தை வரையறுக்க முடியாது, உணர மட்டுமே முடியும். அது வெறுமையான, சொற்களால் விவரிக்க முடியாத, 'பற்றாக்குறை' நிலவும் சமூகம்; ஆனால், மிகச் சரியாக இந்த 'நுட்பங்கள்' தான் அதன் நிலையை உயர்த்துகின்றன. கோல்வால்கரின் எழுத்துக்கள் நெடுகிலும் ஹிந்துத்தன்மை, ஹிந்து தேசம் மற்றும் ஹிந்துத் தேசபக்தியின் அம்சங்கள் அனைத்தும் 'உருவாகிக் கொண்டிருக்கும்' நிலையில் வரையறுக்கப்பட்டவை.[15]

சாவர்க்கரின் கருத்தாக்கத்தில், மற்றவர்களுக்கு எதிரான வெறுப்பும் அச்சமும் தேசியப் பண்பை உருவாக்கும் கருவியாக அமைந்தன. 1960களில் காந்தியத் தேசியப் பண்பு சிதைந்து போனதால், அரசாங்கம் காங்கிரசின் தலைமையில் இருந்தாலும், இந்திய அரசு அதிக அளவுக்குக் கவலையும், உறுதியற்ற வீரமும் நிறைந்ததாக வகைப்படுத்தப்பட்டது. மிகத் தெளிவாக, விடுதலைக்குப் பிறகான பத்தாண்டுகளில், காந்தியின் சுராஜ்யத்திற்கு நேர் எதிரான வழிகளில் இந்திய அரசு பரிணாமம் கொண்டது.

சமீபத்திய ஆண்டுகளில் சாவர்க்கர் அல்லது கோட்சேவுக்கு மீண்டும் உயிர் கொடுப்பதைத் தீவிரமாக எதிர்ப்பதிலோ அல்லது உற்சாகத்துடன் ஆதரிப்பதிலோ ஆர்வமுடன் ஈடுபட்டுள்ளோம்; ஆனால், நமது உண்மையான இலக்கு, விமர்சனப் பூர்வமாகவோ அல்லது உணர்வுப்பூர்வமாகவோ, காந்தியச் சிந்தனைக்கு மறுவாழ்வு கொடுப்பதாக இருக்கவேண்டும்; காந்தியக் கோட்பாடான அனைவரின் நலன் குறித்து அக்கறை கொள்ளும் சர்வோதயச்

சிந்தனையை - வெறுப்பிற்கும் அச்சத்திற்குமான நிரந்தர மாற்று மருந்தாக நடைமுறையில் கொள்வதும் இருக்கவேண்டும்.

இறுதியாக ஒருமுறை, நாயரின் காந்தி கவிதைக்கு வருவோம்: 'காந்தி, யார்? அவர் ஒரு நம்பமுடியாத கனவா? அல்லது நாம் கேட்டிருக்கக் கூடிய கட்டுக்கதையா?' இத்துடன் நமது கேள்வியையும் நாம் சேர்க்கிறோம்: இன்று தேசத்திற்குத் தேவைப்படும் தார்மீக திசைகாட்டியா காந்தி?

கோட்சேவும் அவரது சகாக்களும் கொன்றது எந்த காந்தியை? அரசுக்கு எதிரி அல்லாத, தேச-விரோதி அல்லாத காந்தியை அவர்கள் கொன்றனர். சமத்துவவாதியான காந்தியை அவர்கள் கொன்றனர். ஒரு ஹிந்துவாக இருந்த" அகிம்சையை உறுதியாகப் பின்பற்றிய, ஆழ்ந்த ஆன்மிக மனிதராக இருந்த ஒரு காந்தியை அவர்கள் கொன்றனர்.

சுருக்கமாகச் சொன்னால், கோட்சேவும் அவன் யாரைப் பிரதிநிதித்துவம் செய்தானோ அவர்களும், அவர்கள் முற்றிலும் புரிந்துகொள்ளாத ஒரு காந்தியைக் கொன்றனர். அல்லது, அவரைப் புரிந்துகொள்வதற்கு அவசியமான அறநெறி சார்ந்த உணர்ச்சிகளும் ஆன்மிகக் கற்பனையும் முதலாவதாக அவர்களுக்கு என்றும் இருந்ததில்லை.

அடிக்குறிப்புகள்

முன்னுரை

1. 'India After Independence', Chapter 10, *NCERT Social Sciences Textbook for Class 8*, (New Delhi: NCERT Publication Division) 2019.
2. S.K. Rudra, C.F. Andrews and M.K. Gandhi, *Economic & Political Weekly*, Vol. 37, Issue No. 34, 24 August 2002
3. K.P. Shankaran, via email to the authors, October 2016
4. https://www.youtube.com/watch?v=_Pc8WlNYp_0
5. Jeevan Lal Kapur Commission Report, Part 2, p. 321 and the Findings section of the same report. http://www.sacw.net/article2611.html
6. PTI, 'Mahatma Gandhi assassination records safe, says Rajnath Singh', Mint, 11 July 2014. https://www.livemint.com/Politics/5RPuVfOAzUWGljSHDlT3VI/Mahatma- Gandhi-assassination-records-safe-says-Rajnath-Sing.html

பகுதி 1: கொலைகாரன்

அத்தியாயம் 1: ஆகஸ்ட் சதி

1. Air India's Traffic Department letter dated 2 April 1948 bearing file number: B0-17/2368/Jan B. The note mentions that on 8 August 1947, on the Bombay to Delhi service no. DN-438 (aircraft VT-AUG) three passengers travelled with the following names and ticket numbers: V. D. Savarkar (BDB.37509), N.D. Apte (BDB.34890) and N.V. Godse (BDB.37510). They carried four pieces of luggage weighing 75 lbs. On 9 April 1948, the Air India Traffic Department issued another letter bearing file number: B0-17/2654/JanB with the return flight details of the same three passengers on 11 August 1947.
2. Vikram Sampath, *Savarkar: Echoes from a Forgotten Past, 1883–1924* (New Delhi: Penguin Viking), 2019.
3. Ibid.
4. Manohar Malgonkar, *The Men Who Killed Gandhi* (Delhi: Lotus Roli, 1978), p. 43
5. Ibid., p. 46
6. A dossier in the form of a Confidential Note from the Poona Police dated 28 March 1948 bearing file number B/16/1148 detailing Godse's antecedence, known associations, history, family details, public profile and other details as part of intelligence gathering.

7. There are two views on this. It has been documented that Apte had a king's commission in the Royal Indian Air Force. (Malgonkar, *The Men Who Killed Gandhi*, p. 61-62.) However, former Defence Minister Manohar Parikkar informed the Supreme Court on 7 January 2016 that 'No information related Narayan Dattatray Apte being an airforce officer could be found anywhere.' (*The Hindu*, 15 November 2017.www. thehindu.com/news/national/mahatma-murder-supreme-court-toldaptes-identity-mired-in- doubt/article20450724.ece/amp/)
8. Manohar Malgonkar, *The Men Who Killed Gandhi* (Delhi: Lotus Roli, 1978), p. 66
9. Digambar Badge's statement in the Gandhi murder trial and his statement to the investigation team
10. Vinayak Damodar Savarkar's statement in the Gandhi murder trial.
11. Case Diary No 17-A submitted by Bal Kishan, Inspector of Police, CID, Delhi, from Gwalior, dated 16 February 1948
12. Ibid.
13. Statement by D.S. Parchure to City Inspector Madhav Singh, Lashkar, Gwalior on 17 February 1948
14. A.G. Noorani, 'Savarkar and Gandhi', Frontline, 28 March 2003

அத்தியாயம் 2: தற்செயலாகக் கிடைத்த தடயம்

1. Witness statements by Dr Sushila Nayyar as part of the Gandhi murder trial, Jeevan Lal Kapur Commission Report, Part I. http://www.sacw.net/article2611.html
2. Ibid.
3. Intelligence note dated 26 January 1948 shared with the Director, Intelligence Bureau
4. Witness statements as part of the Gandhi murder trial
5. A top secret note of the Intelligence Bureau dated 20 July 1948 bearing File Number SA/716-II.
6. First Information Report no. 157 dated 6 June 1946, filed at the Faiz Bazar police station; Ramachandra Guha, *Gandhi: The Years that Changed the World*, 1914-1948, (New Delhi: Penguin Allen Lane), 2018, pp. 880-883
7. Walter Andersen, '*The Rashtriya Swayamsevak Sangh—II*', *Economic & Political Weekly*, 18 March 1972
8. Deputy Superintendent Jaswant Singh, Case Diary 5 A, 3 February 1948
9. Deputy Superintendent Jaswant Singh, Case Diary no. 22, 1 February 1948
10. T.C.A. Raghavan, '*Origins and Development of Hindu Mahasabha Ideology—The Call of V.D. Savarkar and Bhai Parmanand*', *Economic & Political Weekly*, 9 April 1983

அத்தியாயம் 3: ஆட்சேர்ப்பு

1. Aanchal Malhotra, *Remnants of a Separation: A History of Partition Through Material Memory*, Delhi: HarperCollins India, 2018
2. The Prabhakar examination was an exam conducted after matriculation, without the candidate having to go for a BA degree, particularly for the Punjab province
3. Madanlal Pahwa's statement to the court in the Gandhi murder trial

4. Ashis Nandy, 'Coming Home' in *Regimes of Narcissism, Regimes of Despair*, (New York: Oxford University Press), 2013
5. Madanlal Pahwa's statement to the court in the Gandhi murder trial
6. Ibid.
7. Ibid.
8. Aanchal Malhotra, *Remnants of a Separation: A History of Partition Through Material Memory*, Delhi: HarperCollins India, 2018
9. Madanlal Pahwa's statement to the court in the Gandhi murder trial
10. Ibid.
11. Ibid.
12. Madanlal Pahwa's statement to Bombay CID
13. Rita Kothari, *Unbordered Memories: Sindhi Stories of Partition*, (Delhi: Penguin Books India), 2009
14. Statement of Jagdish Chandra Jain to police and before the court in the Gandhi murder trial
15. Ibid.
16. Gyanendra Pandey, 'Partition and Independence in Delhi 1947-48', *Economic & Political Weekly*, 6 September 1997
17. Madanlal Pahwa's statement to the court in the Gandhi murder trial

அத்தியாயம் 4: காந்தியைக் கொன்ற பெரெட்டா துப்பாக்கி

1. Witness statement of Madhukar Balkrishna Khire in the Gandhi murder trial
2. Witness statement of Madhukar Keshav Kale in the Gandhi murder trial
3. Case diary 16B from Bal Kishen, Inspector, Gwalior, 15-2-1948. Questioning of Madhukar Keshav Kale
4. M.A. Sreenivasan, *Of the Raj, the Maharajas, and Me*, (Sangam Books Ltd), 1991
5. D.S. Parchure's interrogation report. Statement by Parchure to the probe team on 16 February 1948
6. Ibid.
7. Witness statement of Mrs Angelina Coleston in the Gandhi murder trial

பகுதி 2: மன்னர்

அத்தியாயம் 1: வெளிப்படையான ரகசியம்

1. A Secret Note generated by the Tughlaq Road Police Station, Delhi, on 26 January 1948, Delhi Police, titled 'From the statement of Madan Lal, accused, it has been revealed that the following persons are directly or indirectly responsible for this offence:'
2. Professor Jagdish Chandra Jain's witness statement in the Gandhi assassination case
3. Ibid.
4. Deputy Superintendent Jaswant Singh, Case Diary 5A, 3 February 1948.
5. Deputy Superintendent Jaswant Singh, Case Diary 22, 20 February 1948.

6. Intelligence Report generated by Delhi Police
7. Crime Report No. 25 dated 29 February 1948 by J.D. Nagarwala, Deputy Commissioner of Police, Special Branch, Bombay
8. Ibid.
9. J.D. Nagarwala, Deputy Commissioner of Police, Special Branch, Bombay, Case Diary, 1 February 1948
10. Ibid.
11. Ibid.
12. J.D. Nagarwala, Deputy Commissioner of Police, Special Branch, Bombay, Crime Report No 2, 31 January 1948
13. Ibid.
14. Professor Jagdish Chandra Jain's witness statement before the trial court
15. J.D. Nagarwala, Deputy Commissioner of Police, Special Branch, Bombay, Crime Report No. 7, 6 February 1948
16. J.D. Nagarwala, Deputy Commissioner of Police, Special Branch, Bombay, Crime Report No. 25, 29 February 1948
17. Statement of V.D. Savarkar before Special Court Judge Atma Charan on 20 Novemeber 1948 in the Gandhi assassination case
18. Deputy Superintendent Jaswant Singh, Case Diary. 50, 20 March 1948
19. Statement of V.D. Savarkar before Special Court Judge Atma Charan on 20 Novemeber 1948 in the Gandhi assassination case
20. Ibid.
21. Statement of Narayan Apte before the Special Court Judge Atma Charan on 10 November 1948
22. Statement of V.D. Savarkar before Special Court Judge Atma Charan on 20 November 1948 in the Gandhi assassination case
23. Ibid.

அத்தியாயம் 2: ஆல்வார் சமஸ்தான விவகாரம்

1. Jeevan Lal Kapur Commission Report, Part 1. http://www.sacw.net/article2611.html
2. Jeevan Lal Kapur Commission Report. http://www.sacw.net/article2611.html
3. Secret note generated by DSP Jaswant Singh, 7 March 1948
4. Ibid.
5. Undated interrogation report by the Delhi Police
6. Ibid.
7. Jeevan Lal Kapur Commission Report. http://www.sacw.net/article2611.html
8. Ibid.
9. Delhi Police Interrogation Report, 3 February 1948
10. Ibid.
11. 15 February Case Diary with statement of Nilkantha Dattatreya Parchure
12. 15 February Case Diary with statement of Nilkantha Dattatreya Parchure
13. Report submitted by Inspector Bal Mukund on 6 February 1948
14. Jeevan Lal Kapur Commission Report. http://www.sacw.net/article2611.html

15. 'Letter to Shriman Narayan on 1 December 1945' in *The Collected Works of Mahatma Gandhi*, Volume 88
16. 'Letter to Sir Stafford Cripps on 12 April 1946' in *The Collected Works of Mahatma Gandhi*, Volume 90
17. *The Hindu*, 9 September 1945; 'Discussion with Narendra Dev and Suraj Prasad Awasthi' in *The Collected Works of Mahatma Gandhi*, Volume 88
18. Moonje Presidential Address, April 1944; Manu Bhagavan, 'Princely States and the Hindu Imaginary: Exploring the Cartography of Hindu Nationalism in Colonial India', Cambridge University Press, 23 July 2008
19. *Harijan* article dated 4 August 1946 in *The Collected Works of Mahatma Gandhi*, Volume 91
20. Bhagavan, 23 July 2008
21. *Harijan* article dated 26 November 1946 in *The Collected Works of Mahatma Gandhi*, Volume 93
22. Manu Bhagavan, 'Princely States and the Hindu Imaginary: Exploring the Cartography of Hindu Nationalism in Colonial India', Cambridge University Press, 23 July 2008
23. Meeting between Gandhi and Lord Mountbatten on 4 April 1947 in *The Collected Works of Mahatma Gandhi*, Volume 94
24. Moonje Papers, Nehru Memorial Museum and Library
25. *The Collected Works of Mahatma Gandhi*, Volume 94
26. *The Collected Works of Mahatma Gandhi*, Volume 97
27. Ibid.
28. *The Collected Works of Mahatma Gandhi*, Volume 98

அத்தியாயம் 3: ஹிந்துக்களை இராணுவமயமாக்கல்

1. Moonje Papers, Nehru Memorial Museum and Library
2. Ibid.
3. Ibid.
4. Ibid.
5. Ibid.
6. Ibid.
7. Ibid.
8. Ibid.
9. Ibid.
10. Moonje Papers and Hindu Mahasabha Papers, Nehru Memorial Museum and Library
11. Hindu Mahasabha Papers, Nehru Memorial Museum and Library
12. Ibid.
13. Ibid.
14. Ibid.

பகுதி 3: பக்கிரி

அத்தியாயம் 1: கற்பனை எதிரிகள்

1. https://egazette.nic.in/WriteReadData/2019/214646.pdf
2. V.D. Savarkar, *Essentials of Hindutva* (Pune: Savarkar Bhavan), 1923. https://savarkar.org/en/encyc/2017/5/23/Essentials-of-Hindutva.html
3. Ibid.
4. Hindu Mahasabha papers, Nehru Memorial Museum and Library
5. Jawaharlal Nehru, *The Discovery of India* (new edition), (New Delhi: Penguin Books India), 2008
6. V.D.Savarkar, *Essentials of Hindutva* (Pune: Savarkar Bhavan), 1923. https://savarkar.org/en/encyc/2017/5/23/Essentials-of-Hindutva.html
7. Ankur Barua, 'Encountering Violence in Hindu Universes: Situating the Other on Vedic Horizons', *Journal of Religion and Violence*, Vol. 5, No. 1, 2017
8. Ibid.
9. Ibid.
10. Ibid.
11. Slavoj Žižek, 'Eastern Europe's Republics of Gilead', *New Left Review*, October 1990. https://newleftreview.org/issues/i183/articles/slavoj-zizekeastern-europe-s-republics-of-gilead

அத்தியாயம் 2: ஹிந்துத்துவம் எனும் கருத்து

1. Sushant Singh, 'The story of Faiz's Hum Dekhenge — from Pakistan to India, over 40 years', *Indian Express*, 27 December 2019. https://indianexpress.com/article/explained/the-story-of-faizs-humdekhenge- from-pakistan-to-india-over-40-years-caa-protest-6186565/; 'Hum Dekhenge' lyrics: https://www.rekhta.org/nazms/va-yabqaa-vajh-o-rabbikhum- dekhenge-ham-dekhenge-faiz-ahmad-faiz-nazms; Markandey Katju, 'Why the Controversy Around Faiz's "Hum Dekhenge" Is So Fatuous', The Wire, 4 January 2020. https://thewire.in/communalism/faiz-hum-dekhengeiit- kanpur
2. Yoginder Sikand, 'Iconoclasm: Not a Muslim Monopoly', Himal Mag, 13 February 2004. https://www.himalmag.com/iconoclasm-not-a-muslim-monopoly/; Richard M. Eaton, 'Temple Desecration and Muslim States in Medieval India', http://www.columbia.edu/itc/mealac/pritchett/00islamlinks/txt_eaton_temples2.pdf
3. Sumit Sarkar, *Modern India 1885-1947*, (Delhi: Laxmi Publications), 2008
4. Ibid.
5. K.N. Panikkar, *Against Lord and State: Religion and Peasant Uprisings in Malabar 1836-1921*, (Delhi: Oxford University Press), 1989
6. Thomas Blom Hansen, 'Recuperating Masculinity: Hindu nationalism, violence and the exorcism of the Muslim "Other"', Sage Journals, 1 June 1996. https://journals.sagepub.com/doi/10.1177/0308275X9601600203
7. Ibid.

அத்தியாயம் 3: ஹிந்து கத்ரே மே ஹோ

1. U.N. Mukherji, *Is Hindu A Dying Race: A Social and Political Perspective of Hindu Reformers of Early 20th Century*, ed. Rakesh Sinha, (Kautilya), 2017
2. Ibid.
3. Foreword by Rakesh Sinha to U.N. Mukherji, *Is Hindu A Dying Race: A Social and Political Perspective of Hindu Reformers of Early 20th Century*, ed. Rakesh Sinha, (Kautilya), 2017
4. Jyoti Dwivedi, 'Fact Check: No, Muslims will not surpass Hindu population in India anytime soon', *India Today*, 22 October 2020. https://www.indiatoday.in/fact-check/story/fact-check-viral-post-muslimpopulation- india-1733926-2020-10-22
5. U.N. Mukherji, *Is Hindu A Dying Race: A Social and Political Perspective of Hindu Reformers of Early 20th Century*, ed. Rakesh Sinha, (Kautilya), 2017
6. Ibid.
7. Ibid.
8. Ibid.
9. Ankur Barua, 'Encountering Violence in Hindu Universes: Situating the Other on Vedic Horizons', *Journal of Religion and Violence*, Vol. 5, No. 1, 2017
10. Thomas Blom Hansen, 'Recuperating Masculinity: Hindu nationalism, violence and the exorcism of the Muslim "Other"', Sage Journals, 1 June 1996. https://journals.sagepub.com/doi/10.1177/0308275X9601600203
11. Hindu Mahasabha Papers, Nehru Memorial Museum and Library
12. *The Collected Works of Mahatma Gandhi, Volume 21*, 1920

அத்தியாயம் 4: கோட்சே வழிபாடு

1. PTI, 'BJP MP Pragya Thakur refers to Nathuram Godse as a 'patriot', yet again', *The Hindu*, 13 January 2021. https://tinyurl.com/93jh8kkh; Sudhi Ranjan Sen, 'BJP Lawmaker Sakshi Maharaj Calls Gandhi Assassin Nathuram Godse A "Patriot", Then Retracts', NDTV.com, 11 December 2014. https://tinyurl.com/28bnza7r; Sameer Yasir, 'Gandhi's killer evokes admiration as never before', *The New York Times*, 4 February 2020. https://tinyurl.com/5mzxfvd3; Ramachandra Guha, 'Godse worship goes mainstream in India', *Hindustan Times*, 1 June 2019. https://tinyurl.com/jk4cbwnf
2. Ramachandra Guha, 'Godse worship goes mainstream in India', *Hindustan Times*, 1 June 2019. https://tinyurl.com/jk4cbwnf
3. G.D. Khosla, *The Murder of the Mahatma And Other Cases from a Judge's Notebook*, (Mumbai: Jaico Books), 1963
4. G.D. Khosla, *The Murder of the Mahatma And Other Cases from a Judge's Notebook*, (Mumbai: Jaico Books), 1963
5. Nathuram Godse statement to the court in the Gandhi murder trial, read out also in the Panjab High Court
6. Nathuram Godse statement to the court of Justice Atma Charan in the Gandhi assassination case, the Red Fort Trial
7. Ibid.

8. Ibid.
9. Ibid.
10. Ibid.
11. Snigdhendu Bhattacharya, 'Congress divided Vande Mataram in 1937, and it led to Partition: Amit Shah', *Hindustan Times*, 27 June 2018. https://tinyurl.com/2rpujmar
12. Nathuram Godse statement to the court of Justice Atma Charan in the Gandhi assassination case, the Red Fort Trial

பின்னுரை

1. Nathuram Godse statement to the court of Justice Atma Charan in the Gandhi assassination case, the Red Fort Trial.
2. M.K. Gandhi, *Hind Swaraj or Indian Home Rule*, (Ahmedabad: Navjivan Publishing House). www.mkgandhi.org
3. Nathuram Godse statement to the court of Justice Atma Charan in the Gandhi assassination case, the Red Fort Trial.
4. Ibid.
5. Judith M. Brown and Anthony Parel (eds), *The Cambridge Companion to Gandhi*, (Cambridge: Cambridge University Press), 2011.
6. Moonje Papers, Nehru Memorial Museum and Library
7. 'Discourse V and Verse 18', *The Bhagavad Gita According to Gandhi*, (US: North Atlantic Books), 2009.
8. K.P.Shankaran, 'Gandhi's Gita', *The Indian Express*, 30 January 2021. https://indianexpress.com/article/opinion/columns/mahatma-gandhi-gitavaishnava-sect-hinduism-7166738/
9. M.K. Gandhi, *Constructive Programme, Its Meaning and Place*, originally published in 1941. www.mkgandhi.org
10. Ibid.
11. Ibid.
12. Ibid.
13. William L. Richter, 'Princes in Indian Politics,' *Economic & Political Weekly*, Volume No. 6, Issue No. 9, 1971.
14. Subhash Mehta, 'Bhoodan-Gramdan Movement – 50 Years: A Review'. https://www.mkgandhi.org/vinoba/bhoodan.htm
15. Thomas Blom Hansen, *The Saffron Wave*, (Princeton: Princeton University Press), 1999